സ്മൃതിമേഘങ്ങൾ പെയ്യുമ്പോൾ

AF747150

INSIGHT PUBLICA ®

Nadakkavu, Kozhikode, Kerala, 673011
www.insightpublica.com
e-mail: insightpublica@gmail.com
Title: **Smrithimekhangal Peyyumpol**
Author: **Muraleedharan Puthenpurayil**
(Malayalam)
Cover Design:kjvj
First Edition: February 2022

Printed and Published by
InsightinPublica Printers & Publishers Pvt. Ltd.
ISBN 978-93-5517-204-4
₹ 250

സ്മൃതിമേഘങ്ങൾ പെയ്യുമ്പോൾ

മുരളീധരൻ പുത്തൻപുരയിൽ

INSIGHT PUBLICA

സമർപ്പണം

സ്നേഹവും കരുതലുമായി ജീവിതം പൊലിപ്പിച്ച
എല്ലാ സുമനസ്സുകൾക്കും.

കോഴിക്കോട് ജില്ലയിൽ ഇരിങ്ങണ്ണൂരിൽ ജനനം. അച്ഛൻ നടുക്കണ്ടി യിൽ ഗോപാല കുറുപ്പ്. അമ്മ കിഴപ്പള്ളി അമ്മുക്കുട്ടിഅമ്മ. ജന്തുശാസ്ത്രത്തിൽ എം.എസ്.സി., എം.ഫിൽ. ബിരുദങ്ങൾ. 33 വർഷം നായർ സർവീസ് സൊസൈറ്റിയുടെ വിവിധ കോളേജുകളിൽ അധ്യാപകനായും വകുപ്പ് മേധാവിയായും പ്രവർത്തിച്ചു. മട്ടന്നൂർ പഴശ്ശിരാജാ എൻ.എസ്.എസ്. കോളേജിൽ നാല് വർഷം പ്രിൻസിപ്പലായി സേവനമനുഷ്ഠിച്ചു. 2013 ൽ സെർവീസിൽനിന്നും വിരമിച്ചു. ഇപ്പോൾ പയ്യോളിക്കടുത്ത് കിഴൂരിൽ താമസം.

കൃതികൾ: ഭ്രമസഞ്ചാരങ്ങൾ, ദേശാടനത്തിന്റെ ആത്മഹർഷങ്ങൾ, കോവിഡ് സഹനം അതിജീവനം

ഭാര്യ: ഉഷ സി.കെ., മകൾ: ഇന്ദുലക്ഷ്മി.

ഫോൺ: 9072043720

ഇ മെയിൽ: pmdharan56@yahoo.co.in

മുരളീധരൻ പുത്തൻപുരയിൽ

ഉള്ളടക്കം

ആമുഖം

അതിവിശാലമായ മഹാപ്രപഞ്ചത്തിലെ ലക്ഷം കോടി നക്ഷത്രക്കൂട്ടങ്ങളിൽ ഒന്നായ ക്ഷീരപഥത്തിലെ പതിനായിരം കോടി നക്ഷത്രങ്ങളിൽ ഒന്നായ സൂര്യൻ. അതിന്റെ എട്ട് ഗ്രഹങ്ങളിൽ ഒന്നായ ഭൂമി. ഇവിടെ തിരിച്ചറിയപ്പെട്ട 87 ലക്ഷം ജീവ ജാതികളിൽ ഒന്ന് മാത്രമായ മനുഷ്യൻ. അതിശയകരമായ ജൈവ വൈവിധ്യത്തിന്റെ നിദർശനമായി, എണ്ണിയാലൊടുങ്ങാത്ത സൂക്ഷ്മജീവികളും സസ്യ ജന്തുജാതികളുമൊക്കെ നിവസിക്കുന്ന ഈ ഭൂമിയിൽ സുമാർ 790 കോടി മനുഷ്യർ. ജീവികളുടെ വൈവിധ്യവും ബാഹുല്യവും ആവാസവ്യവസ്ഥാ വൈവിധ്യവും അനുകൂലനശേഷിയുമൊക്കെവെച്ച് പറഞ്ഞുവരുമ്പോൾ എണ്ണത്തിലും വണ്ണത്തിലും ശേഷിയിലും നമ്മൾ അത്ര കേമന്മാരൊന്നുമല്ല. പക്ഷെ 'സൃഷ്ടിയുടെ കിരീടമെന്ന'സ്ഥാനം നമുക്ക് മാത്രം അവകാശപ്പെട്ടതാണ്. ബുദ്ധിവൈഭവത്തിലും ഭാവനാശേഷിയിലും സാംസ്കാരിക മഹിമയിലും ഉന്നതശീർഷനായ സൃഷ്ടി. അതെ, തലമുറകളിലൂടെ സംഗ്രഹിതമായ ജനിതക ഘടകങ്ങളുടെ ബലത്തിൽ ശാസ്ത്ര സാങ്കേതിക വികാസത്തിന്റെ പെരുമയിൽ പ്രപഞ്ചരഹസ്യങ്ങളുടെ ചുരുളഴിക്കാൻപോലും പ്രാപ്തനായ പരിണാമവൃക്ഷത്തിലെ ഉച്ചസ്ഥാനീയനായ മഹത്ത്വവൽക്കരിക്കപ്പെട്ട ജനുസ്സ്. അങ്ങിനെയുള്ള ജീവിവർഗ്ഗത്തിന്റെ ഒരു പ്രതിരൂപമായി ഈ മനോഹര ഭൂമിയിൽ പിറന്നു എന്നത് ആകസ്മികമെങ്കിലും ഒരു സൗഭാഗ്യമല്ലേ ? ഓരോ മനുഷ്യജന്മവും ജനിതകമായും ജൈവപരമായും ഒന്നിനൊന്ന്

വ്യത്യസ്തമാണ്. ചരിത്രം രചിക്കുന്ന, അത്ഭുതങ്ങൾ സൃഷ്ടിക്കുന്ന, സിദ്ധി വൈഭവങ്ങളാൽ മായാജാലം തീർക്കുന്ന മനുഷ്യ ജന്മങ്ങളുടെ കഥകൾ ഏറെയുണ്ട്. പക്ഷെ കേവല ജീവിതം നയിക്കുന്ന സാധാരണ മനുഷ്യരാണ് ഭൂരിഭാഗവും. എങ്കിലും ഓരോ മനുഷ്യനും സ്വന്തം ജീവിതംകൊണ്ട് നിയതമായ നിയോഗങ്ങൾ നിറവേറ്റുന്നു. അവയുടെ അനുരണനങ്ങൾ ബന്ധുക്കളിലും സുഹൃത്തുക്കളിലും സമൂഹത്തിലും സംഭവിക്കുന്നു. അസാധാരണ വൈഭവത്തിന്റെ ഉടമകളെങ്കിൽ നാടിനെയും മനുഷ്യരാശിയേയും സ്വാധീനിക്കാൻ അവയ്ക്ക് കഴിയും, അങ്ങിനെ തലമുറകളുടെ ഭാഗധേയം നിർണയിക്കാനും.

ജീവിതം തുടങ്ങുമ്പോൾ ആരാകണം എന്താകണം എന്നതാകും സ്വാഭാവികമായും സകലരുടെയും ചിന്ത. കാലമേറെ കഴിയുമ്പോൾ, അനുഭവങ്ങളുടെ ചൂളയിൽ വെന്തുകഴിയുമ്പോൾ, അറിവും തിരിച്ചറിവും ആർജ്ജിച്ചുകഴിയുമ്പോൾ എന്താണ് ജീവിതം എന്ന ചോദ്യത്തിലേക്കും ചിന്തയിലേക്കും വഴി മാറുന്ന ഒരേയൊരു ജീവി മനുഷ്യൻ മാത്രമാണ്. തൃപ്തികരമായ ഉത്തരം കൈവശമുള്ള ആർക്കും സ്വന്തം ജീവിതം വായിക്കാനുള്ള അവകാശമുണ്ടെന്ന് വിശ്വസിക്കുന്നു. അങ്ങിനെയുള്ള ഒരു വായനയുടെ പരിണതിയാണ് ഈ പുസ്തകം. വളർന്ന കാലവും കാലത്തിന്റെ മാറ്റങ്ങളും അവയുടെ സ്വാധീനവും ഒരു സാക്ഷിയായി പറയാനാണ് ശ്രമിച്ചിട്ടുള്ളത്. വസ്തുതകളേയും സാഹചര്യങ്ങളേയും വിമർശനാത്മകമായി കാണാനും ശ്രമിച്ചിട്ടുണ്ട്. അതിന്റെ ശരിതെറ്റുകൾ സ്വയം ഏൽക്കുന്നു.

ജീവിതത്തിൽ വഴിവിളക്കായും ഓർമ്മയുടെ ആകാശത്ത് നക്ഷത്രമായും മാറിയ പ്രിയപ്പെട്ടവരെയെല്ലാം ആദരപൂർവ്വം ഓർക്കുന്നു. ഗുണദോഷങ്ങളെല്ലാം സഹിച്ച് സ്നേഹവും കരുതലുമായി കൂടെനിന്നവരെയും, വിമർശനങ്ങളും വിയോജിപ്പുകളുമായി അകന്ന് നിന്നവരെയും ഓർക്കുന്നു.

പരിസ്ഥിതി സംരക്ഷണ പ്രവർത്തനങ്ങളിലും ഭാഷയിലും അദ്ധ്യാപനത്തിലും മൗലികമായ സംഭാവനകൾ അർപ്പിച്ച ഡോ. എസ്സ്. രാമചന്ദ്രൻ പുസ്തകം അവതരിപ്പിക്കുന്നു എന്ന സന്തോഷം പങ്കിടുന്നു. ഔദ്യോഗിക ജീവിതത്തിൽ അദ്ദേഹം എനിക്കൊരു മാതൃകയായിരുന്നു. ഭ്രാതൃതുല്യമായ ആ സ്നേഹം എന്നും വിലപ്പെട്ടതാണ്.

ഓർമ്മകളുടെ പുസ്തകം അണിയിച്ചൊരുക്കുന്ന ഇൻസൈറ്റ് പബ്ലിക്കയോടുള്ള നിസ്സീമമായ കടപ്പാടും രേഖപ്പെടുത്തുന്നു.

മുരളീധരൻ പുത്തൻപുരയിൽ.

സ്മൃതിമഴയിൽ നനയാം

ഡോ . എസ്സ് . രാമചന്ദ്രൻ

കിടങ്ങൂർ, കോട്ടയം.

മൂന്ന് പതിറ്റാണ്ടിലധികം കോളേജധ്യാപകനും സ്ഥാപനമേധാവിയുമായി പ്രവർത്തിക്കുകയും വിവിധ രാജ്യങ്ങളിൽ സഞ്ചരിക്കുകയും സാമൂഹികരംഗങ്ങളിൽ ഇടപെടുകയും ചെയ്ത ശ്രീ. പി. മുരളീധരന്റെ ആത്മകഥയാണ് 'സ്മൃതിമേഘങ്ങൾ പെയ്യുമ്പോൾ'. സഞ്ചാരങ്ങളിലെ അനുഭവങ്ങൾ ഗ്രന്ഥങ്ങളായി പുറത്ത് വന്നു കഴിഞ്ഞു. 'കോവിഡ് സഹനം അതിജീവനം' എന്ന കൃതി മഹാവ്യാധിയുടെ കാലത്ത് വഴി വിളക്കായി. ആത്മകഥയിലൂടെ കനപ്പെട്ട മറ്റൊരു സംഭാവന കൂടി വായനക്കാരിലേക്കെത്തുന്നു.

ആത്മകഥ, താൻ ജീവിച്ച ജീവിതത്തിന്റെ അവതരണവും വിലയിരുത്തലുമാണ്. തനിക്ക്മാത്രം പറയാൻ കഴിയുന്നതും ലോകം അറിയേണ്ടതും ആയ ചിലതുണ്ട് എന്ന ആത്മബലമാണ് അതിനടിസ്ഥാനം. ജീവിതഫലം നുണയുകയും ഒപ്പം സാക്ഷിയായി ജീവിക്കുകയും ചെയ്യുന്ന സ്വത്വദ്വന്ദ്വം അതിനാവശ്യമാണ്. സാക്ഷിമനസ്സ് ഉണർന്നിരിക്കുന്ന ആൾക്ക് തന്റെ പ്രവർത്തനങ്ങളെ അപ്പപ്പോൾ വിലയിരുത്താനും തുടർജീവിതം കുറ്റമറ്റതാക്കാനും കഴിയുന്നു. ചിന്തകളെ പ്രവൃത്തിപഥത്തിലെത്തിച്ച ആളുടെ അനുഭവങ്ങൾ ജീവിതവഴിയിൽ പിന്നാലെ എത്തുന്നവർക്ക് മാർഗ്ഗദർശകമാവുന്നു.

ശ്രീ. പി. മുരളീധരൻ 1980 ൽ വാഴൂർ വിദ്യാധിരാജ എൻ. എസ്സ്. എസ്സ്.കോളേജിൽ അധ്യാപകനായെത്തിയതുമുതൽ എന്റെ പ്രിയ സുഹൃത്താണ്. സഹപ്രവർത്തകനെന്നനിലയിൽ രണ്ട് വർഷം പിന്നിട്ട് മഞ്ചേരിയിലേക്ക് സ്ഥലം മാറിപ്പോകുമ്പോൾ സൗഹൃദത്തിന്റെ ആഴം വർദ്ധിച്ചിരുന്നു. പിന്നീട് 2004 - 2006 കാലത്ത് മട്ടന്നൂർ പഴശ്ശിരാജാ എൻ. എസ്സ്. എസ്സ്. കോളേജിൽ സ്ഥാപനത്തിനുവേണ്ടി ഒന്നിച്ച് ചിന്തിക്കാനും പ്രവർത്തിക്കാനും അവസരമുണ്ടായി.

'സ്മൃതിമേഘങ്ങൾ പെയ്യുമ്പോൾ' എന്ന ആത്മകഥ, അതിന്റെ പേരിൽത്തന്നെ സ്വയംപ്രകാശകമാണ്. സ്മൃതിമേഘങ്ങളും പെയ്യും. മേഘങ്ങൾക്ക് ആകാശം വേണം. സ്മൃതിമേഘങ്ങളുടെ ആകാശം ഹൃദയമാണ്. ഓർമ്മകൾ പെയ്തിറങ്ങുന്നത് തന്നിലേക്കാണ്. തന്നിലുള്ളത് എല്ലാവരുടെയുമാകണമെങ്കിൽ പകരണം. അതിന് ഭാഷ വേണം. അതുണ്ട്. അടിത്തട്ട് കാണുംമട്ടിൽ തെളിഞ്ഞൊഴുകുന്ന ഭാഷ. പെരിങ്ങത്തൂർ പുഴയിലെ എഴുപതുകളിലെ നീരൊഴുക്കുപോലെ.

സ്മൃതിമേഘങ്ങൾ പെയ്തുമാറുമ്പോൾ മൂന്ന് ഘട്ടങ്ങൾ വായനയിൽ വേർതിരിഞ്ഞുനിൽക്കും. ഉദ്യോഗലബ്ധിവരെ, കോളേജാധ്യാപനകാലം, വിരമിക്കലിനുശേഷം എന്നിങ്ങിനെ ഓരോഘട്ടത്തിലും ഒരുപാട് പകർന്നുകൊണ്ടാണ് പെയ്തുതീരുന്നത്.

ആയിരത്തിത്തൊള്ളായിരത്തി അറുപതുകളിലെ ബാല്യം കേരളത്തിൽ ഇന്നുള്ളതിൽനിന്ന് തുലോം ഭിന്നമായിരുന്നു. മലബാറിലായാലും കേരളത്തിന്റെ മറ്റുഭാഗങ്ങളിലായാലും ഒരുപാട് സമാനതകളുള്ളതായിരുന്നു. ഇല്ലായ്മയായിരുന്നു അതിന്റെ പൊതുസ്വഭാവം. ജീവിതസാഹചര്യങ്ങളില്ലായ്മ, ഭക്ഷണമില്ലായ്മ, സമ്പത്തില്ലായ്മ എന്നിങ്ങിനെ ആ പട്ടിക നീളും. ഇല്ലായ്മകളെ മറികടക്കാൻ ഒരുപാട് ഉണ്മകളും ഉണ്ടായിരുന്നു എന്ന മറുവശവും അതിനുണ്ടായിരുന്നു. ചേർത്തുപിടിക്കുന്ന സ്നേഹബന്ധങ്ങൾ, ബാല്യത്തിന് എല്ലാംമറന്ന് മണിക്കൂറുകളോളം വിഹരിക്കാൻ കഴിയുന്ന തെളിനീർ നിറഞ്ഞ പുഴകൾ, കുളങ്ങൾ..., തന്റേതെന്നോ അപരൻറേതെന്നോ ചിന്തയില്ലാതെ, മതിലുകളില്ലാതെ എവിടേക്കും വഴിതുറക്കുന്ന നാട്ടിൻപുറങ്ങൾ , വയലുകൾ, കനികൾ എന്തെല്ലാം. നഷ്ടപ്പെട്ടതെന്തെന്ന് തിരിച്ചറിയാൻപോലും പലതും അവശേഷിക്കുന്നുമില്ല. ബാല്യകൗമാരങ്ങളെപ്പറ്റി ശ്രീ. മുരളീധരൻ പറയുമ്പോൾ വായനക്കാരനും ബാല്യത്തിലൂടെ സമാന്തര സഞ്ചാരം നടത്തിയിരിക്കും.

1972 ൽ ഇരിങ്ങണ്ണൂർ ഹൈസ്കൂളിലെ പഠനം പൂർത്തിയാക്കി ഉന്നതവിദ്യാഭ്യാസത്തിനുവേണ്ടി ഉഴന്നുനടന്ന വിദ്യാർത്ഥിക്ക് അന്നേ വിദ്യയുടെ

വില ശരിക്കും ഉള്ളിൽത്തട്ടിയിരിക്കണം. പിൽക്കാലജീവിതം അതിന് സാക്ഷ്യം നിൽക്കുന്നു.

ആഗ്രഹിച്ച ജോലി നേടിയശേഷം തമ്മിൽ കാണുന്നതിനുമുമ്പേ വിടപറഞ്ഞ അമ്മയും ഒരുവർഷത്തിനുള്ളിൽത്തന്നെ യാത്രയായ അച്ഛനും മകനിൽ അവശേഷിപ്പിച്ചത് 'വീട്ടാക്കടമായ ജന്മം' എന്ന അനുഭവമായിരിക്കണം. ഇടശ്ശേരി ഗോവിന്ദൻ നായർ എന്ന കവി ' ബിംബിസാരന്റെ ഇടയ'നിലൂടെ സ്വന്തം അനുഭവം പറഞ്ഞത് വായനക്കാരൻ ഓർമ്മിച്ചുപോകും.

വാഴൂർ, മഞ്ചേരി കോളേജുകൾക്ക്ശേഷം 1985 ൽ മട്ടന്നൂർ പഴശ്ശി രാജാ എൻ.എസ്സ്. എസ്സ്. കോളേജിലെത്തിയ ശ്രീ. മുരളീധരൻ 2009 വരെ അവിടെ അധ്യാപകനായും തുടർന്ന് നാല് വർഷം പ്രിൻസിപ്പലായും ജോലിചെയ്തു. മനോഹരമാണ് മട്ടന്നൂർ കോളേജ് പരിസരം. കുന്നിന്മുകളിലെ വിശാലത, ഭൂമിയോട് പറ്റിച്ചേർന്നും പുണർന്നും ശാഖകൾ നിറഞ്ഞ കശുമാവുകൾ, ചെങ്കൽപ്പാറപ്പുറങ്ങൾ , സായന്തനശോഭ- എല്ലാം അതീവ ഹൃദ്യം. സ്ഥാപനത്തിലേക്ക് കടക്കുമ്പോൾ അവസ്ഥ പലപ്പോഴും വ്യത്യസ്തമാകുന്നു. ഭിന്നതാൽപര്യങ്ങളുടെ ഏറ്റുമുട്ടലുണ്ടാകുന്നു. ഉന്നതവിദ്യാഭ്യാസ സ്ഥാപനത്തിൽ ആദ്യപരിഗണന ലഭിക്കേണ്ടത് പിൻതള്ളപ്പെടുന്നു. വിദ്യാർത്ഥികൾ നേതാക്കളാകേണ്ടതിന് പകരം നേതാക്കൾ വിദ്യാർത്ഥികളായെത്തുന്നു. നടപടികളെടുക്കേണ്ടവർ നിസ്സംഗരാവുകയോ ഇതരകാര്യവ്യഗ്രതയുള്ളവരാവുകയോ ചെയ്യുന്നു. സ്വാതന്ത്ര്യം അനുഭവിക്കേണ്ട കലാലയത്തിൽ ഭയവും വിധേയത്വവും നിറയുന്നു. വിദ്യാർത്ഥിയോ രക്ഷാകർത്താവോ മറ്റാരും കാണുന്നില്ലെന്നുറപ്പ് വരുത്തി വന്ന് പരാതി പറയുന്നത് പതിവാകുമ്പോഴും പരാതി എഴുതിത്തരാൻ ധൈര്യമില്ലാതെ തിരിച്ചുപോകുന്നു (ഇതൊക്കെ എന്റെ അനുഭവങ്ങൾ).

2009 ൽ പ്രിൻസിപ്പലായി ചുമതലയേറ്റ് ഒരുവർഷത്തിനകം നാക് (NAAC) അംഗീകാരം കോളേജിന് നേടിയെടുക്കാൻ കഴിഞ്ഞത് എല്ലാവരെയും ഒരുമിച്ച് കൊണ്ടുപോകാൻ ശ്രീ. മുരളീധരന് കഴിഞ്ഞു എന്നത്കൊണ്ടുകൂടിയാണ്. എന്തുകൊണ്ട് അതുവരെ കഴിഞ്ഞില്ല എന്ന ചോദ്യം സ്വാഭാവികമായും അതുവരെ നേതൃത്വത്തിലുണ്ടായിരുന്നവരിലേക്ക് നീളുകയും ചെയ്യും. പഴശ്ശിരാജാ എൻ. എസ്സ്. എസ്സ്. കോളേജിന്റെ ഇരുപത്തിയെട്ടാമത് പ്രിൻസിപ്പൽ എങ്ങിനെ വ്യത്യസ്തനാവുന്നു എന്നറിയുന്നത് ഇനി വരുന്നവരുടെ പ്രവർത്തനങ്ങളെ മെച്ചപ്പെടുത്താൻ സഹായകമാവുകതന്നെ ചെയ്യും.

1985 മുതൽ 2013 വരെയുള്ള ദീർഘകാലയളവിലെ മട്ടന്നൂർ കോളേജിന്റെ ചരിത്രംകൂടി ആത്മകഥയിലൂടെ ശ്രീ. മുരളീധരൻ സത്യസന്ധമായി രേഖപ്പെടുത്തുന്നു. തനിക്ക് പ്രവർത്തിക്കാൻ അവസരം തന്ന സ്ഥാപനത്തിന്റെ അഭ്യുന്നതിയിൽ പുലർത്തിയ കാഴ്ചപ്പാടുകളും ഉൽക്കണ്ഠകളും ലക്ഷ്യപ്രാപ്തിക്കായി നടത്തിയ പ്രവർത്തനങ്ങളും പൊതുസമക്ഷം അവതരിപ്പിച്ചിരിക്കുന്നു.

സർവ്വീസിലിരിക്കെത്തന്നെ സമൂഹത്തിലെ വിവിധ മേഖലകളിൽ ഇടപെട്ട് പ്രവർത്തിച്ചിരുന്നത് റിട്ടയർമെൻറിനുശേഷവും ശ്രീ. മുരളീധരൻ തുടരുന്നു. വൃദ്ധജനങ്ങളുടെ സംഖ്യ ഏറുകയാണ്. സമൂഹത്തിന്റെ പ്രശ്നങ്ങൾക്ക് തോൾകൊടുക്കാനുള്ള സന്നദ്ധതയാണ് ജെറിയാട്രിക്ക് പാർക്കിനുവേണ്ടിയുള്ള പ്രവർത്തനങ്ങളിൽ തെളിയുന്നത്.

വിരമിക്കലിനുശേഷം വിശ്രമജീവിതം എന്നതാണ് നാട്ടിലെ പൊതുവഴക്കം. ചിലർക്കെങ്കിലും ജീവിതം എന്നും അവിശ്രമദിനങ്ങളുടെമാത്രം തുടർച്ചയാണ്. വിരമിക്കൽ, സ്വാതന്ത്ര്യത്തിലേക്കുള്ള വഴിതുറക്കലായി കാണുമ്പോൾ യാത്രകൾ വഴികളാവുന്നു. രാജ്യങ്ങൾ പിന്നിട്ട് അനുഭവങ്ങളെ ബലമാക്കി ജന്മയാദൃശ്ചികതയെ അർത്ഥപൂർണ്ണമാക്കുന്നു . താൻ അറിഞ്ഞത് ലോകത്തിന് പകരുന്നു. മഹാവ്യാധിക്കാലത്തിന്റെ മരവിപ്പിനെ അതിജീവനത്തിന്റെ കരുത്താക്കിമാറ്റുന്നു.

ചിരസുഹൃത്തിന് ആയുരാരോഗ്യങ്ങൾ ആശംസിക്കുന്നു.

സൗഖ്യം ആകട്ടെ മനസ്സിന്റെ സൃഷ്ടിയും ആണല്ലോ.

മഴ നനഞ്ഞാണ് കുളിരറിയേണ്ടത്. സന്തോഷത്തോടെ പങ്ക് ചേരുക.

ഒന്ന്

ജീവൻ എന്ന പ്രതിഭാസവും ജീവികളുടെ വൈവിധ്യവും ജീവിതമെന്ന സമസ്യയും എപ്പോഴും ചിന്തയെ മഥിക്കുന്ന വിഷയങ്ങളാണ്. സചേതനമായ ശരീരം അത്ഭുതങ്ങളുടെ കേദാരമാണ്. സിക്താണ്ഡത്തിൽ തുടങ്ങി ബഹുകോശമായി വളർന്ന് അവയവവ്യൂഹമായി പരിണമിച്ച് ഭ്രൂണമായി പുറത്തുവരുന്ന ജീവിയുടെ വളർച്ചയുടെ ഓരോ ഘട്ടവും ജനിതക ശേഖരങ്ങളിൽ നേരത്തെ തീരുമാനിക്കപ്പെട്ടിരിക്കുന്നു. എല്ലാ ജൈവപ്രതിഭാസങ്ങളുടെയും പിന്നിൽ സൂക്ഷ്മകോശങ്ങളിലെ കോശമർമ്മത്തിലെ നാരുപോലുള്ള ക്രോമസോമുകളുടെ ഭാഗമായ ജനിതക ഘടകങ്ങളാണെന്ന് (Genes) ഋജുവായി പറയാം. ഘടനാപരമായി വ്യത്യസ്തതയാർന്ന ജീനുകൾ നിയന്ത്രിക്കുന്ന മാംസ്യതന്മാത്രകളുടെ ജൈവസംശ്ലേഷണ പ്രക്രിയയുടെ കാലവും വൈവിധ്യവുമാണ് ജീവിയുടെ സകലമാന ശാരീരിക ബൗദ്ധിക വൈകാരിക സവിശേഷതകളെയും രൂപപ്പെടുത്തുന്നതെന്നും നമുക്കറിയാം. കൃത്യവും പരസ്പരബന്ധിതവുമായ നിരവധി ജൈവ രാസ പ്രവർത്തനങ്ങളുടെ സംഘാതമാണ് ഓരോ ജീവിയും. കൃത്യമായി ശൃംഖലാബദ്ധമായി ഇവയൊക്കെ നടക്കുന്നതിന് പിന്നിൽ ഏതൊരു ശക്തിവിശേഷമാണ് പ്രവർത്തിക്കുന്നത് എന്ന ചോദ്യം ന്യായമല്ലേ. ജീനുകളുടെ വൈവിധ്യമാണ് ജീവി വൈവിധ്യത്തിനാധാരമെന്നും ജീനുകളാണ് ജീവൽ പ്രതിഭാസങ്ങളെ നിയന്ത്രിക്കുന്നതെന്നും പറയുമ്പോഴും ജീനുകളെ ഉത്തേജിപ്പിക്കുന്ന പ്രവർത്തിപ്പിക്കുന്ന ശക്തി ഏതെന്ന ചോദ്യം ബാക്കിയാവുന്നു. ഇനി സിക്താണ്ഡം വിഭജിച്ച് രൂപാന്തരപ്പെടുന്ന

ഭ്രൂണത്തിൽ ജീവന്റെ ലക്ഷണമായ ആദ്യ ഹൃദയസ്പന്ദനം എങ്ങിനെ തുടങ്ങുന്നു. അതുണർത്താൻ ഏതൊരു ശക്തിയാണ് ഉത്തേജനമായി (Stimulus) വർത്തിക്കുന്നത്. ഉത്തരം എളുപ്പമല്ല. വ്യവസ്ഥാപിതമായ പ്രപഞ്ചഗതിയെ നിയന്ത്രിക്കുന്ന പ്രപഞ്ചാതീതമായൊരു ശക്തിയുണ്ടെന്ന് വിശ്വസിക്കാമെങ്കിൽ അത്പോലൊരു ശക്തി ജീവികളുടെ ജീവൽ പ്രക്രിയയിലും ചിന്തയിലും കർമ്മങ്ങളിലും പ്രവർത്തിക്കുന്നു എന്ന് വിശ്വസിക്കേണ്ടിവരും. സ്വത്വപരവും ബൗദ്ധികവും വൈകാരികവുമായ വൈവിധ്യവും വ്യക്തിപ്രഭാവവുമൊക്കെ ജനിതകസ്വാധീനങ്ങൾക്കപ്പുറം അനിഷേധ്യവും അപരിമേയവുമായൊരു ശക്തിയുടെ നിയന്ത്രണത്തിന്കൂടി വിധേയമാണെന്ന് കരുതേണ്ടിയിരിക്കുന്നു. ചിന്തയും ഭാവനയും വികാരവും വിവേകവുമാണ് മനുഷ്യനെന്ന 'മഹത്വവൽക്കരിക്കപ്പെട്ട മൃഗത്തെ' വ്യത്യസ്തനാക്കുന്നത്. ബുദ്ധിപരമായ ഔന്നത്യവും മനസ്സിന്റെ സിദ്ധിവിശേഷവൈപുല്യവുമാണ് നമ്മെ സാംസ്കാരികമായി വ്യതിരിക്തരാക്കുന്നത്. ബുദ്ധിയും സംസ്കാരവും സമീകൃതമായി ചേരുമ്പോൾ എന്തെന്ത് മഹാത്ഭുതങ്ങളാണ് മനുഷ്യസൃഷ്ടമായി സംഭവിക്കുന്നത്.

പ്രകൃതിയിലെ ജൈവ വൈവിധ്യം ആരെയും അതിശയിപ്പിക്കുന്ന സംഗതിയാണ്. മണ്ണിലും മരത്തിലും ജലത്തിലും അതിതീവ്ര കാലാവസ്ഥാഭേദങ്ങളിലും വസിക്കുന്ന പതിനായിരക്കണക്കിന് ജീവരൂപങ്ങൾ. സാന്നിധ്യം കൊണ്ട് ശ്രദ്ധക്കപ്പെടുന്നില്ലെങ്കിലും നിയതമായ ജൈവ ധർമ്മങ്ങൾ അവയും നിറവേറ്റുന്നു. പ്രകൃതിയുടെ സമതുലിതാവസ്ഥ (Balance) എല്ലാ ജീവജാതികളുമുൾക്കൊള്ളുന്ന അതിസങ്കീർണ്ണമായൊരു പാരസ്പര്യത്തിൽ അധിഷ്ഠിതമാണ്. ഒരു കണ്ണി പൊട്ടുമ്പോൾ പ്രകടമായ അസന്തുലിതാവസ്ഥയാണ് സംഭവിക്കുക. പരിസ്ഥിതി വൈവിധ്യത്തിന്റെ വിശാലഭൂമികകളിൽ പരസ്പരം ആശ്രയിച്ചുകൊണ്ടുള്ള സഹജീവനം അത്ഭുതകരമാണ്. പരിസ്ഥിതിക്കനുയോജ്യമായി ജീവിക്കാൻ അവ ആർജ്ജിക്കുന്ന അനുകൂലനങ്ങൾ കൗതുകകരമാണ്. സസ്യജന്തുജാലങ്ങളുടെ പരസ്പരാശ്രിതത്വവും സഹവർത്തിത്വവും ഉന്നതശീർഷനായ മനുഷ്യൻ പഠിക്കേണ്ട വലിയ പാഠങ്ങളാണ്.

ജീവിതം മോഹിപ്പിക്കുന്നതും പരസ്പരവിരുദ്ധമായ അനുഭവങ്ങളാൽ സമ്പന്നവുമായ കളിത്തട്ടാണ്. ജീവിതം മഹാതപസ്യയാക്കിയവരെയും ജീവിതംകൊണ്ട് ചരിത്രം സൃഷ്ടിച്ചവരെയും ഇതിഹാസങ്ങൾ രചിച്ചവരെയും നമുക്കറിയാം. ജീവിതംകൊണ്ട് മായാജാലങ്ങൾ കാട്ടിയവരെയും നമുക്ക് പരിചയമുണ്ട്. സാധാരണ ജീവിതം ജീവിക്കുന്ന അസംഖ്യം സാധുമനുഷ്യരാണ് ഭൂരിഭാഗവും. പക്ഷേ എല്ലാം ജീവിതമാണ്. അതെല്ലാവർക്കും വിലപ്പെട്ടതാണ്. ഏവർക്കും അവരുടേതായ കഴിവുകളും

അഭിരുചികളും സന്തോഷങ്ങളും സങ്കടങ്ങളും രസവൈവിധ്യങ്ങളും അനുഭൂതികളും ഉണ്ടായിരിക്കും. അവയെല്ലാം ഒരർത്ഥത്തിൽ ഈ ലോകക്രമത്തിന് ചെറുതും വലുതുമായ സംഭാവനകൾ നൽകാൻ കെൽപ്പുള്ളതുമായിരിക്കും. ചുരുക്കത്തിൽ വിശാലമായ ഈ പ്രപഞ്ചത്തിൽ ഓരോ ജീവിക്കും അതിന്റേതായ സ്ഥാനവും പ്രാധാന്യവുമുണ്ട്. അത് നിഷേധിക്കാൻ ആർക്കും സാധ്യമല്ല. ജീവനും ജീവിതവും യാചിക്കുന്ന അഭയാർഥികളുടെ ലോകം മനുഷ്യൻ സൃഷ്ടിച്ചതാണ്. പ്രകൃതിയിൽ എല്ലാം സമമാണ്.

അപ്രതിരോധ്യമായ ഒരു ഒഴുക്കാണ് ജീവിതമെന്ന് കാണാം. ഒഴുക്കിനൊപ്പവും ഒഴുക്കിനെതിരെയും തുഴയേണ്ടിവരും ലക്ഷ്യസ്ഥാനങ്ങളിലെത്താൻ. സമ്മർദ്ദങ്ങളും പ്രതിസന്ധികളും അതിജീവിക്കണമെങ്കിൽ നിശ്ചയദാർഢ്യവും കഠിനപ്രയത്നവും കൂടിയേതീരൂ. മനസ്സും ശരീരവും ജാഗ്രത്തായി നിർത്തിയുള്ള പരിശ്രമങ്ങൾക്കൊടുവിലാണ് സ്വപ്നങ്ങളെല്ലാം യാഥാർത്ഥ്യമാകുന്നത്. അവസരങ്ങൾ തിരിച്ചറിയാനും അവ നന്നായി വിനിയോഗിക്കാനുള്ള കഴിവും അനിവാര്യമാണ്. അവസരങ്ങൾ സൂര്യോദയം പോലെയാണ്. അധികനേരം കാത്തിരുന്നാൽ നമുക്കത് നഷ്ടപ്പെട്ടുപോകും. ആഗ്രഹിച്ച ജീവിതം ജീവിക്കാൻ കഴിയുന്നത് ഭാഗ്യമാണ്. ജീവിക്കേണ്ടിവന്ന ജീവിതം ആസ്വദിക്കാൻ കഴിയുന്നത് വൈഭവവും. രണ്ട് അവസ്ഥകളും അഭിവ്യഞ്ജിപ്പിക്കുന്നത് ജീവിതത്തോടുള്ള പ്രണയമല്ലാതെ മറ്റൊന്നുമല്ല.

ജീവന്റെ മായികസൗന്ദര്യവും ജൈവവൈവിധ്യത്തിന്റെ അപാരതയും ജീവിതത്തിന്റെ അനുഭവ ധന്യതയും തിരിച്ചറിയാൻ കഴിയുന്ന മനുഷ്യജന്മം അനുഗ്രഹീതമാണ്. കഷ്ടപ്പാടുകളും ദുരന്തങ്ങളും പ്രതിസന്ധികളും വേട്ടയാടുമ്പോഴും ജീവിതത്തിന്റെ മൂല്യം തിരിച്ചറിയപ്പെടാതെ പോകുന്നില്ല. ഒട്ടേറെ ജന്മങ്ങളുള്ള ജീവിയാണ് മനുഷ്യൻ എന്ന് തോന്നിയിട്ടുണ്ട്. ഒരേ ജന്മത്തിൽ പല ജന്മങ്ങൾ, ഒരേ സമയം പല ജന്മങ്ങൾ ജീവിക്കാൻ വിധിക്കപ്പെട്ടവൻ. ഒരേ വ്യക്തി വിവിധവേഷങ്ങൾ കെട്ടിയാടുന്ന കലാരൂപം അതല്ലേ ഒരർത്ഥത്തിൽ ജീവിതം. ചില വേഷങ്ങൾ നന്നാവുകയും ചിലത് മോശമാവുകയും ചെയ്യുന്നത് സാഹചര്യങ്ങളുടെ വൈജാത്യം കൊണ്ടാവാം. അപ്പോഴും നാം ജീവിതത്തെ പ്രണയിക്കുന്നു. സുഖവും ദുഃഖവും, വിരഹവും വേദനയും, ആകസ്മികതയും പ്രതിസന്ധിയും എല്ലാം ചേരുന്നതാണെങ്കിലും ജീവിതം നമുക്ക് പ്രിയപ്പെട്ടതാണ്. കൈവിട്ടുപോകുമ്പോഴും നാമതിനെ ചേർത്തുപിടിക്കുന്നു. ശാശ്വതമല്ലെന്നറിയുമ്പോഴും നാം അതിലഭിരമിക്കുന്നു. നേടുന്നതും നഷ്ടപ്പെടുത്തുന്നതും, സ്വന്തമാക്കുന്നതും ത്യജിക്കുന്നതും എല്ലാം ചേരുന്നതാണ് ജീവിതമെന്ന് ഒടുവിൽ തിരിച്ചറിയുന്നു.

പിന്നിട്ട ജീവിതത്തെപ്പറ്റി എന്ത് തോന്നുന്നു എന്ന് ചോദിച്ചാൽ ബെന്യാമിന്റെ ഒരു കഥാപാത്രം പറയുന്നത്പോലെ "മോശമല്ലാത്ത ഒരു സ്വപ്നം" എന്നാണ് ഉത്തരം. അതിൽ ദുഖങ്ങളുണ്ടായിരുന്നു. സങ്കടങ്ങളുണ്ടായിരുന്നു. നിരാസങ്ങളുണ്ടായിരുന്നു. തെറ്റുകളുണ്ടായിരുന്നു. പക്ഷേ ഇവയേക്കാളേറെ സുഖവും സന്തോഷവും സൗഭാഗ്യവും ശരികളും, അവസരങ്ങളും അംഗീകാരങ്ങളും ഉണ്ടായിരുന്നു. ആഗ്രഹിച്ചത്പോലെ എല്ലാം നടന്നിരിക്കില്ല. പ്രതീക്ഷിക്കാത്തത് പലതും നടന്നിരിക്കും. ജീവിതത്തിന്റെ സായാഹ്നത്തിൽ നിന്നുകൊണ്ട് ഞാൻ ഒന്ന് തിരിഞ്ഞു നോക്കട്ടെ. വളർന്ന കാലത്തിലേക്കും ജീവിതാനുഭവങ്ങളിലേക്കും ഒരു പിൻമടക്കം. ഈ കഥന ഭൂമികയിൽ നിരവധി കഥാപാത്രങ്ങളുണ്ട്. ഒറ്റയായും കൂട്ടമായും കടന്നുവരുന്നവർ. ഞാൻ അവയിൽ ഒരാൾമാത്രം. ഓർമ്മകളെ ആശ്രയിച്ചുള്ളൊരു യാത്രയാണിത്. ഓർമ്മകളല്ലാതെ മറ്റെന്താണ് മനുഷ്യൻ എന്ന് പറയാറുണ്ട്. ഒരു കാലമെത്തുമ്പോൾ അത് ശരിയാണെങ്കിലും ഓർത്തെടുക്കാൻ സാർത്ഥകമായ ഒരു ജീവിതമില്ലെങ്കിൽ ഓർമ്മകൾ തിളക്കം മങ്ങിയ ഓട്ടുപാത്രം പോലെയാകും.

ഒരർത്ഥത്തിൽ ഇതൊരു മൗനം ഭഞ്ജിക്കലാണ്. ഭർതൃഹരിയുടെ ഭാഷയിൽ "അപണ്ഡിതന്റെ വിശേഷാലുള്ള അലങ്കാരമാണ് മൗനം". ഞാൻ ഈ വിശേഷാലങ്കാരം ഉപേക്ഷിക്കുന്നു. കാണുകയും അനുഭവിക്കുകയും ചെയ്ത കാര്യങ്ങൾ വാചാലമായി തുറന്ന് പറയുന്നു. ആരെയും നോവിക്കാനല്ല, ആരെയും അപകീർത്തിപ്പെടുത്താനുമല്ല. ജീവിത യാത്രയിൽ അറിഞ്ഞതും തിരിച്ചറിഞ്ഞതുമായ കാര്യങ്ങളെ അവയുടെ സ്വാധീനത്തിൽനിന്നും സമ്മർദ്ദത്തിൽനിന്നും മോചിതമായ പ്രായത്തിൽ യാഥാർഥ്യബോധത്തോടെ ഓർത്തെടുക്കുകയാണ്. വിയോജിക്കാം, വിമർശിക്കാം, വീക്ഷണ മാപിനികൾ വ്യത്യസ്തങ്ങളാണല്ലോ. പക്ഷേ നേരിന്റെ ഇഴപിരിയാത്ത ചരട് വാക്കുകൾക്കിടയിലും വസ്തുതകൾക്കിടയിലുമുണ്ടെന്ന് കാണാതിരിക്കരുത്.

ഒരു വ്യക്തിയുടെ ജീവിതം അയാളുടേത് മാത്രമല്ല, കുടുംബവും സമൂഹവും അതിന്റെ ആഘാതവും പ്രഭാവവും, അതെത്ര ചെറുതായാലും വലുതായാലും, താങ്ങാൻ വിധിക്കപ്പെട്ടിരിക്കുന്നു. ഓരോ വ്യക്തിയുടെയും വളർച്ച ചുറ്റുമുള്ള ജൈവ അജൈവ പരിസ്ഥിതിയേയും ആശ്രയിച്ചിരിക്കുന്നു. അപ്പോൾ ജീവിതവൃത്തിയുടെ പരിസരങ്ങൾ അയാൾ എങ്ങിനെയൊക്കെ വിനിയോഗിച്ചു എന്നത് പ്രധാനമാണ്. സ്വജീവിതവുമായി ബന്ധപ്പെട്ടാണെങ്കിലും നേരിട്ടതും അനുഭവിച്ചതുമായ കാര്യങ്ങൾ പറയുന്നത് ഈയൊരു പശ്ചാത്തലത്തിലാണ്. വരദാനമായി

ലഭിച്ച ജീവിതത്തിന്റെ മൂല്യം തിരിച്ചറിയുന്നു. അതുമായി ബന്ധപ്പെട്ട കാര്യങ്ങളെ ഔൽസുക്യത്തോടെയും ആർജ്ജവത്തോടെയും കാണുന്നു. ആവേശത്തോടെ വിലയിരുത്തുന്നു. കാലം കടന്നുപോകും. കാഴ്ചകൾ മാറിവരും. ചില കാര്യങ്ങൾ ആരെങ്കിലും പറയേണ്ടതല്ലേ. അവയുടെ നേരും നോവും കാലത്തിന്റെ വിശാലമായ കാൻവാസിൽ ഒരു പോറലായെങ്കിലും പതിഞ്ഞിരിക്കട്ടെ.

ബാല്യം

കോഴിക്കോട് ജില്ലയുടെ വടക്കേ അറ്റത്തുള്ള ഇരിങ്ങണ്ണൂർ എന്ന ഗ്രാമം. പെരിങ്ങത്തൂർ പുഴ പടിഞ്ഞാറും വടക്കും അതിർത്തികൾ അതിരിടുന്ന പഴയ കടത്തനാടിന്റെ ഭാഗമായ എന്റെ ജന്മദേശം. നഗര പരിഷ്കാരങ്ങളൊന്നും കടന്നുവന്നിട്ടില്ലാത്ത ശുദ്ധ നിർമ്മല ഗ്രാമം. വിശാലമായ നെൽപ്പാടങ്ങളും തോട്ടും കുളവും പുഴയും കുന്നും മലയും ഒക്കെയുള്ള ഒരു തനി കേരളീയ നാട്ടിൻപുറം. അമ്പലവും ആൽത്തറയും പള്ളിയും നിഷ്കളങ്ക വിശ്വാസം മുറുകെ പിടിക്കുന്ന ജനസമൂഹവും. ഭക്തിഗീതങ്ങളും ബാങ്ക് വിളിയും ഉയരുന്ന നിർമ്മല പ്രഭാതങ്ങളും മണിയൊച്ചകൾ ഉയരുന്ന സാന്ദ്ര സായംകാലങ്ങളും ഉന്മാദം പടർത്തുന്ന ഹരിത വിശുദ്ധിയുടെ കലവറ. പ്രാഥമിക തലത്തിനപ്പുറം വിദ്യാഭ്യാസം ലഭിച്ച മുതിർന്നവർ നന്നെ കുറവാണ്. ഉന്നത വിദ്യാഭ്യാസം നേടാൻ കഴിഞ്ഞവർ വളരെ കുറവ്. പ്രാഥമിക വിദ്യാലയങ്ങളും ഒരു ഹൈസ്കൂളും പ്രവർത്തിക്കുന്നു. വേനലിൽ യുദ്ധക്കളംപോലെ പൊടി ഉയരുന്നതും മഴയിൽ ചെളി നിറയുന്നതുമായ ഉൾനാടൻ ഇട റോഡുകൾ. വല്ലപ്പോഴും പുക തുപ്പി കടന്നുപോകുന്ന പഴയ ജീപ്പുകൾ.

വടക്കോട്ട് കണ്ണൂർ ജില്ലയിലേക്ക് പ്രവേശിക്കണമെങ്കിൽ പെരിങ്ങത്തൂർ പുഴ കടക്കണം. പാലമില്ല. തോണിക്ക് കടത്തുകൂലിയുണ്ട്. നാലണയാണെന്നാണോർമ്മ. തലശ്ശേരിക്കും കല്ലാച്ചിക്കുമിടയിൽ എം ആർ എസ് കമ്പനിയുടെ രണ്ടോ മൂന്നോ ബസ്സുകളോടുന്നുണ്ട്. കോഴിക്കോട്നിന്ന് ഒരു ബസ്സ് ഇക്കരെ പെരിങ്ങത്തൂർവരെയും സർവീസ് നടത്തുന്നു. ബസ്സുകൾ പുഴ കടക്കുന്നത് ചങ്ങാടം വഴിയാണ്. കടവ് ലേലം വിളിച്ചെടുക്കുന്നവർക്കാണ് ആളുകളുടെയും വാഹനങ്ങളുടെയും

കടത്തുകൂലി ലഭിക്കുക. ബസ്സിൽ യാത്ര ചെയ്താൽ ചങ്ങാടത്തിലിറങ്ങിനിന്ന് ഗമയിൽ പുഴ കടക്കാം. വല്ലപ്പോഴും കിട്ടുന്ന അപൂർവ്വ സൗഭാഗ്യങ്ങളിലൊന്നായിരുന്നു ചങ്ങാടകൈവരികൾ പിടിച്ചുള്ള നിൽപ്പും ദൂരെ പുഴയുടെ ഓളക്കയ്യിലാടുന്ന തെങ്ങോലനിഴൽ കാഴ്ചയും. ക്ലേശലേശമില്ലാതെ ജലപാളികളെ ഉമ്മവെച്ച് പതിയെ കടന്നുവരുന്ന ഇളം കാറ്റിന്റെ തലോടലും അനുഭവിക്കാം. പ്രകൃതിയുടെ അഭിരാമ സൗന്ദര്യത്തിലലിഞ്ഞ് ചേർന്നുള്ള ജലതരണം ഇന്നും മനസ്സിൽ പച്ചപ്പോടെ നിൽക്കുന്ന ബാല്യസ്മൃതികളിലൊന്നത്രെ. തച്ചോളി ഒതേനൻ സിനിമയിലെ "അഞ്ജനക്കണ്ണെഴുതി ആലിലത്താലിചാർത്തി" എന്ന ഗാനത്തിന്റെ ഒരു ഭാഗം ചിത്രീകരിച്ചത് പെരിങ്ങത്തൂർ പുഴയിലായിരുന്നു. അനശ്വര നടൻ സത്യനും നടി അംബികയും കഥാപാത്രങ്ങളായി പാട്ട് പാടി അഭിനയിക്കുന്നത് ദൂരെനിന്ന് അതിശയത്തോടെ കണ്ട്നിന്ന ഒരു എട്ട് വയസ്സുകാരൻ പയ്യനെ സങ്കൽപ്പിക്കാൻ കൗതുകമേറെയുണ്ട്.

നാട്ട് വിഭവങ്ങളെ ആശ്രയിച്ചും നാട്ടിലെ പണികളിൽ വ്യാപൃതരായും ജീവിതായോധനം നടത്തുന്നവരാണ് ഭൂരിഭാഗവും. ആളും തരവും കാലവും കാലാവസ്ഥയും നോക്കി നാട്ടുപണികൾ നടത്താൻ മിടുക്കുള്ളവരായിരുന്നു പണിക്കാരെല്ലാം. നെൽകൃഷിയുമായി ബന്ധപ്പെട്ടുള്ള പാടം പണികളും പ്രധാന തൊഴിലായിരുന്നു. ചുരുക്കത്തിൽ നാട്ടിലെ സകലമാന പണികളും നിവൃത്തിച്ചുപോരുന്നത് നാട്ടുകാർ തന്നെ. അന്യനാട്ടുകാരുടെ നിഴൽപോലും എങ്ങും കാണാറില്ല. ജാതീയവും സാമൂഹികവുമായ ചേരിതിരിവുകൾ നിലവിലുണ്ടായിരുന്നെങ്കിലും രാഷ്ട്രീയ വിഭാഗീയത അത്രമേൽ രൂക്ഷമായിരുന്നില്ല. വ്യത്യസ്ത പാർട്ടികളോട് ആഭിമുഖ്യം പുലർത്തുമ്പോഴും നാട്ടിലെ പൊതുകാര്യങ്ങളിൽ എല്ലാവരും യോജിച്ചു പ്രവർത്തിക്കും. ആപത് ഘട്ടത്തിൽ പരസ്പരം സഹായിക്കുകയും സഹകരിക്കുകയും ചെയ്യാനുള്ള മനസ്ഥിതി എല്ലാവർക്കുമുണ്ടായിരുന്നു. രാഷ്ട്രീയ ഭിന്നത രൂക്ഷമായി അക്രമത്തിലേക്കും അതിക്രമത്തിലേക്കും വഴിതിരിഞ്ഞ് പോയ സംഭവങ്ങൾ ഓർമ്മയിലില്ല.

സാമാന്യം ഭൂസ്വത്തും പ്രതാപവുമൊക്കെയുള്ള തറവാട്ടിലാണ് പിറന്നത്. പ്രാഥമിക വിദ്യാഭ്യാസം മാത്രമുള്ള മാതാപിതാക്കളുടെ ഇളയ സന്തതി. മൂത്തവരായി രണ്ട് സഹോദരന്മാരും ഒരു സഹോദരിയും. രണ്ട് ഇരട്ട സഹോദരങ്ങൾ പിറവിയിൽത്തന്നെ മരിച്ചുപോയി. മറ്റൊരു സഹോദരൻ എട്ടാം വയസ്സിലും ഈ ലോകം വിട്ടു പോയി. ഇളയ കുഞ്ഞായതിനാൽ കുറച്ചൊക്കെ പുന്നാരം അനുഭവിക്കാൻ യോഗമുണ്ടായിരുന്നു. എങ്കിലും ആഗ്രഹിച്ചത് പലതും ലഭിക്കാത്ത ബാല്യമായിരുന്നു. ചെറിയ ആഗ്രഹങ്ങൾപോലും അന്നത്തെ സാമ്പത്തിക

ഞെരുക്കത്തിൽ ഉപേക്ഷിക്കേണ്ടിവന്നിട്ടുണ്ട്. അടുത്ത കൂട്ടുകാരുടെയൊക്കെ അവസ്ഥ ഏറെക്കുറെ സമാനമായതിനാൽ വലിയ പ്രയാസമൊന്നും തോന്നിയിട്ടില്ല. അമ്മ കളങ്കമില്ലാത്ത ദൈവവിശ്വാസിയായിരുന്നു. തറവാടിന് പേരും പെരുമയുമൊക്കെ ഉണ്ടെങ്കിലും അന്നത്തെ ജീവിതം അത്ര സുരക്ഷിതമൊന്നുമായിരുന്നില്ല. രോഗങ്ങൾ, മരണങ്ങൾ, സാമ്പത്തിക പ്രയാസങ്ങൾ ഇവയ്ക്കിടയിൽ ജീവിക്കുമ്പോൾ പിടിവള്ളിയായി ദൈവങ്ങൾ വേണം. വിശ്വാസങ്ങളുടെ കരുത്തും കൂടിയേ തീരു. ഇരിങ്ങണ്ണൂർ ശിവക്ഷേത്രമാണ് തൊഴാനും പ്രാർത്ഥിക്കാനും പരിദേവനങ്ങൾ പറയാനും അമ്മയുടെ സ്ഥിരകേന്ദ്രം. എല്ലാ ആഴ്ചയും അമ്പലയാത്രയുണ്ട്. കൂടെ ഞാനും പോകും. മടങ്ങും വഴി അടുത്ത ബന്ധുവീടുകളിലൊക്കെ കയറും. കടുപ്പം കുറഞ്ഞ ചായയും ലഘുഭക്ഷണവും ഉറപ്പാണ്. അവിലും പഴവും ശർക്കരയിൽ കുഴച്ച് കിട്ടിയാൽ സംഗതി ജോറായി.

ശിവക്ഷേത്രത്തിലെ ഉത്സവവും വേങ്ങേരി ഇല്ലത്തെ തിറയും കൈതേരി മഠത്തിലെ തിറവെള്ളാട്ടും നാട്ടിലെ പ്രധാന ആഘോഷങ്ങളാണ്. വലിയ ആൾക്കൂട്ടവും നാടകവും കഥാപ്രസംഗവുമൊക്കെ ചേരുന്ന കായപ്പനിച്ചി അയ്യപ്പൻ ക്ഷേത്രത്തിലെ വിളക്കും കെങ്കേമമാണ്. ആഘോഷങ്ങളും ഉത്സവങ്ങളുമൊന്നും ഒഴിവാക്കുന്ന പ്രകൃതമേ ആയിരുന്നില്ല. കാണിയായി ശ്രോതാവായി എല്ലാറ്റിലും ഉത്സാഹപൂർവ്വം പങ്കെടുക്കും. അയലത്തെ കളിച്ചങ്ങാതികളും ഒപ്പമുണ്ടാകും. തിറയും എഴുന്നെള്ളത്തും അഴിമുറിക്കലും മഠത്തിലെ കുട്ടിച്ചാത്തനും ദൈവത്താറും തീചാമുണ്ഡിയുമൊക്കെ ആവേശപൂർവ്വം കണ്ട് മതിമറന്ന ഉത്സവനാളുകൾ. ശാലീന സൗന്ദര്യം പൂത്തുലയുന്ന ഗ്രാമീണ പെൺകുട്ടികളുടെ സംഗമ വേദികൾ. ദീപനാളങ്ങളും വെന്ത വെളിച്ചെണ്ണയുടെ ഗന്ധവും പഞ്ചവാദ്യവും തായമ്പകയും തീർക്കുന്ന മേളക്കൊഴുപ്പും കെട്ടിയാടുന്ന ദൈവരൂപങ്ങളും ഉത്സവപ്പറമ്പിലെ ആനച്ചൂരും ആഘോഷ രാവുകളെ സാന്ദ്രസുന്ദരമാക്കുന്നു.

അമ്മയുടേത് ധാരാളം അംഗസംഖ്യയുള്ള തറവാടായിരുന്നു. ഭൂസ്വത്തുക്കളും നല്ലത്പോലെ ഉണ്ടായിരുന്നു. അമ്മയുടെ അച്ഛൻ കവിയും സംസ്കൃത പണ്ഡിതനുമായിരുന്നു. അമ്മയുടെ മൂത്ത സഹോദരി കടത്തനാട്ട് മാധവി അമ്മ മലബാറിലെ അറിയപ്പെടുന്ന കവയിത്രിയും എഴുത്തുകാരിയുമായിരുന്നു. ഗ്രാമീണകേരളത്തിന്റെ ഗായികയായാണ് മാധവിഅമ്മ അറിയപ്പെടുന്നത്. നന്മകളാൽ സമൃദ്ധമായ പഴയ നാട്ടിപ്പുറങ്ങളുടെ ഉൾത്തുടിപ്പുകൾ അവരുടെ കവിതകളിൽ എമ്പാടും കാണാം. അധ്വാനിക്കുന്നവരുമായി ആത്മൈക്യം സാധിക്കാനുള്ള അപൂർവ്വമായ പാടവം 'ഗ്രാമശ്രീകൾ ' പോലുള്ള അവരുടെ കവിതകളിൽ പ്രകടമാണ്.

വടക്കൻ പാട്ടുകളിലെ വീരനായകരുടെ ഐതിഹാസിക പോരാട്ട ങ്ങളെ അധികരിച്ച് അവർ എഴുതിയ തച്ചോളി ഒതേനൻ, പയ്യംവെള്ളി ചന്തു എന്നീ ചരിത്രാഖ്യായികകൾ നൂറ്റാണ്ടുകൾക്ക് മുമ്പുള്ള വടക്കൻ മലബാറിലെ കാലസ്ഥിതിയും സാമൂഹികാവസ്ഥയും ആയോധന മുറകളും പരിചയപ്പെടുത്തുന്നു. ഗ്രാമ്യജീവിതത്തിന്റെ തുടിപ്പുകൾക്ക് കാവ്യരൂപം നൽകിയ കവയിത്രിയുടെ രചനകൾ വേണ്ട രീതിയിൽ ചർച്ചചെയ്യപ്പെട്ടില്ല എന്നാണ് തോന്നിയിട്ടുള്ളത്.

ഇരിങ്ങണ്ണൂരിൽ അമ്മയുടെ തറവാട്ടിൽ കൂട്ടുകുടുംബമായി കഴിഞ്ഞ ചെറുബാല്യമാണ് എന്റേത്. ആജ്ഞാശക്തിയും കാര്യപ്രാപ്തിയും ഒത്തി ണങ്ങിയ വലിയമ്മയാണ് അന്ന് കാര്യങ്ങളെല്ലാം നിയന്ത്രിച്ചിരുന്നത്. വലിയച്ഛനെ കണ്ട ഓർമ്മയില്ല. അമ്മയുടെ നാല് സഹോദരിമാരും മൂന്ന് സഹോദരന്മാരും അവരുടെ കുടുംബങ്ങളും പിൽക്കാലത്ത് നാദാപുരം വടകര പേരാമ്പ്ര ഭാഗങ്ങളിലാണ് വേരുറപ്പിച്ചത്. പ്രാഥമിക വിദ്യാഭ്യാസം കഴിയുമ്പോഴാണ് തറവാട്ടിനടുത്ത് വീതത്തിൽ കിട്ടിയ മറ്റൊരു പറമ്പിലേക്കും അവിടെയുള്ള ചെറു വീട്ടിലേക്കും ഞങ്ങൾ മാറുന്നത്. ഒരു പറമ്പും കുറച്ച് വയലുമായിരുന്നു ഞങ്ങളുടെ ഓഹരി. അതിലെ ആദായം കൊണ്ട് വേണമായിരുന്നു കഴിഞ്ഞുപോകാൻ. കടുത്ത പ്രയാസഘട്ടങ്ങളിൽ വലിയമ്മ ആവുംപോലെ സഹായിച്ചിരു ന്നു. സ്വത്തും ആദായങ്ങളും കൊണ്ട് ജീവിക്കുക എന്നത് അക്കാലത്ത് ശ്രമകരമായിരുന്നു. അമ്മാവന്മാർക്കൊക്കെ ജോലി ഉണ്ടായിരുന്നു. വല്ല പ്പോഴും അവരൊക്കെ സഹോദരിമാരെ സഹായിക്കുകയും ചെയ്തിരുന്നു.

അച്ഛനും സാമാന്യം നല്ല സാമ്പത്തിക സ്ഥിതിയുള്ള തറവാട്ടിലെ അംഗമായിരുന്നു. ധാരാളം സ്വത്തുക്കളുണ്ടായിരുന്നു എന്നാണ് കേൾവി. പക്ഷേ എനിക്കോർമ്മവെച്ചപ്പോഴേക്കും അച്ഛന്റെ പേരിൽ ഒരു സെന്റ് ഭൂമിപോലും ഉണ്ടായിരുന്നില്ല. ഭൂനിയമം പ്രാബല്യത്തിൽ വന്നപ്പോൾ കുടുംബ സ്വത്തുക്കളിൽ ചിലത് കൈമോശം വന്നിട്ടുണ്ടാകാം. ബാക്കിയു ള്ളതൊക്കെ പലപ്പോഴായി ചെറിയ വിലക്ക് വിൽക്കപ്പെടുകയായിരു ന്നു. ജോലിയോ മറ്റ് വരുമാനമോ ഇല്ലാത്ത അവസ്ഥയിൽ അമ്മയ്ക്ക് വീതം കിട്ടിയ വീട് താമസയോഗ്യമാക്കാനും മറ്റ് ജീവിതാവശ്യങ്ങൾ നിറവേറ്റുവാനും വേറെ വഴിയില്ലല്ലോ. മക്കളൊന്നും പഠിച്ച് ഒരു നില യിലെത്തിയിട്ടുമില്ല. അങ്ങിനെ ഭൂസ്വത്തിന് പേര് കേട്ട നടുവിൽക്കണ്ടി കുടുംബാംഗം തീർത്തും ഭൂരഹിതനായി. അത് അച്ഛനെ വല്ലാതെ വേദ നിപ്പിച്ചിരുന്നെന്ന് എനിക്ക് പലപ്പോഴും തോന്നിയിട്ടുണ്ട്. നഷ്ടബോധം വാക്കുകളിൽ പ്രകടിപ്പിക്കാറില്ലെങ്കിലും സ്വന്തം ആവശ്യങ്ങൾക്ക് മക്കളെയാണെങ്കിലും എപ്പോഴും ആശ്രയിക്കുന്നതിന്റെ പ്രയാസം ആ

മുഖത്ത് വായിച്ചെടുക്കാൻ ചിലപ്പോഴൊക്കെ കഴിഞ്ഞിരുന്നു. ഉണ്ടായിരുന്ന സ്വത്തുക്കൾ നിലനിർത്താനും പൊലിപ്പിക്കാനും കഴിയാതെപോയതിന്റെ കുറ്റബോധം ഉള്ളിൽ തോന്നിയ സന്ദർഭങ്ങളായിരിക്കാം അവയൊക്കെ. ശരിയാണ്, കാലത്തിന്റെ കുത്തൊഴുക്കിൽ സംരക്ഷിച്ചുനിർത്തേണ്ടവ അപ്പപ്പോൾ ചേർത്തുപിടിച്ചില്ലെങ്കിൽ പിന്നെ ഒന്നും തിരിച്ചുപിടിക്കാനായില്ലെന്നുവരും. പഴയ കാലത്തെ സാഹചര്യങ്ങളും സമ്മർദ്ദങ്ങളും നേരിൽ കാണുകയോ അനുഭവിക്കുകയോ ചെയ്യാത്ത ഈ മകൻ അച്ഛന്റെ അവസ്ഥ ഇങ്ങിനെ വായിച്ചെടുക്കുന്നതിൽ അപാകതയുണ്ടോ, ആവൊ.

അച്ഛൻ ഒരു പരിധിവരെ ഒറ്റയാനായിരുന്നു. ഒന്നിലും അമിതമായി അഭിരമിക്കാത്ത പ്രകൃതം. നിത്യവൃത്തി നന്നായി നടന്നുപോയാൽ മതി. ബാക്കി ഒന്നിനെപ്പറ്റിയും വലിയ വേവലാതിയില്ല. അതുകൊണ്ട്തന്നെ എപ്പോഴും വളരെ ആയാസചിത്തനായിട്ടാണ് കണ്ടിട്ടുള്ളത്. ആകെയുള്ള ഭ്രമം ബീഡിവലിയോടും കഥകളിയോടുമായിരുന്നു. ഒരു കെട്ട് സാധു ബീഡി ദിനംപ്രതി വേണം. ഓർമ്മവെച്ചനാൾമുതൽ ഒരു കെട്ട് ബീഡിയും തീപ്പെട്ടിയും അച്ഛന്റെ മടിക്കുത്തിൽ എപ്പോഴും കണ്ടിട്ടുണ്ട്. രണ്ടാമത്തെ ലഹരി കഥകളിയാണ്. കളി എവിടെയുണ്ടെന്നറിഞ്ഞാലും പോകും. മണിക്കൂറുകളോളം നടന്നുപോയി ഉറക്കമൊഴിഞ്ഞ് രാത്രിയിലെ കളി കണ്ട് കാലത്ത് തിരിച്ചെത്തും. മണിക്കൂറുകളോളം കഥയും കളിയുടെ മേന്മയും സവിസ്തരം പറയും. ശ്രോതാവായി അമ്മയോ ഞാനോ അയൽവീട്ടുകാരോ ആരായാലും മതി. നന്നായി അധ്വാനിക്കും. കൃഷിയിൽ നല്ല താൽപര്യമായിരുന്നു. വയലിൽ നെൽകൃഷി ഒഴിയുമ്പോൾ തകൃതിയായി പച്ചക്കറിക്കൃഷി തുടങ്ങും. നല്ല കായ്ഫലവും കിട്ടിയിരുന്നു. മീൻ പിടുത്തം മറ്റൊരു ഹരമായിരുന്നു. വല കെട്ടാനും പൊട്ടിപ്പോകുന്ന വലക്കണ്ണികൾ ചേർത്തെടുക്കാനും, വല വെള്ളത്തിൽ താണുകിടക്കാൻ ഇയ്യം ഉരുക്കി വശങ്ങളിൽ കടിയ പിടിപ്പിക്കാനുമൊക്കെ അച്ഛന് നല്ല വശമായിരുന്നു. ധാരാളം നാട്ടുകുളങ്ങളും അവയിലൊക്കെ നീന്തിത്തുടിക്കുന്ന മീനുകളും ഉണ്ടായിരുന്ന കാലമായിരുന്നല്ലോ അത്. തലയിൽ നല്ലൊരു വട്ടക്കെട്ടും കെട്ടി വലയും തുണിസഞ്ചിയുമായി മീൻ പിടിക്കാനുള്ള യാത്രയിൽ ഞാനും സഹോദര പുത്രൻ മോഹനനും കൂടെ കൂടും. പിടക്കുന്ന മീനുമായി ആവേശത്തോടെയുള്ള തിരിച്ചുവരവ് ഇന്നും ഓർമ്മയിലുണ്ട്. മീൻ കൂടുതലാണെങ്കിൽ അമ്മയുടെ ദേഷ്യവും നേരിടേണ്ടിവന്നിട്ടുണ്ട്.

അമ്മ കുടുംബം നടത്താൻ നല്ല പ്രാപ്തി ഉള്ള ആളായിരുന്നു. ജീവിതത്തിന്റെ രണ്ടറ്റം കൂട്ടിമുട്ടിക്കാൻ പ്രയാസമുള്ള കാലത്ത് അമ്മയുടെ കഴിവ്

കൊണ്ടായിരുന്ന ഞങ്ങളുടെ പഠനവും മറ്റ് കാര്യങ്ങളുമൊക്കെ മുമ്പോട്ട് പോയത്. പെട്ടെന്ന് വികാരങ്ങൾക്ക് കീഴ്പ്പെടുന്ന പ്രകൃതവുമായിരുന്നു. ശരിക്കും മുഖം മനസ്സിന്റെ കണ്ണാടി. സമ്മർദ്ദങ്ങൾ പെരുകുമ്പോൾ മനസ്സിന്റെ വിങ്ങൽ ശരീരഭാഷയിൽ നന്നായി പ്രകടമാവുമായിരുന്നു. പക്ഷേ സ്നേഹവും ആർദ്രതയും അനുതാപവും എല്ലാവരോടും എപ്പോഴും പ്രകടിപ്പിക്കുകയും ആവുംവിധം എല്ലാവരെയും സഹായിക്കുകയും ചെയ്യുമായിരുന്നു. വീട്ടുജോലിയിൽ സഹായിക്കാൻ വരുന്ന അയൽ വാസികളായ സ്ത്രീകളെയൊക്കെ വലിയ കാര്യമായിരുന്നു. അടുത്ത ബന്ധുക്കൾ മാത്രമല്ല, തറവാട്ടിലെ മറ്റ് തായ് വഴികളിൽ പെടുന്ന ചില ബന്ധുക്കളും പലപ്പോഴും വീട്ടിൽ വരികയും അമ്മയുമായി അവരുടെ സുഖവും ദുഖവുമൊക്കെ പങ്കിടുകയും ചെയ്യുമായിരുന്നു. കടുപ്പത്തിലുള്ള പാൽചായയും കരുതലോടെയുള്ള കേൾവിയും സ്നേഹാർദ്രമായ സാന്ത്വനവുമായി അമ്മ അവരോടൊപ്പമിരിക്കും. മണിക്കൂറുകളോളം നീണ്ടു നിൽക്കുന്ന അവരുടെ സംഭാഷണങ്ങളും ഇടയിലെ ദീർഘമൗനവും വലിയ കൗതുകമായിരുന്നു. സത്യത്തിൽ അത് മൗനമായിരുന്നില്ല. സാന്ത്വനസ്പർശം മുറിവുകളുടെ നീറ്റൽ ലഘൂകരിക്കുമ്പോൾ പരസ്പരം തോന്നുന്ന ആശ്വാസത്തിന്റെ ഇടവേളകളായിരിക്കാം. എന്താണതിന്റെ രസതന്ത്രമെന്ന് പലപ്പഴും ആലോചിച്ചിട്ടുണ്ട്. ബന്ധങ്ങളുടെ ഇഴയടുപ്പമല്ലാതെ മനസ്സുകളെ ഇത്രമാത്രം ഗാഢമായി ചേർത്തുപിടിക്കാൻ വേറെ കാരണമൊന്നും കണ്ടെത്താനായിട്ടില്ല. "അമ്മൂട്ടിയേടത്തിയോട് വർത്താനം പറഞ്ഞാൽ മനസ്സിന് ഒരു സുഖാണ്" എന്ന് ബന്ധുക്കളിൽ ചിലർ പറയുന്നത് കേട്ടിട്ടുണ്ട്. സങ്കടങ്ങൾ പങ്കിടുമ്പോൾ കുറയുമല്ലോ. അങ്ങിനെ പങ്കിടാൻ ആളുകളില്ലാതെവരുമ്പോൾ സങ്കടം പെരുകി മനസ്സ് കൈവിട്ടുപോകുന്നതിന്റെ ദൃഷ്ടാന്തങ്ങൾ ഇന്ന് സാധാരണമാണ്.

നാട്ടിൻപുറം അകൃത്രിമ ലളിതവും നന്മകളാൽ സമൃദ്ധവുമെന്നൊക്കെ പറയാമെങ്കിലും പ്രയാസങ്ങളുടെ ചുഴിയിൽ കഴിയുമ്പോൾ മനുഷ്യചാപല്യങ്ങളിൽനിന്ന് മുക്തരായി ജീവിക്കാൻ ആർക്കും കഴിയില്ല. വാശിയും വിദ്വേഷവും അസൂയയുമൊക്കെ ഏതൊരു സമൂഹത്തിലും ഉള്ളതാണല്ലോ. ആളുകൾ തമ്മിലുള്ള തർക്കവും തമ്മിൽത്തല്ലുമൊക്കെ പല ഘട്ടങ്ങളിലും നേരിൽ കണ്ടിട്ടുണ്ട്. അതിർത്തി തർക്കങ്ങളും സ്വത്ത് തർക്കങ്ങളുമൊക്കെ കുടുംബങ്ങളുടെ സ്വാസ്ഥ്യം കെടുത്തുന്നതിനും സാക്ഷിയായിട്ടുണ്ട്. ലഹരിമൂക്കുന്ന വൈകുന്നേരങ്ങളിൽ കള്ള്ഷാപ്പുകളിൽ അടിപിടി കൂടുന്ന ചില സ്ഥിരം വേഷക്കാർ, കയ്യിൽ കഠാരയുമായി ഉത്സവപ്പറമ്പുകളിൽ റൗഡിത്തരം കാട്ടുന്ന വീരന്മാർ, തല്ലും ഗുസ്തിയും നടത്തി കുപ്രസിദ്ധി നേടിയ പ്രാദേശിക വില്ലന്മാർ

ഇവരൊക്കെ നാടിന്റെ ഭാഗമായിരുന്നു. ഗ്രാമത്തിന്റെ ചെറുവട്ടത്തിൽ കഴിയുന്ന സാധാരണ മനുഷ്യർ ചെറിയ കാര്യങ്ങളിൽ പ്രകോപിതരാവുന്നതിൽ, ദേഷ്യവും സങ്കടവും വരുമ്പോൾ അവ പ്രകടിപ്പിക്കുന്നതിൽ അതിശയമൊന്നുമില്ല. പക്ഷേ ഒരു കാര്യമുണ്ട്. അന്യോന്യം എന്ത് പിണക്കമുണ്ടായാലും ഒരു വിഷമസന്ധി വരുമ്പോൾ എല്ലാം മറന്ന് കൂടെ നിൽക്കാനുള്ള മനോനൈർമ്മല്യം പരസ്പരം സൂക്ഷിക്കുമായിരുന്നു. സങ്കടങ്ങൾ അവർ വേഗം മറക്കും. അതൊരു ഗ്രാമ വിശുദ്ധിയാണ്. കുടുംബ വിശേഷ അവസരങ്ങളിൽ അയൽക്കൂട്ടങ്ങളുടെ സേവനം അമൂല്യമാണ്. വിവാഹം ഗൃഹപ്രവേശം പോലുള്ള സന്ദർഭങ്ങളിൽ നടക്കുന്ന പണപ്പയറ്റ് അഥവാ സതിര് ഒരു പരസ്പര സഹായ പദ്ധതിയായിരുന്നു. ചെറിയതുകകൾ അങ്ങോട്ടുമിങ്ങോട്ടും കൊടുത്തും കുട്ടിപ്പയറ്റിയും പരസ്പരം ആഗ്രഹിക്കുന്ന കാലം വരെ തുടരുന്ന ഈ വ്യവസ്ഥാപിത ഇടപാടിൽ വിഭവ സമാഹരണം എളുപ്പത്തിൽ നടക്കുന്നു. അങ്ങിനെ സാമ്പത്തിക ആവശ്യങ്ങൾ ഒരു പരിധിവരെ നിറവേറ്റപ്പെടുന്നു. സത്യവും മര്യാദയും സതിരിന്റെ അടിസ്ഥാനപ്രമാണങ്ങളാകുന്നു. സ്നേഹവും കരുതലും അതിന്റെ ചാലകശക്തിയാകുന്നു.

നാട്ടിലുള്ള ഒരുവിധം സ്വത്ത് തർക്കങ്ങളും കുടുംബ കലഹങ്ങളും വൈവാഹിക പ്രശ്നങ്ങളും നാട്ടു മാധ്യസ്ഥത്തിൽ തീരുമായിരുന്നു. എതിർകക്ഷികളെ വിളിച്ചിരുത്തി പരസ്പരം കേട്ട് വിഷയം ചർച്ചചെയ്ത് ഇരുകൂട്ടർക്കും ഏറെക്കുറെ സ്വീകാര്യമായ പരിഹാരങ്ങൾ നിർദ്ദേശിക്കാൻ കെൽപ്പും തലയെടുപ്പും വാക്ക്ചാതുരിയുമുള്ള മധ്യസ്ഥന്മാർ അന്നുണ്ടായിരുന്നു. സമൂഹത്തിൽ അവർക്ക് വലിയ സ്ഥാനവും മതിപ്പും ഉണ്ടായിരുന്നു. വിഷമസന്ധികളെ അഴിച്ചെടുക്കാനുള്ള അവരുടെ മിടുക്ക് അസാധാരണമായിരുന്നു. പരിഹാരനിർദ്ദേശങ്ങൾ തന്ത്രപരമായി നടപ്പാക്കാനുള്ള അവരുടെ വൈഭവം അപാരമായിരുന്നു. മധ്യസ്ഥം വരുമാനമാർഗ്ഗമാക്കിയ നാട്ടുമുഖ്യസ്ഥന്മാരുണ്ടെങ്കിലും അധികംപേരും അങ്ങനെയായിരുന്നില്ല. മധ്യസ്ഥം പറയുക ഇത്തരക്കാർക്ക് ഒരു ഹരമായിരുന്നു. അവർക്കത് ജീവിതത്തിന്റെ ഉന്മാദങ്ങളിലൊന്നായിരുന്നു. ആദരണനീയനായ കുഞ്ഞിരാമ അമ്മോമൻ അങ്ങിനെയുള്ള ആളായിരുന്നു. എന്നും ഞങ്ങളുടെ കുടുംബത്തിന്റെ ബന്ധുവും അഭ്യുദയകാംക്ഷിയും ആയിരുന്ന ആൾ. അദ്ദേഹം മധ്യസ്ഥം വഹിച്ച് തീർപ്പാക്കിയ അനവധി വിഷയങ്ങളുടെ രസകരമായ കഥകൾ ചെറുപ്പത്തിൽത്തന്നെ കേട്ടിരുന്നു. സംഭവങ്ങളെ ചതുരമായും നാടകീയമായും പറഞ്ഞുഫലിപ്പിക്കാനുള്ള അദ്ദേഹത്തിന്റെ കഴിവ് എത്രയോ തവണ നേരിൽ കണ്ടിരിക്കുന്നു. വീരഗാഥകളിൽ ചിലത് അമ്മോമൻ

തന്നെ പറയുന്നത് കേൾക്കണം. അമ്മയും അച്ഛനും ഞാനും എത്രയോ രാത്രികളിൽ ആ സംഭവകഥനങ്ങൾക്ക് മുന്നിൽ കാത് കൂർപ്പിച്ച് ഇരുന്നിരിക്കുന്നു! ചിലത് ആവർത്തനങ്ങളാണെങ്കിലും മടുക്കില്ല. അത്ര മികച്ചതാണ് വാക്ചാതുരി. സ്വന്തം മകനായ ബാവയെപ്പോലെ എന്നോടും വലിയ സ്നേഹമായിരുന്നു. ഞങ്ങൾ രണ്ടുപേരെയും കൂട്ടി ചിലപ്പോൾ രാവിലെ തലശ്ശേരിക്കൊരു പോക്കുണ്ട്. നല്ല ബിരിയാണിയും ഐസ്ക്രീമും കഴിച്ച് മധ്യാഹ്ന സായംകാല സിനിമാ പ്രദർശനങ്ങളുമൊക്കെ കണ്ട് തിരിച്ചെത്തുമ്പോൾ രാത്രിയാകും. പണം കയ്യിൽ വന്നാൽ ചെലവാക്കാൻ ഒരു മടിയുമില്ലാത്ത പ്രകൃതമായിരുന്നു. നാടിന്റെ പരിമിത വൃത്തത്തിലും ജീവിതം ഒരു ഉത്സവംപോലെ കൊണ്ടാടിയ ആൾ. വ്യക്തിപരമായ ചില വിഷമസന്ധികളിൽ വർഷങ്ങളേറെ കഴിഞ്ഞും അദ്ദേഹം ഒരു ആൾബലമായിരുന്നു എനിക്ക്. അങ്ങോട്ട് ആവശ്യപ്പെട്ടു കപോലും ചെയ്യാതെ ഞാനുണ്ട് കൂടെ എന്ന് പറയാൻ ജീവിതത്തിൽ അധികം പേരുണ്ടാവില്ല. അർത്ഥലാഭങ്ങളിലും പരസ്പരം പ്രയോജനമുള്ള ബന്ധങ്ങളിലുമാണല്ലോ ഇന്ന് മിക്കവർക്കും താൽപ്പര്യം. ഉപാധികളില്ലാത്ത സ്നേഹവും വിശ്വാസവും അധികമാരിൽനിന്നും പ്രതീക്ഷിക്കുകവയ്യ. ചിറകൊടിഞ്ഞ നിസ്സഹായാവസ്ഥയിൽ കൂടെനിന്നാലും കാലം തെളിയുമ്പോൾ പഴയതെല്ലാം മറക്കുന്ന ഉറ്റ ബന്ധുക്കളെ കണ്ടിട്ടുണ്ട്. കൂട്ടിക്കിഴിക്കുന്ന കണക്കുകൾപോലെ ബന്ധങ്ങളെ കാണുന്നവരുടെ ഇടയിൽ കഴിയേണ്ടിവരുന്നത് ധർമ്മസങ്കടം തന്നെയാണ്

ആറര പതിറ്റാണ്ടുകൾക്ക് മുമ്പുള്ള കാലമാണെന്നോർക്കണം. ഗ്രാമങ്ങളൊന്നും തീരെ സുഭിക്ഷമായിരുന്നില്ല. സാധാരണക്കാരുടെ കയ്യിലൊന്നും അധികം പണമുണ്ടാവില്ല. നെൽകൃഷികൊണ്ട് കഷ്ടി കഴിഞ്ഞുപോകാം. നാളീകേരം മറ്റൊരു വരുമാനമാർഗ്ഗമാണ്. അത് നേരത്തെ പാട്ടംകൊടുത്ത് തവണകളായി മുൻകൂർ പണം വാങ്ങിയാണ് കാര്യങ്ങൾ നടത്താറ്. അങ്ങിനെ പാട്ടമെടുക്കാൻ കെൽപ്പുള്ള മടിശ്ശീലക്കനമുള്ളവർ ഏത് ഗ്രാമത്തിലും കാണും. അത്കൊണ്ട് വേണം ജീവിതച്ചെലവ് നിറവേറ്റുവാനും കൃഷി നടത്താനുമൊക്കെ. കുടുംബത്തിന് സ്ഥിരവാരുമാനമൊന്നുമില്ലായ്കയാൽ മൂത്ത സഹോദരന്മാർ പഠിച്ചത് കഠിനമായ സാമ്പത്തിക ബുദ്ധിമുട്ടുകൾ സഹിച്ചുകൊണ്ടായിരുന്നു. വയലും പറമ്പുമൊക്കെ കൈവശമുള്ളപ്പോഴും വരുമാനം തുച്ഛമായിരുന്നല്ലോ. ആവശ്യത്തിനൊരിക്കലും പണം തികയുന്ന അവസ്ഥയില്ല. കഷ്ടപ്പെട്ടാണെങ്കിലും പഠിച്ചത്കൊണ്ട് മൂത്തയാൾക്ക് തപാൽ വകുപ്പിൽ ജോലികിട്ടി. സഹോദരി നേരത്തെ വിവാഹം കഴിഞ്ഞ് മദിരാശിയിലുമായി. ഇളയ ആൾ വർഷങ്ങൾക്ക് ശേഷം പോളിടെക്നിക്കിൽനിന്ന്

ഡിപ്ലോമ നേടി ബോംബെയിൽ ജോലിയിൽ പ്രവേശിച്ചു. പക്ഷേ അന്ന് ശമ്പളമൊക്കെ കുറവാണല്ലോ. കുടുംബം പോറ്റാൻ കഷ്ടി എന്ന് മാത്രം. ആവുന്നത്പോലെ അവരൊക്കെ സഹായിച്ചു. എങ്കിലും സ്വന്തം പഠനം മുന്നോട്ട് പോകണമെങ്കിൽ വേറെയും വഴി കണ്ടെത്തണമായിരുന്നു. അങ്ങിനെ പഠനത്തിന്റെ ഓരോ ഘട്ടങ്ങൾ കഴിയുന്തോറും ഭാഗത്തിൽ കിട്ടിയ പാടങ്ങൾ ഒന്നൊന്നായി കയ്യൊഴിയേണ്ടിവന്നു. എങ്കിലും അതൊരു നഷ്ടമായി അമ്മയോ അച്ഛനോ കരുതിയില്ല. ഇളയ മകന്റെ തലയിൽ ഒരു വെള്ളി വരയുണ്ടെന്നും അവൻ ഒരു നിലയിലെത്തുമെന്നും സ്നേഹനിധികളായ അവർ കരുതിയിരിക്കും. ആഗ്രഹിച്ചപോലെ ഒരു നിലയിലെത്തിയപ്പോഴേക്കും അവരൊക്കെ പോയി എന്നത് വിധി വൈപരീത്യം.

സ്കൂൾ വിദ്യാഭ്യാസം

പ്രാഥമിക വിദ്യാഭ്യാസം വീടിനടുത്തുള്ള മൂരിപ്പാറ വെസ്റ്റ് എൽ പി സ്കൂളിലായിരുന്നു. ഓലയുടെ മേൽക്കൂരയും മൺതറയും അരമതിലും നട്ട വളഞ്ഞ ബെഞ്ചും ഒക്കെയാണ് ഓർമ്മയിൽ. അന്നത്തെ പള്ളിക്കൂടങ്ങൾക്ക് സൗകര്യങ്ങളൊക്കെ വളരെ കുറവായിരുന്നു. പ്രാഥമിക സൗകര്യങ്ങൾപോലും കമ്മിയായ സ്കൂളുകൾ നിരവധിയാണ്. ആർക്കും ഒരു പരാതിയുമില്ല. നാട്ടുമ്പുറത്തെ കളിചങ്ങാതിമാർ തന്നെയാണ് സതീർത്ഥ്യർ.

കാലവർഷം എത്തുന്നതിന് മുമ്പേ പുര ഓലമേയാനുള്ള കഠിനപരിശ്രമങ്ങൾ കണ്ട് വളർന്ന ഗ്രാമബാല്യം. കഠിനമഴയിൽ ഓലച്ചീറുകൾക്കിടയിലൂടെ മുറ്റത്ത് ഉർന്നുവീഴുന്ന ജലമറനോക്കിയിരുന്ന തണുത്ത സായാഹ്നങ്ങൾ. പറമ്പിലും ഇടവഴിയിലും പാടത്തും വെള്ളം കയറി നാടൊരു തടാകമായിമാറുന്ന മൺസൂൺ മഴയിൽ വാഴത്തടകൾ ചേർത്ത് കെട്ടിയ ചങ്ങാടത്തിൽ ജലയാത്ര നടത്തിയ ഓർമ്മകൾ. വേനലവധിയിൽ നാട്ട് മാവിൻചോട്ടിൽ ഈന്തോലപ്പന്തൽ കെട്ടി കൂട്ടുകാരുമായി ബസ്സ് കളിച്ച കാലം. കാശ് പിരിച്ച് സൈക്കിൾ വാടകയ്ക്കെടുത്ത് ഓടിച്ച് രസിച്ച പൂനിലാ രാത്രികൾ. അയ്യപ്പൻകാവിലെ വിളക്കിന് കേട്ട കഥാപ്രസംഗമനുകരിച്ച് കൂട്ടുകാരൊത്ത് കഥപറഞ്ഞ് പാട്ടുപാടി സ്വയം മറന്ന പുതുവർഷരാവുകൾ. ത്രസിപ്പിച്ച ബാല്യത്തിന്റെ എന്തൊക്കെ ഓർമ്മകൾ!.

പുറത്തെ കളിയും കുസൃതിയുമൊക്കെ സ്കൂൾ മുറ്റത്തും പയറ്റും. നല്ല കുസൃതിയും വാശിയും ഉണ്ടായിരുന്നത്കൊണ്ട് ശിക്ഷയും ശകാരവും എല്ലാവർക്കും നിറയെ കിട്ടിയിരുന്നു. പക്ഷേ പഠിക്കുമായിരുന്നു.

അസാധാരണ ബുദ്ധിവൈഭവമൊന്നും ഇല്ലായിരുന്നുവെങ്കിലും പഠിച്ചുയരണമെന്ന മോഹം ചെറുപ്പത്തിലേ ഉണ്ടായിരുന്നു. കൂട്ടത്തിൽ കേമനാവണമെന്ന ഒരു വാശിയും. അദ്ധ്യാപകരോടൊക്കെ ഭയം കലർന്ന ബഹുമാനമായിരുന്നു. കാരണം എല്ലാവരും കുടുംബവുമായി ബന്ധുത്വമോ അടുപ്പമോ ഉള്ളവരായിരുന്നു.

പ്രാഥമിക സൗകര്യങ്ങളുടെ കാര്യത്തിൽ എടച്ചേരി പഞ്ചായത്തിലെ ഒരു പിന്നോക്ക പ്രദേശമായിരുന്നു ഇരിങ്ങണ്ണൂരിന്റെ പടിഞ്ഞാറൻ ഭാഗങ്ങൾ. സ്വാധീനമുള്ള നേതാക്കന്മാരോ പണം മുടക്കാൻ ശേഷിയുള്ളവരോ കുറവായതും ഒരു കാരണമായിരുന്നു. വികസനവും സൗകര്യവുമൊന്നും നാട്ടിൽ അധികമായി ചർച്ചചെയ്യപ്പെടാത്ത കാലമാണെന്ന് ഓർക്കണം. ശാസ്ത്ര സാങ്കേതികരംഗത്തെ കുതിച്ചു ചാട്ടങ്ങളൊക്കെ വരുന്നത് പതിറ്റാണ്ടുകൾക്ക് ശേഷമാണല്ലോ. മാത്രമല്ല സൗകര്യമില്ലായ്മ ഒരു പ്രശ്നമായി ആർക്കും തോന്നിയിരുന്നുമില്ല. നഗരങ്ങൾ കാണുന്നതും നഗരങ്ങളെ അറിയുന്നതുമായ ആളുകൾ വിരലിലെണ്ണാവുന്നവർ മാത്രമാണ് നാട്ടിൽ. ഞങ്ങൾ താമസിച്ചിരുന്ന ഭാഗത്ത് വൈദ്യുതി എത്തിയിരുന്നില്ല. മണ്ണെണ്ണവിളക്കിന്റെ പ്രകാശത്തിലാണ് പഠനം. കോരിച്ചൊരിയുന്ന മഴക്കാലത്ത് വിളക്കിൻ കുഴലിലൂടെ പ്രസരിക്കുന്ന ചൂടേറ്റ് പഠിക്കുന്നത് ഒരു സുഖമായിരുന്നു. കാറ്റിൽ വിളക്കണയാതിരിക്കാൻ കുഴൽപ്പിടിദ്വാരങ്ങൾ കൈപ്പടങ്ങളാൽ മറയ്ക്കും. വൈദ്യുതിയുടെ അഭാവം പിന്നെയും വർഷങ്ങളോളം തുടർന്നു.

കുട്ടികളെ നന്നായി സ്നേഹിച്ചും വേണ്ടിവന്നാൽ നന്നായി ശിക്ഷിച്ചും കൈകാര്യം ചെയ്യുന്നവരായിരുന്നല്ലോ അന്നത്തെ ഗുരുനാഥന്മാരെല്ലാം. കുഞ്ഞു മനസ്സുകളിലേക്ക് പുറംലോകത്തെ സമന്വയിപ്പിക്കാനൊന്നും അവർ ശ്രമിക്കാറില്ലെങ്കിലും, ജീവിതാനുഭവങ്ങളിലൂടെയും കഥകളിലൂടെയും കുട്ടികളിൽ അറിവിനൊപ്പം മൂല്യബോധവും വളർത്തിയെടുക്കാൻ അവർ നന്നായി പരിശ്രമിച്ചിരുന്നു. അനുഭവധന്യരായ ഗുരുക്കന്മാരുടെ തണലിൽ, ശിക്ഷണത്തിൽ, സഹവാസത്തിൽ ചെറുപ്രായത്തിൽ അറിയാതെ രൂപപ്പെടുന്ന മൂല്യ ബോധം വ്യക്തിയുടെ ജീവിതത്തിലുടനീളം സ്വാധീനം ചെലുത്തുമെന്ന് പലപ്പോഴും തോന്നിയിട്ടുണ്ട്. ശരിയുടെ പക്ഷത്ത് നിൽക്കാനും തെറ്റ് കാണുമ്പോൾ പ്രതികരിക്കാനും രോഷം കൊള്ളാനും പിൽക്കാലത്ത് പ്രേരണയായത് ഇത്തരത്തിലുള്ള ശിക്ഷണമായിരുന്നു. ഇളം മനസ്സുകളിൽ പ്രതിഷ്ഠിക്കപ്പെടുന്ന നല്ല മാതൃകകൾക്ക് അവരുടെ വ്യക്തിത്വവികസനത്തിൽ സാരമായ സ്വാധീനമുണ്ടാകും. പ്രാഥമിക വിദ്യാഭ്യാസം അടിത്തറ ഇല്ലാതെ പോയാൽ ജീവിതത്തിന്റെ

താളം പിഴച്ചുപോകും. ഭൗതിക സൗകര്യങ്ങൾ കുറവായിരുന്നുവെങ്കിലും കലാഭിരുചികളെ പ്രോത്സാഹിപ്പിക്കുന്നതിലും അദ്ധ്യാപകർ ബദ്ധശ്രദ്ധരായിരുന്നു.

ഇരിങ്ങണ്ണൂർ ഹൈസ്കൂളിലായിരുന്നു തുടർ പഠനം. സാമാന്യം വലിയ സ്കൂളാണ്. വി പി പദ്മനാഭക്കുറുപ്പ് എന്ന അതി കണിശക്കാരനായ പ്രഥമ അധ്യാപകന്റെ നേതൃത്വത്തിൽ, സമർപ്പിത മനസ്കരായ ഒരു പറ്റം അധ്യാപകരുടെ കീഴിൽ പ്രവർത്തിക്കുന്ന വിദ്യാലയം 1957 ൽ സ്ഥാപിതമായതാണ്. സാമൂഹ്യ സാംസ്കാരിക രാഷ്ട്രീയ മേഖലകളിൽ സജീവമായിരുന്ന പ്രഗത്ഭരായ അധ്യാപകരുടെ ഒരു നിര തന്നെ അക്കാലത്ത് അവിടെ ഉണ്ടായിരുന്നു. പഠനത്തോടൊപ്പം കലയിലും സാംസ്കാരിക പ്രവർത്തനങ്ങളിലും കളികളിലുമൊക്കെ സക്രിയമായിരുന്ന കാലം. രവി, രാമകൃഷ്ണൻ പിന്നെ ഞാൻ, അങ്ങിനെ ഞങ്ങൾ മൂന്നുപേർ പഠനത്തിലും പഠ്യേതരവിഷയങ്ങളിലും എപ്പോഴും മുൻപന്തിയിലുണ്ടായിരുന്നു. മൂവരുടെയും ഇടയിൽ ആരോഗ്യകരമായ മത്സരം മാത്രം. നല്ല ബന്ധം. നല്ല സൗഹൃദം. മികവിന്റെ തിളക്കമുള്ള ധാരാളം ആൺകുട്ടികളും പെൺകുട്ടികളും ഒപ്പമുണ്ടായിരുന്നു. എല്ലാംകൊണ്ടും നിറവാർന്ന പുഷ്കല കാലമായിരുന്നു സ്കൂൾ പഠനം. വേദിയിൽ സംസാരിക്കാനും പ്രസംഗ മത്സരങ്ങളിൽ തിളങ്ങാനും ധാരാളം അവസരങ്ങൾ ഈ വിദ്യാലയത്തിൽനിന്നാണ് ലഭിച്ചത്. നല്ല വടിവൊത്ത അക്ഷരങ്ങളിൽ അദ്ധ്യാപകർ എഴുതി തയ്യാറാക്കുന്ന പ്രസംഗം കാണാപാഠം പഠിച്ചാണ് തുടക്കമെങ്കിലും പിന്നീട് മുന്നൊരുക്കങ്ങളില്ലാതെ വിഷയങ്ങൾക്കനുസരണമായി സംസാരിക്കാൻ ശീലിച്ചു. പൊതുവിഷയങ്ങളിൽ പരിമിതമായെങ്കിലും അറിവ് സമ്പാദിക്കാൻ അധ്യാപകർ നിരന്തരം പ്രേരിപ്പിച്ചുകൊണ്ടിരുന്നു. അങ്ങിനെയാണ് ചെറു സദസ്സുകളിലും വേദികളിലും സംസാരിക്കാനുള്ള ആവേശവും ആത്മവിശ്വാസവും രൂപപ്പെടുന്നത്. തെറ്റ് കുറ്റങ്ങളുണ്ടെങ്കിലും അംഗീകാരവും പ്രോത്സാഹനവും ബാല്യ കൗമാരങ്ങളിൽ വൈകാരിക വളർച്ചയെ നന്നായി പുഷ്ടിപ്പെടുത്തുമല്ലോ. സ്കൂൾ യുവജനോത്സവങ്ങൾ അക്കാലത്തെ ഒരു ലഹരിയായിരുന്നു. വിവിധ ഹൗസുകൾ തമ്മിലുള്ള വാശിയേറിയ മത്സരത്തിൽ ലീഡറായി നിൽക്കുമ്പോഴും സഹജമായ ബാലചാപല്യങ്ങളിൽ അധ്യാപകരുടെ വഴക്ക് നന്നായി ഏറ്റുവാങ്ങിയിട്ടുമുണ്ട്. അന്നത്തെ അപക്വമായ പ്രായത്തിൽ ആകാശക്കോട്ടകൾ കെട്ടി മനസ്സ് പീലി വിടർത്തിയാടിയ വർഷങ്ങൾ. സതീർത്ഥ്യരുടെ ആരാധനാ പാത്രമാണെന്ന ധാരണ ഊതി വീർപ്പിച്ച ഒരു വികല സ്വത്വബോധം അന്ന് പിടികൂടിയിരിക്കാം. സമയാസമയങ്ങളിൽ അവ തിരുത്തുവാനും നേർവഴി നടത്തുവാനും അന്നത്തെ പ്രഗത്ഭരായ അധ്യാപകർക്ക് കഴിഞ്ഞിട്ടുണ്ട്.

സ്വയം പ്രചോദിതമാകുമ്പോഴും സ്വയം വളരാനുള്ള ഒരു ഉത്തേജനമായി ഈ മാനസികാവസ്ഥ മാറി എന്നതാണ് മറ്റൊരു സത്യം. ഒൻപതാം ക്ലാസ്സിൽ സ്കൂൾ ലീഡറായി മത്സരിച്ചെങ്കിലും തോറ്റു. അടുത്ത വർഷം പക്ഷേ വിജയം നേടാനായി. തോൽവിയും ജയവും ശീലിക്കാൻ ഇതു പോലുള്ള അനുഭവം ശിക്ഷണമായി മാറിയിരിക്കാം. അന്നൊക്കെ സ്കൂൾ ലീഡറായി തെരഞ്ഞെടുക്കപ്പെടുന്നത് ഒരു അംഗീകാരമാണെങ്കിലും പ്രവർത്തനം അധ്യാപകരുടെ നിയന്ത്രണത്തിലും മേൽനോട്ടത്തിലു മായിരിക്കും. കഴിവുള്ള അനേകം വിദ്യാർഥികളുടെ കൂട്ടത്തിൽനിന്നും പൊതുവെ സ്വീകാര്യനായൊരു കുട്ടി ലീഡറാവുന്നു എന്ന് മാത്രം. ഇന്ന് അങ്ങിനെ സങ്കൽപ്പിക്കാൻപോലും കഴിയില്ല. ചെറുപ്പത്തിൽ ലഭിച്ച പഠ്യേതര പ്രവർത്തനങ്ങളിലെ പങ്കാളിത്തവും സംഘാടന പരിശീല നങ്ങളും പിന്നീട് ജീവിതത്തിൽ വലിയ മുതൽക്കൂട്ടായി മാറിയെന്നത് എടുത്ത് പറയേണ്ടതുണ്ട്.

സ്കൂളിലും പുറത്തുമുള്ള വിപുലമായ ബാല്യകാല സൗഹൃദങ്ങൾ വ്യ ക്തിത്വരൂപീകരണത്തിന് നന്നായി സഹായിച്ചിരുന്നു എന്ന് ഇപ്പോൾ തോന്നുന്നു. കൂട്ടുകാരുമായി കളിസ്ഥലങ്ങളിൽ സന്ധിക്കുമ്പോൾ, പടവുകൾ കെട്ടിയ നാട്ടുകുളങ്ങളിൽ തുള്ളി തിമിർക്കുമ്പോൾ, ഉത്സവ ങ്ങളിലും ആഘോഷങ്ങളിലും അലിഞ്ഞുചേരുമ്പോൾ, വെയിലും മഴയും മഞ്ഞും കൊണ്ട്, തോടും കുന്നും പുഴയും താണ്ടി, മരങ്ങളെയും പക്ഷി കളെയും മീൻകൂട്ടങ്ങളെയുമറിഞ്ഞ് പ്രകൃതിയിലലിഞ്ഞ് ഒഴിവ് കാലം ചെലവിടുമ്പോൾ ലഭിക്കുന്ന അറിവും തിരിച്ചറിവും ഉൾക്കാഴ്ചയും, വഴക്കും അബദ്ധവും തിരിച്ചടികളും എല്ലാം പുസ്തകബാഹ്യമായൊരു അവബോ ധനിർമ്മിതിക്ക് ഏറെ സഹായിച്ചിരുന്നു എന്ന് തിരിച്ചറിയുന്നു. അനുഭവ ങ്ങളുടെ തീയിൽ കുരുത്തതെന്ന് പറയാവതല്ലെങ്കിലും അനുഭവങ്ങളുടെ ചെറുചൂടിൽ വികസിച്ച സ്വത്വം പ്രതിസന്ധികളിൽ പിടിച്ചുനിൽക്കാൻ കരുത്ത് നേടുക സ്വാഭാവികം. മധ്യവേനലവധിയായാൽ നാട്ടിലെത്തു ന്ന വല്ലിയേച്ചിയും കുടുംബവും തിരിച്ചുപോകുമ്പോൾ അവരുടെകൂടെ മദിരാശിയിലേക്ക് പോകും. പാതി അവധിക്കാലം അവിടെ കൂടും. തീവണ്ടിയിൽ തനിയെ തിരിച്ചുവരുന്നത് നല്ല ഗമയിലായിരിക്കും.

പത്താംക്ലാസ് പരീക്ഷ അക്കാലത്ത് വിദ്യാർത്ഥി ജീവിതത്തിന്റെ പ്രധാനമായ ഒരു വഴിത്തിരിവാണ്. നല്ല മാർക്ക് കിട്ടിയവർ സൗക ര്യമുണ്ടെങ്കിൽ ഉന്നത പഠനത്തിനായി കോളേജിലേക്കും, മാർക്ക് കുറഞ്ഞുപോയവർ ഭാഗികമായ തൊഴിലധിഷ്ഠിത കോഴ്സുകളുള്ള പോളി ടെക്നിക്കിലേക്കും, കഷ്ടി പാസ്സായവർ പാരലൽ കോളേജി ലേക്കും, തോറ്റുപോയവർ പഠനം നിർത്തി ജീവിതത്തിന്റെ പരുക്കൻ

യാഥാർത്ഥ്യങ്ങളിലേക്കും വഴിതിരിയുന്ന സാക്ഷാൽ കവലയാണ് സത്യത്തിൽ പത്താം ക്ലാസ്. പത്താം തരം പരീക്ഷ സാമാന്യം കട്ടപ്പമേറിയതാണ്. ഇന്നത്തെപ്പോലെ 90 ശതമാനത്തിന് മേലെ മാർക്ക് ലഭിക്കുക എന്നതൊക്കെ സ്വപ്നത്തിൽപ്പോലും അസാധ്യമായ കാര്യമാണ്. 60 ശതമാനത്തിന് മേൽ മാർക്ക് കിട്ടിയാൽ തിളക്കമാർന്ന വിജയമാണ്. 61 ശതമാനത്തിലെത്തിക്കാൻ കഴിഞ്ഞത് ഭാഗ്യം.

ഉന്നത പഠനം ഇന്നത്തെപ്പോലെ സാർവ്വത്രികവും എളുപ്പമേറിയതുമായ കാര്യമായിരുന്നില്ല. പണം വേണം. സൗകര്യം വേണം. പഠന ശാഖ തിരഞ്ഞെടുക്കണം. ദൂരെ താമസിച്ച് പഠിക്കുക ചെലവേറിയ കാര്യമാണ്. ഈ ദിശാ സന്ധിയിൽ കൃത്യമായ മാർഗ്ഗനിർദ്ദേശം നൽകുവാൻ അറിവുള്ളവരും വേണം. എന്റെ കാര്യത്തിൽ ഇവയൊന്നും അത്ര അനുകൂലമായിരുന്നില്ല. ജ്യേഷ്ഠന്മാരാരും വീട്ടിലില്ല. എത്ര ചെലവ് വരുമെന്ന് യാതൊരു നിശ്ചയവുമില്ല. ഒന്നാം ക്ലാസ്സിൽ പാസ്സായതാണല്ലോ. താൽപര്യമുണ്ടെങ്കിൽ പഠിക്കട്ടെ എന്ന് അവരെല്ലാം അറിയിച്ചു എന്നത് ആവേശമായി. പഠിക്കണമെന്ന വാശിയായിരുന്നു. ആ വാശിയോടൊപ്പം അച്ഛനുമമ്മയും ചേർന്നുനിന്നപ്പോൾ തീരുമാനമായി. നാട്ടിൽ കോളേജിൽ പഠിക്കുന്ന കുട്ടികൾ പൊതുവെ കുറവാണ്. സാമൂഹിക സാമ്പത്തിക ചുറ്റുപാടുകൾ അനുകൂലമായവർ വിരളമായിരുന്നു. ഉന്നത വിദ്യാഭ്യാസം നേടണമെന്നും അതിലൂടെ ജീവിതത്തിൽ എന്തെങ്കിലും ആകണമെന്നും ഉള്ളിൽനിന്ന് മന്ത്രിച്ചതാരാണ്? അങ്ങിനെ സ്വയം തീരുമാനിക്കാനും ചിന്തിച്ചുറപ്പിക്കാനുമുള്ള പക്വതയൊന്നും ഇല്ലായിരുന്നു. ആരും പറഞ്ഞുതരാനുമില്ലായിരുന്നു. എങ്കിലും ഒരു ആഗ്രഹം, ഒരു ആവേശം. അതിന് പിന്നിൽ നിയതിയുടെ കൈകളായിരിക്കാം. പൂർവ്വികരുടെ സുകൃതത്തികവായിരിക്കാം. പ്രകൃതിയിൽ സംഭവിക്കുന്ന ഓരോ ചലനങ്ങളും പ്രതിഭാസങ്ങളും വ്യക്തികളുടെ വളർച്ചയും തളർച്ചയും എല്ലാം തീരുമാനിക്കുന്ന ഒരു ശക്തി ഉണ്ടെന്ന് വിശ്വസിക്കണമല്ലോ. പ്രപഞ്ചശക്തിയെന്നോ പ്രപഞ്ചാതീതമായ ശക്തിയെന്നോ നമുക്കതിനെ വിളിക്കാം. അദൃശ്യമായ ഒരു പ്രപഞ്ചതാളം. ആഴി ചൂഴുന്ന ഈ ഊഴിവാഴുന്ന അപരിമേയമായ ശക്തിവിശേഷം അതുതന്നെയല്ലേ. നാമെന്ത് നിരൂപിച്ചാലും തീരുമാനിച്ചാലും എത്ര കഠിന പ്രയത്നം നടത്തിയാലും സംഭവിക്കേണ്ടതാണെങ്കിൽമാത്രമേ ഇവിടെ സംഭവിക്കുകയുള്ളൂ. മനുഷ്യന് നിയന്ത്രിക്കാനാവാത്ത ഒരു ശക്തിയുണ്ടെന്നും അജ്ഞാതമായ ആ ശക്തിയെ വിശ്വസിക്കുകയും അതിനോട് പൊരുത്തപ്പെടുകയും ചെയ്യാതെ സർവ്വശക്തനെന്നഭിമാനിക്കുന്ന മനുഷ്യനുപോലും മുന്നോട്ട് പോകാനാവില്ല എന്നും നമ്മെ ബോധ്യപ്പെടുത്തുന്ന സന്ദർഭങ്ങൾ ഏറെയാണ്.

ഉന്നത പഠനം

എയ്ഡഡ് വിദ്യാഭ്യാസസ്ഥാപനങ്ങളിലെ ജീവനക്കാരുടെ സേവന വേതന വ്യവസ്ഥകൾ പുതുക്കണമെന്നും അവർക്ക് സർക്കാർ നേരിട്ട് വേതനം നൽകണമെന്നും ആവശ്യപ്പെട്ടുള്ള ഐതിഹാസികമായ ഒരു സമരം നടക്കുന്ന കാലമായിരുന്നു 1972. വിദ്യാർത്ഥി യുവജന പ്രസ്ഥാനങ്ങൾ ഒരു ഭാഗത്തും സ്വകാര്യ മാനേജ്മെന്റുകൾ മറുഭാഗത്തും നിലയുറപ്പിച്ച സമരവും പ്രക്ഷോഭങ്ങളും കേരളത്തിന്റെ ചരിത്രത്തിലെ സംഘർഷഭരിതമായ കാലമായിരുന്നു. സ്വകാര്യ മേഖലയിലുള്ള കോളേജുകൾ മിക്കതും അടഞ്ഞുകിടക്കുകയായിരുന്നു. വിദ്യാർത്ഥി പ്രവേശനം വൈകുകയുമായിരുന്നു. സമരക്കാരുടെ ആവശ്യം ഒടുവിൽ അംഗീകരിക്കപ്പെടുകയും സ്വകാര്യ സ്ഥാപനങ്ങളിലെ അധ്യാപകരും അനധ്യാപകരും സർക്കാർ ശമ്പളം പറ്റുന്ന ജീവനക്കാരായി മാറുകയും ചെയ്തു. കോളേജുകൾ പ്രവർത്തനക്ഷമമായതോടെ പ്രവേശനനടപടികൾ ഊർജിതമായി. കണ്ണൂർ ശ്രീ നാരായണ കോളേജിൽനിന്നായിരുന്നു പ്രീ ഡിഗ്രിക്ക് ആദ്യം പ്രവേശന അറിയിപ്പ് ലഭിക്കുന്നത്. കെമിസ്ട്രിയും ബയോളജിയും ഇഷ്ടമാണ്. ഫിസിക്സ് അത്ര വഴങ്ങുന്നതായിരുന്നില്ല. എന്തായാലും ഫിസിക്സ് കെമിസ്ട്രി ബയോളജി ഉൾപ്പെടുന്ന സയൻസ് ഗ്രൂപ്പിൽ പ്രവേശനം നേടി. വീട്ടിൽനിന്നും ഒന്നര മണിക്കൂറോളം ബസ്സ് യാത്രയുണ്ട്. എങ്കിലും പോയിവരാം.

അങ്ങിനെ ഉത്തരമലബാറിലെ പ്രശസ്തമായ കലാലയത്തിൽ ഉന്നതപഠനത്തിന് ഹരിശ്രീ കുറിച്ചു. കെട്ടിടങ്ങൾ ചിതറിക്കിടക്കുന്ന കോളേജ് കേമ്പസ്സ്. ഏറ്റവും പിറകിലെ ഓടിട്ട ഹാളിലാണ് പ്രീഡിഗ്രി ക്ലാസുകൾ. പണക്കാരുടെയും പാവപ്പെട്ടവരുടെയും കുട്ടികൾ പഠിക്കുന്ന കലാലയം.

കണ്ണൂർ നഗരത്തിന്റെ പകിട്ടും പത്രാസും സ്വാധീനവുമൊക്കെ കേമ്പസ്സിലും പ്രകടമായിരുന്നു. അതേവരെ കാണാത്ത ഫാഷനുകളിൽ ആൺകുട്ടികളും പെൺകുട്ടികളും ഉല്ലസിക്കുന്നു. പുസ്തകങ്ങളോടൊപ്പം ക്രിക്കറ്റ് ബാറ്റും ഹോക്കി സ്റ്റിക്കുമായി വരുന്ന കുട്ടികൾ കൗതുകമായി. വിദ്യാർത്ഥി സംഘടനാ പ്രവർത്തനം സജീവമായി നടക്കുന്ന കേമ്പസ്സാണ്. ചുറ്റുചുറുക്കോടെ ഇടപെടുന്ന വിദ്യാർത്ഥി സംഘടനാ നേതാക്കൾ. ഇടവേളകളിൽ സംഘടനകളുടെ ആവേശോജ്ജ്വലമായ പ്രകടനങ്ങൾ. തർക്കങ്ങളും ചെറിയതോതിലുള്ള സംഘട്ടനങ്ങളും സാധാരണം. കേരളത്തിലെ കേമ്പസ്സുകളിൽ രാഷ്ട്രീയം സജീവമായിരുന്ന കാലമായിരുന്നു അത്. ആധിപത്യം സ്ഥാപിക്കാനും കോളേജ് യൂണിയൻ ഭരണം കൈക്കലാക്കാനും സംഘടനകൾ മത്സരിക്കുന്ന കാലം. ആരോഗ്യകരമായ മത്സരമൊന്നുമായിരുന്നില്ല. കൊള്ളാവുന്ന നേതാക്കളൊക്കെ ഉണ്ടായിരുന്നു. നല്ല സംഘാടകർ. നന്നായി സംസാരിക്കുന്നവർ, നല്ല നേതൃപാടവമുള്ളവർ. അടിപിടി നടത്താൻ മാത്രം പ്രാപ്തിയുള്ളവരും നേതാക്കളായുണ്ട് ഓരോ സംഘടനക്കും. തിണ്ണബലം രാഷ്ട്രീയത്തിന്റെ ഒരു ശൈലിയാണല്ലോ അന്നുമിന്നും. രാഷ്ട്രീയാഭിമുഖ്യമൊക്കെ ഉണ്ടെന്നാലും ഒരു സംഘടനയിലും അംഗമായില്ല. ആരുമതിന് പ്രേരിപ്പിച്ചതുമില്ല. പരസ്പരം അംഗീകരിക്കാനുള്ള സംഘടനകളുടെ വൈമനസ്യവും കൈക്കരുത്തിന്റെ രാഷ്ട്രീയവും തീരെ യോജിക്കാനാവാത്ത കാര്യങ്ങളായിരുന്നു.

ഇംഗ്ലീഷ് ഭാഷ മാധ്യമമായി പഠിച്ചവരും മലയാളം മാധ്യമത്തിൽ പഠിച്ചവരും ഒരേ ക്ലാസ്സിൽ. ഇംഗ്ലീഷിലുള്ള ക്ലാസുകൾ ആദ്യമൊന്നും പിടിതന്നില്ല. നാട്ടിപുറത്തെ ഒരു സാധാരണ വിദ്യാലയ അന്തരീക്ഷത്തിൽനിന്നും എത്തിയ ഞങ്ങളെപ്പോലുള്ള കുട്ടികൾക്ക് തുടക്കത്തിൽ ഒരു പരുങ്ങൽ അനുഭവപ്പെട്ടിരുന്നു. ഭാഷാപരമായ പരിമിതിതന്നെയായിരുന്നു കാരണം. പക്ഷേ പതിയെ പതിയെ കാര്യങ്ങൾ മെച്ചപ്പെട്ടു. ഏങ്കിലും കോളേജിലെ കലാ കായിക പ്രവർത്തനങ്ങളിലൊന്നും സക്രിയമായി പങ്കെടുക്കാനുള്ള ആത്മവിശ്വാസക്കുറവ് അപ്പോഴും തുടരുകയായിരുന്നു. ഗ്രാമാന്തരീക്ഷത്തിൽനിന്നും ചേക്കേറിയ കുട്ടിയുടെ ഒരു തരം അപകർഷതാ ബോധം ആണോ എന്ന് ചോദിച്ചാൽ അല്ല, എങ്കിലും സ്വയം ഒരു ഉൾവലിയൽ. സ്കൂളിൽനിന്ന് ലഭിച്ച പരിഗണനയൊന്നും ലഭിക്കുന്നില്ല. സഹപാഠികളുടെ മുന്നിൽ തിളങ്ങാനാകുന്നില്ല. അധ്യാപകരുടെ ശ്രദ്ധ പിടിച്ചുപറ്റാനും കഴിയുന്നില്ല. കോളേജിലെ പൊതു സഹചര്യത്തിൽ അലിഞ്ഞുചേരാൻ അക്കാലത്ത് മനസ്സ് എന്തുകൊണ്ടോ വിമുഖമായിരുന്നു. കളിയും ചിരിയും പ്രകടനപരതയും

നിറഞ്ഞുനിൽക്കുന്ന ആൾക്കൂട്ടത്തിൽ എന്നും ഒറ്റയാനായിരുന്നു. ഒന്നിലും അധികം അഭിരമിക്കാത്ത അച്ഛന്റെ മകൻ അങ്ങിനെ ആയതിൽ അത്ഭുതമില്ലല്ലോ. ചുരുക്കത്തിൽ വലിയ സമ്മർദ്ദമേറിയ രണ്ട് വർഷമായിരുന്നു പ്രീ ഡിഗ്രി കാലം. പരീക്ഷാ ഫലം വന്നപ്പോൾ രണ്ടാം ക്ലാസ്സിൽ പാസ്സായിരിക്കുന്നു. രണ്ടാം ക്ലാസ് അത്ര മോശമൊന്നുമല്ല. എങ്കിലും നേരിയ നിരാശ തോന്നാതിരുന്നില്ല. പക്ഷേ ധൈര്യം ചോർന്നുപോയില്ല. ഇനിയുള്ള പഠനത്തിൽ ഈ പോരായ്മ നികത്തണം. വ്യത്യസ്തവും കൂടുതൽ മാനസിക ഐക്യമുള്ളതുമായ ഒരു കലാലയത്തിൽ പഠനം തുടരണം. ഇനി പഠനത്തിൽ മെച്ചപ്പെട്ട പ്രകടനം കാഴ്ചവെക്കുമെന്ന് അച്ഛനുമമ്മക്കും ഉറപ്പ് കൊടുത്തു. അവർക്ക് മകനിൽ നല്ല വിശ്വാസമുണ്ടായിരുന്നു, ഒരിക്കലും അത് പ്രകടിപ്പിച്ചില്ലെങ്കിലും. സ്നേഹവും കരുതലുമൊന്നും നിർലോഭം പ്രകടിപ്പിക്കുന്ന ഇന്നത്തെ അണുകുടുംബരീതി അവർക്ക് വശമില്ലായിരുന്നു.

കൂത്തുപറമ്പ് നിർമ്മലഗിരി കോളേജിൽ ജന്തുശാസ്ത്ര ബിരുദപഠനത്തിന് പ്രവേശനം ലഭിച്ചപ്പോൾ അതിയായി സന്തോഷിച്ചു. പ്രീഡിഗ്രിക്ക് അവിടെ പഠിക്കണമെന്ന് ആഗ്രഹിച്ചിരുന്നു. പക്ഷേ അവിടെ നിന്ന് അറിയിപ്പ് വരാൻ വൈകി. രണ്ട് വർഷം കഴിഞ്ഞാണെങ്കിലും ആശിച്ച കോളേജിൽ എത്തിയിരിക്കുന്നു. ചിട്ടയായ പഠനത്തിനും റാങ്കുകൾ കൊയ്യുന്നതിനും പേരുകേട്ട കോളേജ്. തികഞ്ഞ അച്ചടക്കവും സമാധാന അന്തരീക്ഷവും പുലരുന്ന കേമ്പസ്സ്. തണൽ മരങ്ങളും കടും വർണ്ണ പുഷ്പങ്ങളും അതിരിടുന്ന നീളൻ പ്രവേശന പാത. ഇരുവശത്തുമായി കശുമാവിൻ കൂട്ടങ്ങൾ തണൽ വിരിക്കുന്ന വിശാലമായ പാറപ്പുറങ്ങൾ. മൂന്നുനിലകളിൽ തലയെടുപ്പോടെ നിലകൊള്ളുന്ന സുന്ദരമായ സമനിർമ്മിതി. മൂന്നാം നിലയിൽ ഒരു ഭാഗം ആൺകുട്ടികളുടെ ഹോസ്റ്റൽ. കേമ്പസിന് തെക്കുഭാഗത്തായി പെൺകുട്ടികളുടെ റാണി ജയ് ഹോസ്റ്റൽ. കേമ്പസ്സിന് വെളിയിൽ പ്രധാനറോഡിന് കിഴക്ക് വശത്ത് പെൺകുട്ടികളുടെ മറ്റൊരു ഹോസ്റ്റൽ-നിർമ്മല ഭവൻ. വിപുലമായ ഹോസ്റ്റൽ സൗകര്യമുള്ളതിനാൽ കിഴക്കൻ കുടിയേറ്റ മേഖലകളിൽനിന്നും ഉത്തര മലബാറിന്റെ ദൂരദേശങ്ങളിൽനിന്നും പെൺകുട്ടികൾ ഒഴുകിയെത്തുന്ന കലാലയമാണ് നിർമ്മലഗിരി. കുടിയേറ്റ മേഖലയിലെ ധൈര്യവും തന്റേടവുമുള്ള പെൺകുട്ടികളെ ധാരാളമായി കാണുന്നത് നിർമ്മലഗിരിയിലെത്തിയപ്പോഴാണ്.

വേണമെങ്കിൽ മൂന്ന് ബസ്സുകൾ മാറിക്കയറി ദിവസവും പോയി വരാം. പക്ഷേ അദ്ധ്വാനവും സമയനഷ്ടവും കൂടും. ബന്ധുവും പഴയ സഹപാഠിയുമായ കാര്യാട്ട് രവിയും ഒപ്പം പ്രവേശനം നേടിയത് ഇരട്ട

സന്തോഷമായി. പോയി വരാനുള്ള പ്രയാസം പരിഗണിച്ച് ഞങ്ങൾ കോളേജിന് പിൻവശം കുട്ടികൾ താമസിച്ച് പഠിക്കുന്ന ഒരു വീട്ടിൽ പൊറുതി തരപ്പെടുത്തി. ഹോസ്റ്റലിൽ വളരെ കുറച്ച് കുട്ടികൾക്കേ സൗകര്യമുണ്ടായിരുന്നുള്ളൂ. അതും മൂന്നാം വർഷ വിദ്യാർത്ഥികൾക്കാണ് മുൻഗണന. അങ്ങിനെ പഠനവും വെപ്പും കുടിയുമായി ഞങ്ങൾ ലോഡ്ജ് വാസം തുടങ്ങി.

ചുരുങ്ങിയ കാലംകൊണ്ട് തന്നെ നിർമ്മലഗിരി കോളേജ് ഞങ്ങൾക്ക് പ്രിയപ്പെട്ട കലാലയമായിമാറി. വൃത്തിയും വെടിപ്പുമുള്ള കേമ്പസ്സ്. ബഹുവർണ്ണപ്പൂക്കൾ നിറഞ്ഞുനിൽക്കുന്ന പൂന്തോപ്പുകൾ. കാറ്റും വെളിച്ചവും നിർലോഭം കടന്നുവരുന്ന ക്ലാസ് മുറികൾ. പുതിയ സുഹൃത്തുക്കൾ. ആത്മാർത്ഥതയുള്ള അദ്ധ്യാപകർ. നല്ല പഠനാന്തരീക്ഷം. ഓരോ കുട്ടിക്കും സവിശേഷമായ ശ്രദ്ധ കിട്ടുന്നുവെന്ന തോന്നൽ ശക്തമായതിനാൽ എല്ലാവരും എല്ലാവരോടും മാന്യമായി പെരുമാറുന്നു. എല്ലാം വ്യവസ്ഥാപിതമായതിനാൽ പരാതികളും ഏറെയില്ല. മുൻപ് അനുഭവിക്കാത്ത സുഖകരമായൊരു സുരക്ഷാബോധം പ്രത്യക്ഷമായും പരോക്ഷമായും അധ്യയനത്തെ അനായാസമാക്കി എന്നുവേണം പറയാൻ. കലാസാംസ്കാരിക പ്രവർത്തനങ്ങളിലെല്ലാം സക്രിയമാകാൻ ഈ അനുകൂല അന്തരീക്ഷം പ്രേരിപ്പിച്ചു. കലാമത്സരങ്ങൾ, സാഹിത്യ ശിൽപശാലകൾ, ചർച്ചകൾ, പ്രസംഗങ്ങൾ എന്നിവയിലൊക്കെ പങ്കെടുത്തുതുടങ്ങി. കോൺഗ്രസ് ആഭിമുഖ്യമുള്ള കേരള സ്റ്റുഡന്റ്സ് യൂണിയനിലും അംഗമായി. എല്ലാ വിദ്യാർത്ഥി സംഘടനകളും തങ്ങളുടെ പ്രവർത്തനങ്ങളിൽ മിതത്വം പാലിച്ചിരുന്നു. വാശിയോടെ പ്രവർത്തിക്കുമ്പോഴും മത്സരിക്കുമ്പോഴും പരസ്പര സൗഹൃദം നിലനിർത്തിയിരുന്നു. വിദ്യാലയത്തിന്റെ അന്തസ്സും യശസ്സും നശിപ്പിക്കുന്ന രാഷ്ട്രീയ പ്രവർത്തനം ആരും നടത്തിയിരുന്നില്ല. സംഘടനാ പ്രവർത്തനങ്ങളിൽ ബാഹ്യ ഇടപെടലുകൾ വളരെ കുറവായിരുന്നു. അത്യാവശ്യ കാര്യങ്ങൾക്ക് ജില്ലാനേതാക്കൾ വരും. ഇടവേളകളിൽ അവർ യൂണിറ്റ് ഭാരവാഹികളുമായി സംവദിക്കും, പോകും. അല്ലാതെ കേമ്പസ്സിൽ തമ്പടിച്ചുള്ള പ്രവർത്തനങ്ങളില്ല. മറ്റ് പല കലാലയങ്ങളിലും അങ്ങിനെയുള്ള രീതികൾ നിലവിലുള്ളപ്പോഴും ഇവിടെ അത് ഫലപ്രദമായി തടയാൻ അധികൃതർക്ക് കഴിഞ്ഞിരുന്നു. അങ്ങിനെയുള്ള ചില നല്ല കീഴ്വഴക്കങ്ങൾ നിർമ്മലഗിരിക്ക് സ്വന്തമായിരുന്നു. അനാവശ്യമായി ഇടപെടാതെ സുഗമമായി പ്രവർത്തിക്കാനുള്ള ഒരു സ്വാതന്ത്ര്യം നിർമ്മലഗിരി കോളേജിന് നൽകാനുള്ള സൗമനസ്യം രാഷ്ട്രീയ കക്ഷികൾ എന്നും കാണിച്ചിരുന്നു.

രണ്ടാം വർഷം ഞങ്ങൾ നിർമ്മല ഭവൻ ഹോസ്റ്റലിനടുത്തുള്ള മറ്റൊരു വീട് വാടകയ്ക്കെടുത്ത് താമസം മാറി. സഹപാഠിയായ ജെയിംസ്, ഇക്കണോമിക്സിലെ ലാലൻ, കെമിസ്ട്രിയിലെ തോമസ്, പ്രീഡിഗ്രി വിദ്യാർത്ഥിയായ ജോസ് എന്നിവരായിരുന്നു അന്തേവാസികൾ. പാടത്തും കരയിലെ 'ബ്രീസ് ഹോം' എന്ന വീട്ടിലേക്ക് ആരും ക്ഷണിക്കാതെ ശുദ്ധമായ വയൽക്കാറ്റ് എപ്പോഴും കടന്നുവരുമായിരുന്നു. തൊട്ടടുത്ത് ഉർജ്ജതന്ത്ര വിഭാഗത്തിലെ എ എസ്സ് ജോസഫ് സാറും കുടുംബവും താമസിച്ചിരുന്നതിനാൽ പെരുമാറ്റത്തിലൊക്കെ ഒരു കരുതൽ ഞങ്ങൾക്കെല്ലാവർക്കും ഉണ്ടായിരുന്നു. പുറമെ പരുക്കനായ എ എസ്സ് സാറുമായി നല്ല ബന്ധമായിരുന്നു. സ്വാദേറിയ ബിരിയാണിയും പത്തിരിയും കോഴിക്കറിയുമൊക്കെ വല്ലപ്പോഴും നൽകാനുള്ള സൗമനസ്യം സാറിന്റെ സഹധർമിണിയും കാണിച്ചിരുന്നു.

കോളേജിലെ സുഹൃത്ത് ബന്ധം വളരുന്നതിനനുസരിച്ച് ബ്രീസ് ഹോമിലേക്കുള്ള കൂട്ടുകാരുടെ വരവും കൂടിവന്നു. അതിര് കവിഞ്ഞ യൗവ്വന ചാപല്യങ്ങളിലേക്കൊന്നും അത് പോയതുമില്ല. എങ്കിലും പ്രായത്തിന്റെ തിളപ്പം എടുത്തുചാട്ടങ്ങളും തീരെയില്ലായിരുന്നു എന്ന് പറയാനും വയ്യ. പക്ഷേ എല്ലാവരും ഉത്സാഹിച്ച് പഠിക്കുമായിരുന്നു. സൗഹൃദത്തിന്റെ പെരുക്കം കൂട്ടുപഠനത്തിനും പ്രോത്സാഹനമായി. ഒരേ രാഷ്ട്രീയധാരയിൽ വിശ്വസിക്കുന്നവരായിരുന്നില്ല ഈ സൗഹൃദക്കൂട്ടായ്മയിൽ അണിചേർന്നത്. ചിന്താഗതിയിലെ വൈരുദ്ധ്യം, ആശയപരമായുള്ള വൈജാത്യം പലപ്പോഴും നല്ല തർക്കങ്ങളിലേക്കും സംവാദങ്ങളിലേക്കും നയിച്ചിരുന്നു. വ്യത്യസ്ത താൽപര്യങ്ങളുടെയും വീക്ഷണങ്ങളുടെയും സമാധാനപരമായ സഹവർത്തിത്വം എന്ന കോളേജിന്റെ നിയതമായ ആർജ്ജിത സംസ്കാരം ഒരർത്ഥത്തിൽ ഞങ്ങളുടെ 'കൊച്ചു ബ്രീസ് ഹോമി'ലെ വലിയ കൂട്ടായ്മയിലും നിലനിന്നിരുന്നു. പഠനം കഴിഞ്ഞതിന് ശേഷവും ഈ ബന്ധം നിലനിർത്താൻ ഞങ്ങൾക്കായി. 23 വർഷങ്ങൾക്ക് ശേഷം രണ്ടായിരം പിറക്കുന്ന രാവിൽ ജീവിതത്തിന്റെ വ്യത്യസ്തമേഖലകളിൽ വ്യാപരിക്കുന്ന ഈ ചങ്ങാതിക്കൂട്ടം തലശ്ശേരിയിൽ വീണ്ടും ഒത്തുകൂടി സൗഹൃദം പുതുക്കി.

ഏതൊരു സ്ഥാപനം നമ്മുടേത് കൂടിയാണെന്ന് നമുക്ക് വിശ്വസിക്കാനാവുന്നുവോ അല്ലെങ്കിൽ അനുഭവിക്കാനാവുന്നുവോ അവിടെ നമ്മുടെ മനസ്സും ശരീരവും അതുമായി താദാത്മ്യം പ്രാപിക്കുന്നു. നിർമ്മലഗിരി കോളേജ് എല്ലാ അർത്ഥത്തിലും ഒരു വികാരമാവുകയായിരുന്നു. കോളേജിലെ എല്ലാവിധ പഠ്യേതര പ്രവർത്തനങ്ങളിലും ഞങ്ങളുടെ കൂട്ടം സജീവമായി പങ്കെടുത്തു. ഡിപ്പാർട്ട്മെന്റിലെ

ജന്തുശാസ്ത്ര അസോസിയേഷൻ, പൊതു സാംസ്കാരികവേദി, ഫിലിം ക്ലബ്, നാഷണൽ സർവിസ് സ്കീം പോലുള്ള വ്യക്തിത്വ വികസന ലക്ഷ്യമുള്ള സന്നദ്ധ സേവന സംഘടന അങ്ങിനെ എല്ലാറ്റിലും പ്രവർത്തിക്കാനായി. അപ്പോഴും പഠനത്തോട് ഒരിക്കലും ഒരു വിട്ടുവീഴ്ചയും കാണിച്ചില്ല. സ്വന്തം പശ്ചാത്തലം എങ്ങിനെയുള്ളതാണെന്നും ആയതിന്റെ പരിമിതി എത്രയാണെന്നും എപ്പോഴും ഓർക്കുമായിരുന്നു. നല്ല രീതിയിൽ ബിരുദമെടുത്താൽ മാത്രമേ രക്ഷപ്പെടുകയുള്ളൂ എന്ന് കൃത്യമായ ബോധ്യവുമുണ്ടായിരുന്നു. താങ്ങാനാളുണ്ടെങ്കിലേ തളരാനാവൂ എന്ന് പറയാറില്ലേ. വളരെ ശരിയാണ്. താങ്ങുണ്ടെങ്കിലും തളർന്നാൽ ജീവിതം പ്രതിസന്ധിയിലാകും. താങ്ങില്ലാത്ത അവസ്ഥയിൽ തളർന്നാലോ. ജീവിതം തന്നെ വഴിമുട്ടും. അതെ, എവിടെയും സക്രിയമാകണം. നിഷ്ക്രിയത തളർച്ചയാണ്. അതിന് വലിയ വില നൽകേണ്ടിവരും. ഈയൊരു ചിന്ത എന്നും മനസ്സിലുണ്ടായിരുന്നു.

ഞങ്ങൾ രണ്ടാം വർഷത്തിലേക്ക് കടക്കുമ്പോഴാണ് രാജ്യത്ത് ആഭ്യന്തര അടിയന്തരാവസ്ഥ പ്രഖ്യാപിക്കപ്പെടുന്നത്. 1975 ജൂൺ 26 ന് നേരം പുലരുമ്പോഴേക്കും രാജ്യത്തെ സാഹചര്യം അടി മുടി മാറിയിരുന്നു. അസാധാരണമായ നിയന്ത്രണങ്ങളാണ് പിന്നീട് ജനം കാണുന്നത്. പൊതു ഇടങ്ങളെല്ലാം പൊലീസിന്റെ അധീനതയിലായി. വ്യക്തിപരവും ഭരണഘടനാപരവുമായ അവകാശങ്ങൾ പലതും നിഷേധിക്കപ്പെട്ടു. പ്രതിപക്ഷ പാർട്ടികളുടെ മിക്ക നേതാക്കളും ജയിലിലടക്കപ്പെട്ടു. നിയമപാലനത്തിൻെറ പേരിൽ അതി കർശനമായ നിയന്ത്രണങ്ങൾ എല്ലായിടത്തും. പത്രമാധ്യമസ്ഥാപനങ്ങൾ പലതും കഠിനമായ നിയന്ത്രണങ്ങളിലായി. തലേവർഷംമുതൽ ഗുജറാത്തിൽ സംസ്ഥാന ഭരണത്തിനെതിരെ തുടങ്ങിയ നവ നിർമാൺ ആന്തോളൻ എന്ന വിദ്യാർത്ഥി കർഷക തൊഴിലാളി പ്രക്ഷോഭങ്ങളും, ബിഹാറിൽ ജയപ്രകാശ് നാരായണന്റെ നേതൃത്വത്തിൽ നടന്ന ഭരണ വിരുദ്ധ പ്രക്ഷോഭങ്ങളും ശക്തി പ്രാപിച്ച് കേന്ദ്രഭരണത്തിനെതിരെ വലിയ പ്രക്ഷോഭമായി പരിണമിച്ചു കൊണ്ടിരിക്കുകയായിരുന്നു. അതിനിടയിലാണ് റായ്ബറേലിയിൽനിന്നുള്ള ഇന്ദിരാഗാന്ധിയുടെ പാർലിമെന്റ് തിരഞ്ഞെടുപ്പ് അലഹബാദ് ഹൈ കോടതി ദുർബലപ്പെടുത്തുന്നത്. പ്രക്ഷോഭങ്ങൾ അങ്ങിനെ മൂർദ്ധന്യത്തിലെത്തുകയായിരുന്നു. ഈ വിധി സുപ്രീം കോടതി സോപാധികമായി സ്റ്റേ ചെയ്തെങ്കിലും പ്രതിഷേധത്തെ ശമിപ്പിക്കാൻ അതൊന്നും പര്യാപ്തമായില്ല. അങ്ങിനെ രാജ്യസുരക്ഷയും ആഭ്യന്തര സമാധാനവും വിദേശ ശക്തികളുടെ ഭീഷണിയും കണക്കിലെടുത്ത് ശ്രീമതി ഇന്ദിരാഗാന്ധി രാജ്യത്ത് ആഭ്യന്തര അടിയന്തിരാവസ്ഥ പ്രഖ്യാപിക്കുകയായിരുന്നു.

കേന്ദ്ര സേനയും പോലീസും എല്ലായിടത്തും വിന്യസിക്കപ്പെട്ടു. എല്ലാ സമരങ്ങളും പണിമുടക്കുകളും പ്രക്ഷോഭങ്ങളും നിരോധിക്കപ്പെട്ടു. പ്രതിഷേധത്തിന്റെ സ്വരങ്ങളെല്ലാം തടയപ്പെട്ടു. അടിച്ചേൽപ്പിക്കപ്പെട്ട അച്ചടക്കം എല്ലായിടത്തും കാണായി. വിദ്യാഭ്യാസ മേഖലയിലും കടുത്ത നിയന്ത്രണങ്ങൾ വന്നു. രാഷ്ട്രീയ പ്രവർത്തനങ്ങൾ ദുർബലമായി. സമരങ്ങളില്ല. മുദ്രാവാക്യം വിളികളും പ്രകടനങ്ങളുമില്ല. സ്കൂളുകളും കോളേജുകളും ക്ലാസ് മുറികളിലൊതുങ്ങി. സ്കൂൾ കോളേജ് യൂണിയൻ തിരഞ്ഞെടുപ്പുകളുടെ രീതി മാറി. ക്ലാസ് പ്രതിനിധികളെ തിരഞ്ഞെടുക്കുകയും അവരിൽനിന്ന് യൂണിയൻ ഭാരവാഹികളെ തെരഞ്ഞെടുക്കുകയും ചെയ്യുന്ന പാർലിമെന്ററി രീതി നിലവിൽ വന്നു. ഒരർത്ഥത്തിൽ കാമ്പസുകളിൽ ശാന്തമായ അന്തരീക്ഷം നിലവിൽ വന്നെങ്കിലും വിദ്യാർത്ഥികളുടെ ജനാധിപത്യപരമായ അവകാശങ്ങളെല്ലാം തടസ്സപ്പെടുകയായിരുന്നു. പഠനം എന്ന് പറയുന്നത് ക്ലാസ്സ് മുറികളിൽ മാത്രമൊതുങ്ങുന്നതല്ലല്ലോ. സമൂഹവുമായി ഇടപെടുകയും സഹ പ്രവർത്തനങ്ങളിലൂടെ ജീവിതം അടുത്തറിയുകയും ചെയ്യുമ്പോഴാണ് വിദ്യാഭ്യാസം പൂർണ്ണമാകുന്നത്. അടിയന്തരാവസ്ഥ നിലവിൽ വന്നതോടെ അനൗപചാരിക വിദ്യാഭ്യാസത്തിന്റെ സാദ്ധ്യതകളും കുറഞ്ഞു എന്നതൊരു വസ്തുതയാണ്. ഞങ്ങളുടെ രണ്ടാം വർഷ ബിരുദ പഠനം വ്യത്യസ്തമായത് ഇങ്ങിനെയുള്ള അന്തരീക്ഷത്തിലാണ്.

മുഖ്യ വിഷയമായ ജന്തുശാസ്ത്രം ആദ്യത്തെ രണ്ടു വർഷങ്ങളിൽ ഓരോ പേപ്പർ വീതമേ ഉള്ളൂ. ഭാഷാവിഷയങ്ങളും ഉപ വിഷയങ്ങളുമൊക്കെ രണ്ടാം വർഷത്തോടെ കഴിഞ്ഞു. പരീക്ഷാ ഫലം വന്നപ്പോൾ സാമാന്യം തരക്കേടില്ലാത്ത മാർക്ക് ലഭിച്ചു. ബിരുദ പഠനത്തിന്റെ പകുതി പണികൾ കഴിഞ്ഞു. മൂന്നാം വർഷമാണ് ജന്തുശാസ്ത്രത്തിന്റെ അസ്സൽ അരങ്ങിലെത്തുന്നത്. സിദ്ധാന്തപരമായി കനമുള്ള നാല് പേപ്പറുകൾ, പ്രയോഗപരമായി മൂന്ന് പേപ്പറുകൾ. അവയുടെ റെക്കോർഡുകൾ. മൂന്ന് റെക്കോർഡുകൾ പൂർത്തിയാക്കണമെങ്കിൽ ദിവസവും മണിക്കൂറുകൾ അതിനുവേണ്ടി ചെലവഴിക്കണം. മൂന്നാം വർഷം തുടങ്ങിയതോടെ ഞങ്ങൾ പൂർണ്ണമായും ജന്തുശാസ്ത്ര വിഭാഗത്തിന്റെ അധീനതയിലായി. അതുവരെ ഡിപ്പാർട്മെന്റ് തലവൻ ആയിരുന്ന ജോസഫ് സാർ പ്രിൻസിപ്പലായി. അബ്രഹാം സാർ വകുപ്പ് തലവനായി. ജോൺ സാറും, ഇട്ടിയവീര സാറും, ജെറോം സിസ്റ്ററും റോക്കി മരിയ സിസ്റ്ററും സഹ അദ്ധ്യാപകർ. ഊഷ്മളമായ അദ്ധ്യാപക വിദ്യാർത്ഥി ബന്ധം നിലനിൽക്കുന്ന ജന്തുശാസ്ത്ര വിഭാഗം. പഠനം സ്വാഭാവികമായും മുറുകി വരികയായിരുന്നു.

മൂന്നാം വർഷവും കേമ്പസ്സുകൾ അടിയന്തരാവസ്ഥയുടെ പിടിയിൽത്തന്നെയായിരുന്നു. അടിയന്തിരാവസ്ഥ 21 മാസങ്ങൾ നീണ്ടുനിന്നല്ലോ. എങ്കിലും പുതിയ അധ്യയന വർഷത്തിൽ കലാസാംസ്കാരിക പ്രവർത്തനങ്ങൾക്കൊപ്പം പരിമിതമായ തോതിൽ രാഷ്ട്രീയ പ്രവർത്തന സ്വാതന്ത്ര്യവും ലഭ്യമായി. കോളേജ് യൂണിയൻ തിരഞ്ഞെടുപ്പ് പാർലിമെന്ററി രീതിയിൽ തന്നെ തുടർന്നു. ക്ലാസ്സുകളിൽ നിന്ന് മത്സരിക്കാനുള്ളവരെ ഓരോ വിദ്യാർത്ഥി സംഘടനയും തലേ വർഷത്തെപ്പോലെ നേരത്തേ തീരുമാനിച്ചു. കേരളാ വിദ്യാർത്ഥി യൂണിയന്റെ പ്രതിനിധിയായി ക്ലാസ്സിൽനിന്നും മത്സരിക്കാൻ ഞാൻ നിയുക്തനായി. നല്ല ഭൂരിപക്ഷത്തിൽ ഞാൻ തിരഞ്ഞെടുക്കപ്പെട്ടു. ക്ലാസ് പ്രതിനിധികളുടെ എണ്ണത്തിൽ ഞങ്ങളുടെ സംഘടനക്ക് ഭൂരിപക്ഷം നേടാനായെങ്കിലും യൂണിയൻ ചെയർമാനായി മത്സരിക്കാൻ നേരത്തെ തീരുമാനിക്കപ്പെട്ട ആൾ എക്കണോമിക്സ് വിഭാഗത്തിൽ നിന്നും പരാജയപ്പെട്ടത് ഒരു തിരിച്ചടിയായി. അങ്ങിനെ ഞാൻ അപ്രതീക്ഷിതമായി ചെയർമാൻ സ്ഥാനാർത്ഥിയാവുകയായിരുന്നു. താരപരിവേഷം പ്രായേണ കുറവാണെങ്കിലും പഠനത്തിലും പഠ്യേതര പ്രവർത്തനങ്ങളിലും ഒരുപോലെ സജീവമായിരുന്ന ഒരാൾ എന്ന പരിഗണനയിലാണ് സംഘടന ഈ നിയോഗം ഏൽപ്പിച്ചത്. സ്വാഭാവികമായും വിജയിക്കുകയും ചെയ്തു. ഒരു വർഷത്തെ യൂണിയൻ പ്രവർത്തനത്തിന്റെ പ്രധാന ഉത്തരവാദിത്വം കൈയ്യേൽക്കേണ്ടി വന്നപ്പോൾ ഒന്ന് പകയ്ക്കാതിരുന്നില്ല. പഠനത്തെ അതെങ്ങിനെ ബാധിക്കുമെന്ന ആശങ്ക കലശലായിരുന്നു. സയൻസ് വിഭാഗത്തിൽനിന്നും ചെയർമാൻ സ്ഥാനത്ത് വരുമ്പോൾ യൂണിയൻ പരിപാടികളുടെ സംഘാടനവുമായി ബന്ധപ്പെട്ട് നഷ്ടപെടുന്ന ക്ലാസുകൾ തിരികെപ്പിടിക്കുക എളുപ്പമല്ല. പ്രാക്ടിക്കൽ ക്ലാസുകൾ നഷ്ടപ്പെടുന്നത് വലിയ പ്രശ്നമാണ്. ഏതായാലും നനഞ്ഞു. ഇനി കുളിച്ച് കയറുകതന്നെ. നിയോഗങ്ങൾ ഏറ്റെടുക്കുകയല്ലാതെ മറ്റെന്ത് മാർഗം. പഠനവും യൂണിയൻ പ്രവർത്തനവും സമരസപ്പെടുത്തി കൊണ്ടുപോവുക ശ്രമകരമെങ്കിലും അസാധ്യമായ കാര്യമൊന്നുമല്ല. ഡിപ്പാർട്മെന്റിലെ അദ്ധ്യാപകരും അനദ്ധ്യാപകരും സഹപാഠികളിൽ ഭൂരിഭാഗം പേരും നിർലോഭമായ പിന്തുണ നൽകി. സഹദേവൻ, രവീന്ദ്രൻ, പ്രേംകുമാർ, വിമൽ, ജെയിംസ്, വിജയറാം, ഷൈലജ എന്നീ സുഹൃത്തുക്കളുടെ സ്നേഹവും കരുതലും എന്നുമോർക്കും.

അടിയന്തിരാവസ്ഥാ കാലമായതിനാൽ കോളേജുകളുടെ കേമ്പസ്സിൽ ഒതുങ്ങിയ യൂണിയൻ പ്രവർത്തനങ്ങളായിരുന്നു കൂടുതൽ. കലാസാംസ്കാരിക പ്രവർത്തനങ്ങൾക്കായിരുന്നു മുൻതൂക്കം. വിവിധമേഖലകളിലെ ലബ്ധപ്രതിഷ്ഠരായ കലാകാരന്മാരെ കോളേജിന്റെ

വേദികളിലെത്തിക്കാനും കുട്ടികൾക്ക് അവരുമായി സാർത്ഥകമായി സംവദിക്കാനും ധാരാളം അവസരങ്ങൾ സൃഷ്ടിച്ചു. സർഗപ്രതിഭകളെ കണ്ടെത്തുന്നതിനും അവരെ പ്രോത്സാഹിപ്പിക്കുന്നതിനുമുള്ള വൈവിധ്യമാർന്ന പ്രവർത്തനങ്ങൾ സംഘടിപ്പിക്കുമ്പോൾ യൂണിയൻ പ്രതിനിധികളുടെ സംഘടനാ പാടവവും നേതൃത്വപരമായ മികവും കൂടുതൽ മിഴിവുറ്റതായി മാറുകയായിരുന്നു. സത്യത്തിൽ യൂണിയന്റെ ആത്യന്തിക ഉദ്ദേശവും ഇതൊക്കെത്തന്നെയാണല്ലോ.

തെരഞ്ഞെടുക്കപ്പെട്ട യൂണിയനോട് മനസ്സറിഞ്ഞ് സഹകരിക്കാനുള്ള സന്നദ്ധത എല്ലാ സംഘടനകളും കാണിക്കുകയും ചെയ്തു. കോളേജ് അധികൃതരുടെ ഭാഗത്ത്നിന്നും നല്ല സഹായ സഹകരണങ്ങളും കൂടി ലഭിച്ചപ്പോൾ 1976 -77 സക്രിയമായ ഒരു കലാലയ വർഷമായി മാറി. കോളേജ് മാനേജ്മെന്റുമായി ലഘുവായ ഉരസലുകളൊക്കെ ചില സന്ദർഭങ്ങളിൽ ഉണ്ടായെങ്കിലും കോളേജിന്റെ യശസ്സുയർത്തുന്ന തരത്തിൽ പ്രവർത്തിച്ചു എന്നാണ് വിശ്വാസം. അതുകൊണ്ടുതന്നെയാണ് ഡിപ്പാർട്ട്മെന്റ് എന്നെ കൈയയച്ച് സഹായിച്ചത്.

യൂണിയൻ പ്രവർത്തനങ്ങൾ സാർത്ഥകമായി സമാപിച്ചപ്പോൾ വലിയ ആശ്വാസം തോന്നി. അവിസ്മരണീയമായ മൂന്ന് വർഷത്തെ നിർമ്മലഗിരി ജീവിതം അവസാനിക്കാറാവുന്നു. നിറയൗവ്വനം തുടിച്ചുനിന്ന വളർച്ചയുടെ ഒരു നിർണായക ഘട്ടത്തിൽ സ്നേഹവും വാത്സല്യവും നിർലോഭമായി നൽകിയ എന്റെ കോളേജിനോട് വിടപറയുമ്പോൾ കണ്ണുകൾ നിറയുകയും മനസ്സ് വിതുമ്പുകയുമായിരുന്നു എന്ന്പറഞ്ഞാൽ തെല്ലും അതിശയോക്തി ഇല്ല. ക്ലാസ്സുകൾ കഴിഞ്ഞുള്ള പഠനാവധി നന്നായി ഉപയോഗിച്ചു. പരീക്ഷക്ക് വേണ്ടി ഏകാഗ്രതയോടെ തയ്യാറെടുത്തു. അവസാനവർഷ പരീക്ഷയിൽ ആഗ്രഹിച്ചത്പോലെ നല്ല വിജയം നേടാനായി. ഉപ വിഷയങ്ങളിൽ നേടിയതിനേക്കാൾ മുഖ്യ വിഷയത്തിന്റെ തിയറിയിലും പ്രാക്ടിക്കലിലും മികവാർന്ന വിജയം. അന്നൊക്കെ 70 % മാർക്ക് എന്ന് പറയുന്നത് ഭേദപ്പെട്ട പ്രകടനമാണ്. പ്രിയ കൂട്ടുകാരെല്ലാം ചെറിയ ഏറ്റക്കുറവുകളോടെയാണെങ്കിലും നല്ല വിജയം നേടി. ബ്രീസ് ഹോമിനോട് വിട പറഞ്ഞ് വീണ്ടും കാണാമെന്ന പ്രതീക്ഷയിൽ ഞങ്ങൾ പല വഴിക്ക് പിരിഞ്ഞു. ഇനി പഠനം തുടരാം. തൊഴിൽ നേടാം. ജീവിതത്തിന്റെ പരുക്കൻ യാഥാർത്ഥ്യങ്ങളുടെ വിശാല ഭൂമികയിലേക്ക് പ്രവേശിക്കാം.

തുടർന്ന് പഠിക്കണം. ബിരുദാന്തര ബിരുദം നേടി കോളേജ് അദ്ധ്യാപകനാകണം. അതൊരു ലക്ഷ്യമായിരുന്നു. എം.എസ്സ്സി. കണ്ണൂർ ജില്ലയിൽ ശ്രീനാരായണ കോളേജിൽ മാത്രമേ ഉള്ളൂ. കോഴിക്കോട്

മലബാർ ക്രിസ്ത്യൻ കോളേജിലും ദേവഗിരി കോളേജിലും ഫെറൂഖ് കോളേജിലും പി ജി കോഴ്സ് നിലവിലുണ്ട്. എല്ലായിടത്തും സയൻസ് പി ജിക്ക് ചുരുങ്ങിയ സീറ്റുകളെ ഉണ്ടായിരുന്നുള്ളൂ. മാർക്ക് അടിസ്ഥാനത്തിൽ പ്രവേശനം കിട്ടണം. അല്ലാതെ മാനേജ്മെന്റ് കോട്ടയിൽ പണം കൊടുത്ത് പ്രവേശനം നേടാനൊന്നും കഴിയില്ല. പി ജി പഠനം വലിയ ആഗ്രഹമാണെങ്കിലും വലിയ പ്രതീക്ഷയൊന്നും ഉണ്ടായിരുന്നില്ല. ഒന്ന് രണ്ട് ബാങ്ക് പരീക്ഷകളെഴുതി. ഒരു ഷെഡ്യൂൾഡ് ബാങ്കിൽ അഭിമുഖത്തിന് അറിയിപ്പ് വന്നു. പക്ഷേ 15000 രൂപയുടെ ഷെയർ എടുക്കണം. ഇത്രയും തുകയൊന്നും സമാഹരിക്കാനാകില്ല. മാത്രമല്ല, അങ്ങിനെ ജോലി കരസ്ഥമാക്കാൻ താല്പര്യവുമില്ല. ഒരു പത്രസ്ഥാപനത്തിൽ സബ് എഡിറ്റർ തസ്തികയിലേക്കുള്ള പരീക്ഷ എഴുതി. ജീവിതത്തിൽ എഴുതിയ ഏറ്റവും മോശമായ പരീക്ഷ. ആംഗലേയ ഭാഷയിലെ സ്വന്തം പരിമിതികൾ തിരിച്ചറിയാൻ സഹായിച്ച പരീക്ഷയായിരുന്നു അത്. ഭാഷയിൽ കൂടുതൽ തെളിയാനായി ശ്രമം തുടങ്ങി. ബസ്സിൽ തലശ്ശേരിയിൽനിന്നും കൊടുത്തയക്കാനേർപ്പാടുചെയ്ത ഇന്ത്യൻ എക്സ്പ്രസ്സ് പത്രം വാങ്ങിക്കാൻ എന്നും അങ്ങാടിയിലെത്തും. ഉന്നത പഠനസംബന്ധിയായതും ജോലിപരമായതുമായ അറിയിപ്പുകൾ വല്ലതുമുണ്ടോ എന്നറിയാൻ പോസ്റ്റ് ഓഫീസിലും കയറും. ഭാവിയെക്കുറിച്ച് വലിയ സ്വപ്നങ്ങളുണ്ടെങ്കിലും വഴികളൊന്നും മുന്നിൽ തെളിയുന്നില്ല. മുന്നോട്ടുള്ള വഴി തെളിയാതെ നിൽക്കുന്ന സന്ദർഭങ്ങൾ ജീവിതത്തിൽ പലപ്പോഴുമുണ്ടാകും. ഇത്തരം അനിശ്ചിതാവസ്ഥയിൽ അഭിജ്ഞരായ ബന്ധുക്കളോ സുഹൃത്തുക്കളോ വേണം നമ്മെ നയിക്കാൻ. അങ്ങിനെയാരുമില്ലാത്ത അവസ്ഥ. മുന്നോട്ടുള്ള വഴിയേതാണ്? ജോലിക്കുവേണ്ടിയുള്ള ശ്രമം തുടരണമോ, പി ജി ക്ക് പ്രവേശനം ലഭിക്കുമോ? അറിവും അനുഭവവും മാത്രമല്ല, വിഭവശേഷിയും കമ്മിയായ ഒരു ഇരുപതുകാരന്റെ സ്വാഭാവികമായ വിഹ്വലതകൾ. വിളക്കുമാടം അടുത്തെവിടെയെങ്കിലും തെളിയുന്നുണ്ടോ എന്ന അന്വേഷണം തുടർന്നുകൊണ്ടേയിരുന്നു.

അങ്ങനെയിരിക്കുമ്പോഴാണ് കണ്ണൂർ ശ്രീ നാരായണ കോളേജിൽനിന്നും എം എസ് സി ജന്തുശാസ്ത്ര കോഴ്സിന് പ്രവേശനത്തിന് ചാൻസ് കാർഡ് വരുന്നത്. ചാൻസ് കാർഡ് ആയതിനാൽ വലിയ പ്രതീക്ഷയൊന്നുമില്ല. പക്ഷേ നിയതി എന്നെ തീരുമാനിച്ചപോലെ റാങ്കിൽ മുന്നിലുള്ള രണ്ട് പേർ വന്നില്ല. ജനറൽ മെറിറ്റിൽ എനിക്ക് പ്രവേശനം ലഭിച്ചു. എന്റെ വലിയൊരു സ്വപ്നം സഫലമായി. നിർമ്മലഗിരിയിലെ സുഹൃത്ത് സഹദേവനും മെറിറ്റ് കോട്ടയിൽ പ്രവേശനം ലഭിച്ചപ്പോൾ സന്തോഷം ഇരട്ടിച്ചു. അങ്ങിനെ പണ്ട് അന്യഥാ ബോധം

വീർപ്പ് മുട്ടിച്ച അതെ കോളേജിൽ മുതിർന്നൊരു വിദ്യാർത്ഥിയുടെ ആത്മ വിശ്വാസവുമായി ഞാൻ വീണ്ടും എത്തിയിരിക്കുന്നു.

എം എസ് സി വിദ്യാർത്ഥികൾ കോളേജിലെ വരേണ്യ വർഗ്ഗമാണ്. പഠനവ്രതമേറ്റെടുത്തവർ. വിദ്യാർത്ഥികളുടെ ചാപല്യങ്ങളെല്ലാം അഴിച്ചു വെച്ചവർ. മറ്റുള്ളവരുമായി അധികം കൂട്ട് കൂടാത്തവർ. നാളെ കോളേജ് അധ്യാപകരോ ഗവേഷകരോ ആയി മാറേണ്ടവർ. ഇങ്ങനെയൊക്കെ യാണ് പൊതുവെ ഉള്ള ധാരണ. ഈ ധാരണ മാറ്റാൻ ഞങ്ങൾക്കാവു മായിരുന്നില്ല. ഡിപ്പാർട്ട്മെന്റ് അതിനനുവദിക്കുകയുമില്ല. പ്രത്യേകിച്ചും ഡിപ്പാർട്ട്മെന്റ് തലവനായ രാമചന്ദ്രൻ സാർ. അമേരിക്കയിലെ ഉന്നത ഗവേഷണ ബിരുദവും അനുഭവസമ്പത്തും കൈമുതലായുള്ള സാക്ഷാൽ ഡോക്ടർ പി. രാമചന്ദ്രൻ. മുഖത്ത് എപ്പോഴും എടുത്തണിഞ്ഞ ഗൗരവ പ്രകൃതം. ആരെയും കൂസാത്ത ആകാര ഗാംഭീര്യം. അദ്ധ്യാപനത്തിലും ഗവേഷണ മേൽനോട്ടത്തിലും തന്നെക്കാൾ കേമന്മാരില്ലെന്ന ഭാവം. സഹഅദ്ധ്യാപകരുമായി നിശ്ചിത അകൽച്ച എപ്പോഴും സൂക്ഷിക്കുന്ന തലൈവർ. വിദ്യാർത്ഥികളോട് മനസ്സ് തുറന്ന് ചിരിക്കുന്നതും ഇടപെ ടുന്നതും ആസ്വദിക്കാത്ത പ്രകൃതം. പി ജി വിദ്യാർത്ഥികളെ ഒരൽപ്പം വിഭാഗീയതയോടെ കാണുന്നതിനും മടിയില്ലാത്ത വകുപ്പ് മേധാവി. ഇതൊക്കെയാണ് രാമചന്ദ്രൻ സാർ.

വിദ്യാർത്ഥികളായി ഞങ്ങൾ ആറേ ആറു പേർ. ഗവേഷണ വിദ്യാർ ത്ഥിയായി ഞങ്ങൾ സ്നേഹത്തോടെ ജനുവേട്ടൻ എന്ന് വിളിക്കുന്ന കെ.പി. ജനാർദ്ദനൻ. എം എസ്സ്സി ലെക്ചർ ഹാളും, ലൈബ്രറിയും, ലാബും, ഗവേഷണശാലയും വകുപ്പ് മേധാവിയുടെ മുറിയും ഒക്കെ ചേർന്ന ഒരു പ്രത്യേക ലോകം. ബിരുദാനന്തര ബിരുദം നേടാൻ വന്നവരാണല്ലോ ഞങ്ങൾ. മറ്റെല്ലാം ത്യജിച്ച് രണ്ടു വർഷം കഠിനപ്രയ ത്നത്തിന് നോമ്പ് നോറ്റ് വന്നവർ. കളിയും ചിരിയുമൊക്കെ മാറ്റിവെച്ച്, കലാ സാംസ്കാരിക രാഷ്ട്രീയ മോഹങ്ങളെ മനസ്സിൽനിന്നും പടിയിറക്കി, കോളേജിന്റെ സൗഹൃദ ഇടങ്ങളുമായുള്ള ബന്ധം വേർപെടുത്തിവേണം ഇനി ജീവിക്കാൻ. ഡിപ്പാർട്ട്മെന്റിലെ മറ്റ് അധ്യാപകരൊക്കെ ഞങ്ങ ളുമായി നല്ല സൗഹൃദത്തിലായിരുന്നു. അവർ ക്ലാസ് എടുക്കുമെങ്കിലും അവരുമായുള്ള ഇടപെടൽ കുറവായിരുന്നു. ജന്തുശാസ്ത്ര വകുപ്പെന്ന മഹാരാജ്യത്തിലെ 'കേന്ദ്ര ഭരണ പ്രദേശ'മായിരുന്നല്ലോ പി ജി വിഭാഗം.

പി ജി പഠനം നല്ല ചെലവുള്ള സംഗതിയാണ്. നല്ല ഫീസ്. ഏറെ പുസ്തകങ്ങളും സാമഗ്രികളും വേണം. റെക്കോഡുകൾക്കും, പ്രൊജ ക്റ്റ് ചെയ്യാനും നല്ല ചെലവുണ്ട്. വിവിധ ജീവികളെ ശേഖരിക്കാൻ യാത്രകൾ വേണം. കോളേജിനടുത്ത് താമസിക്കണം. അല്ലറ ചില്ലറ

ചെലവുകൾ വേറെയും. വീട്ടിലെ തേങ്ങയുടെ പാട്ടപ്പണം കൊണ്ടൊന്നും കാര്യങ്ങൾ നടക്കില്ല. നേരത്തേ വിറ്റുപോയ പാടങ്ങൾ കൈവശമുള്ള വയെ മാടിവിളിക്കുന്ന കാലം. അച്ഛനുമമ്മയും മറ്റൊന്നുമാലോചിച്ചില്ല. ഇളയവൻ ആഗ്രഹംപോലെ പഠിക്കട്ടെ. ഭാവിയിൽ അത് ഗുണമായി പരിണമിക്കാതിരിക്കില്ല. മക്കളുടെ ശക്തി ദൗർബല്യങ്ങൾ നേരത്തെ തിരിച്ചറിയാനുള്ള അതീന്ദ്രിയ ജ്ഞാനം മാതാപിതാക്കളുടെ മാത്രം സിദ്ധിയാണ്. അങ്ങിനെ ബാക്കിയുള്ള കൃഷിപ്പാടങ്ങളും ഞങ്ങളെ വിട്ടുപോയി. നെൽകൃഷി ചെയ്യാനിടമില്ലെന്നതായിരുന്നില്ല സങ്കടം, ആസ്വദിച്ച് പച്ചക്കറികൾ കൃഷി ചെയ്യാൻ അച്ഛൻ ഇനി എവിടെ പോകുമെന്നായിരുന്നു വിഷമം. പക്ഷേ വേറെ വഴിയുണ്ടായിരുന്നില്ല. സാരമില്ല. പറമ്പിലെ വെയിലേറ്റുള്ള ഇടങ്ങളിലും പച്ചക്കറികൾ വിള യിപ്പിക്കാനുള്ള വൈഭവം അച്ഛനുണ്ടല്ലോ.

പി ജി പഠനത്തിന്റെ ഭാഗമായി കോളേജിനടുത്ത് ലോഡ്ജിൽ താമസം തുടങ്ങി. തുടക്കത്തിൽ ചിറയിൻകീഴിൽനിന്നുള്ള ഷാനവാ സായിരുന്നു കൂട്ട്. ഒറ്റ മുറി. ഹോട്ടൽ ഭക്ഷണം. പഠനവും അതുമായി ബന്ധപ്പെട്ടുള്ള യാത്രകളുമൊക്കെ ഒപ്പം. സമ്മർദ്ദങ്ങൾ പെരുകുന്ന വൈകുന്നേരങ്ങളിൽ ഷാനവാസ് എല്ലാം മറന്ന് പാടും. ശോക സാന്ദ്ര മായ പാട്ടുകളോടാണ് ഷാനവാസിന് പ്രിയം. യുദ്ധകാണ്ഡം എന്ന സിനിമയിൽ യേശുദാസ് പാടി അനശ്വരമാക്കിയ "ശ്യാമ സുന്ദര പുഷ്പമേ, എന്റെ പ്രേമ സംഗീതമാണ് നീ '' എന്ന ഗാനം ഷാനവാസ് ധ്യാനലീനനായി വിഭിന്ന സ്ഥായിയിൽ പാടുമ്പോൾ ഞാൻ മിഴികളടച്ച് നിശബ്ദനായി കേട്ടിരിക്കും. നഷ്ടബോധത്തിന്റെ തീവ്ര അലകളുയർത്തു ന്ന ഗാനം ഒരു തലോടൽപോലെ അനുഭവിക്കും.

എം എസ്സ്സി കൂടുതലും സ്വയം പഠനമാണ്. ഒരു ദിവസം ഒന്നോ രണ്ടോ മണിക്കൂറുകൾ മാത്രമേ അദ്ധ്യാപകർ ക്ലാസ്സ് എടുക്കുകയുള്ളൂ. ജനുവേട്ടനും ചിലപ്പോൾ ക്ലാസ്സ് എടുക്കും. പിന്നെ വായനയും പ്രാ ക്ടിക്കലും. ലൈബ്രറിയിൽനിന്നും പുസ്തകകങ്ങളെടുത്ത് സ്വന്തമായി നോട്ടുകൾ തയ്യാറാക്കും. അവ പങ്കിടും. കൂടെയുള്ളത് രണ്ട് പെൺകു ട്ടികളാണ്. എല്ലാവരുമായി നല്ല സൗഹൃദം. അങ്ങിനെ ഒന്നാം വർഷം കടന്നുപോയി.

രണ്ടാം വർഷം കടുത്ത സമ്മർദ്ദങ്ങളുടെ കാലമായിരുന്നു. കഠിനമായ തയ്യാറെടുപ്പുകൾ വേണ്ട തിയറി പേപ്പറുകൾ. സമയ ബന്ധിതമായി നടത്തേണ്ടുന്ന പ്രാക്ടിക്കലുകൾ, വ്യക്തിഗതമായും കൂട്ടായും ചെയ്യേണ്ട പ്രോജക്ടുകൾ. പരാശ്രയ ജീവികളെകുറിച്ച് സിദ്ധാന്തപരമായും പ്രയോ ഗപരമായും പൂർത്തിയാക്കേണ്ട ഒരു പ്രത്യേക പേപ്പർ ഉണ്ട്. അതുമായി

ബന്ധപ്പെട്ട് ജില്ലയുടെ വിവിധ ഭാഗങ്ങളിൽനിന്നും വ്യത്യസ്ത വിഭാഗങ്ങളിൽപെടുന്ന ജീവികളെ ശേഖരിക്കണം. അവയുടെ ശരീരത്തിലെ പരാന്നഭോജികളെ മാറ്റി, നിർലജ്ജീകരിച്ച് വർണ്ണങ്ങൾ ചാലിച്ച് സ്ലൈഡുകളാക്കണം. പകൽ മുഴുവൻ കഠിനാധ്വാനമാണ്. രാത്രി ഉറക്കമൊഴിച്ചുള്ള വരയും റെക്കോഡുകൾ തയ്യാറാക്കലും പഠനവും. രാമചന്ദ്രൻ സാറുമായി അദ്ദേഹത്തിന്റെ മാനസികാവസ്ഥ മനസ്സിലാക്കിയേ ഇടപെടാനാകൂ. സാറുമായി ഒരു അകലം എന്നും നിലനിന്നിരുന്നു. സാറിന്റെ താല്പര്യങ്ങൾ തിരിച്ചറിഞ്ഞ് പെരുമാറാൻ പലപ്പോഴും സാധിച്ചിരുന്നില്ല. അതിന് ശ്രമിച്ചിരുന്നുമില്ല. പാരസിറ്റോളജി പേപ്പറുമായി ബന്ധപ്പെട്ട് വ്യത്യസ്തമായി വല്ലതും ചെയ്താൽ സാറിന് വലിയ സന്തോഷമാണ്. അങ്ങിനെ വല്ലതും ചെയ്താൽതന്നെ അത് സാറിനെ ബോധ്യപ്പെടുത്തി പ്രീതി നേടാൻ ആവേശമൊട്ടും തോന്നിയിട്ടില്ല. അദ്ധ്യാപകരുമായുള്ള ആത്മ ബന്ധം പി ജി പഠനത്തിന്റെ സവിശേഷതയാണെന്ന് കേട്ടിരുന്നുവെങ്കിലും സാറുമായി അങ്ങിനെയൊരു ബന്ധം ഉണ്ടായില്ല എന്നത് സത്യമാണ്. ഈ സമ്മർദ്ദങ്ങളൊക്കെ നിലനിൽക്കുമ്പോഴും സഹവിദ്യാർത്ഥികളുമായും പി ജി ജൂനിയർ വിദ്യാർത്ഥികളുമായുമുള്ള സ്നേഹവും അടുപ്പവും അനുദിനം സുദൃഢമായി വരുന്നുണ്ടായിരുന്നു. സങ്കടങ്ങളും പ്രയാസങ്ങളും കഷ്ടപ്പാടുകളുമൊക്കെ നിലനിൽക്കുമ്പൊഴാണാല്ലോ മനുഷ്യർക്കിടയിലെ അകലം കുറയുക. വൈകാതെ സഹദേവനും നാരായണനും ഞങ്ങളോടോപ്പം ചേർന്നു. ചാലയിലെ ഒരു കൊച്ചുവീട്ടിലേക്ക് ഞങ്ങൾ താമസം മാറി.

ഫീസും അനുബന്ധ ചെലവുകളും യാത്രകളും എല്ലാമായി സാമ്പത്തികമായി വളരെ സമ്മർദ്ദത്തിലായ നാളുകൾ. മുന്നോക്ക വിഭാഗത്തിലെ പിന്നോക്കക്കാർക്കുള്ള 'കുമാര പിള്ള കമ്മീഷൻ' സ്കോളർഷിപ്പിന് നേരത്തെ അപേക്ഷിച്ചിരുന്നു. രണ്ടാം വർഷത്തെ കടുത്ത പ്രയാസത്തിനിടയിൽ അത് അനുവദിക്കപ്പെട്ടത് വലിയ ആശ്വാസമായി. വീട്ടിൽനിന്നും സമാഹരിക്കുന്ന പണത്തിൽ അൽപ്പം കുറവ് വരുത്താനായി. പഠനം മുറുകുകയായി. ഞങ്ങളുടെ കണ്ണിലും മനസ്സിലും ശ്രീനാരായണ കോളേജ് എന്നൊന്നില്ല. എം എസ് സി ക്ലാസ് മുറിയും ലാബും ലൈബ്രറിയും അദ്ധ്യാപകരും മാത്രം. കോളേജിൽ നടക്കുന്ന വിദ്യാർത്ഥി സംഘടനാ പ്രവർത്തനങ്ങളോ അവർ തമ്മിലുള്ള പടലപ്പിണക്കങ്ങളോ ഞങ്ങൾ അറിയുന്നില്ല. കേമ്പസ്സിലെ കലാ കായിക സാംസ്കാരിക പ്രവർത്തനങ്ങളും ഞങ്ങൾ അറിയുന്നില്ല. കോളേജ് ദിനാഘോഷങ്ങൾ നടക്കുമ്പോഴും ഞങ്ങൾ ലാബിൽ പരാന്നഭോജികളെ തിരയുകയായിരുന്നു. ശനിയാഴ്ചകളിലും ഞങ്ങൾ ലാബിലെത്തും.

ഞായറാഴ്ചകളിൽ വയലുകളിലെ ജലസ്രോതസ്സുകളിൽ മൽസ്യങ്ങളേയും ഉഭയ ഉരഗ ജീവികളെയും തേടിയുള്ള യാത്രകൾ. ലോഡ്ജിൽ കട്ടൻ ചായയുടെ ലഹരിയിൽ രാവുകളെ പകലുകളാക്കി ജോലി ചെയ്യും. മുൻഗണനാക്രമത്തിൽ ചെയ്തു തീർക്കേണ്ട പ്രവർത്തികളുടെ വലിയ പട്ടികയിൽ ഒന്നൊന്നായി വെട്ടി മാറ്റി മുന്നേറുന്ന ദിനരാത്രങ്ങൾ. പരീക്ഷയൊന്ന് കഴിഞ്ഞുകിട്ടിയെങ്കിലെന്ന് തീവ്രമായി കൊതിച്ചുപോയ ദിവസങ്ങൾ. നിർമ്മലഗിരിയിലെ പുഷ്കലമായ കാലം ചിലപ്പോൾ ഓർക്കും. സക്രിയമായും സാർത്ഥകമായും കഴിഞ്ഞുപോയ ജീവിതത്തിലെ വസന്തകാലം. പക്ഷേ ഇതും ഒരു നിയോഗമാണ്. നിയതമായ ലക്ഷ്യത്തിലേക്കുള്ള പാത കടുത്തതാണെന്നും അതിലൂടെ നടന്ന് മുറിവേറ്റിടണമെന്നും ആരാണ് പറഞ്ഞത്. അതെ ഗൗതമ ബുദ്ധൻ തന്നെ. പക്ഷേ അദ്ദേഹം മോക്ഷത്തിലേക്കുള്ള മാർഗ്ഗത്തെപ്പറ്റിയാണ് പറഞ്ഞത്. ഞങ്ങൾക്കിത് ഒരർത്ഥത്തിൽ മോക്ഷമാർഗം തന്നെ.

പഠനം തീരുന്നതിന് രണ്ട് മാസം മുമ്പാണ്, നേരത്തെ പങ്കെടുത്ത എഴുത്ത് പരീക്ഷയുടെ തുടർച്ചയായി കാനറാ ബാങ്കിൽ ക്ലെറിക്കൽ തസ്തികയിലേക്ക് അഭിമുഖത്തിന് അറിയിപ്പ് വന്നത്. ബന്ധുക്കളിൽ പലരും അഭിമുഖത്തിന് പോകണമെന്ന അഭിപ്രായക്കാരായിരുന്നു. പക്ഷേ പഠനം പാതിവഴിയിൽ മതിയാക്കി ജോലി സാധ്യത ആരായുന്നതിൽ തീരെ താൽപര്യം തോന്നിയില്ല. അച്ഛനമമ്മയും നിർബന്ധിച്ചുമില്ല. പി ജി തീരാൻ ദിവസങ്ങൾ ശേഷിക്കെ, തീവ്രസഹനങ്ങൾ വൃഥാവിലാക്കി മോഹവഴിയിൽനിന്നും പിന്തിരിയാൻ മനസ്സ് ഒരുക്കമല്ലായിരുന്നു.

അക്കാദമിക് വർഷത്തിന്റെ തിരശീല വീഴാൻ നേരമായി. ഞങ്ങളുടെ ഇടപെടൽ കുട്ടതലായും രാമചന്ദ്രൻ സാറിലേക്കും ജനുഎട്ടനിലേക്കു മൊതുങ്ങി. അപ്പോഴും മനസ്സിന്റെ പിരിമുറക്കം കുറയുകയായിരുന്നില്ല. വിദ്യാർത്ഥികളുടെ മനസ്സിന്റെ ആഴങ്ങളിലെ ചുഴിയും തിരയിളക്കങ്ങളും തിരിച്ചറിയാനുള്ള അദ്ധ്യാപകരുടെ അഭാവം തിരിച്ചറിഞ്ഞ നാളുകൾ. വ്യക്തിപരമായ പ്രയാസങ്ങളും സമ്മർദ്ദങ്ങളും സൃഷ്ടിക്കുന്ന അരക്ഷിതാവസ്ഥയിൽ അവരെ ചേർത്തുപിടിക്കാൻ അവരുടെ കൈകൾ നീളുമ്പോൾ വിദ്യാർത്ഥി അനുഭവിക്കുന്ന ഒരു സമാശ്വാസമുണ്ടല്ലോ, അത് വാക്കുകൾക്കതീതമാണ്. അത്തരമൊരു സാന്ത്വനം ഞങ്ങളെല്ലാവരും ഗാഢമായി ആഗ്രഹിച്ചിരുന്നു.

ദീർഘ സഹനപർവ്വം അവസാനിക്കുന്നു. പരീക്ഷയായി. തിയറിയും പ്രാക്ടിക്കലും പ്രൊജക്റ്റ് മൂല്യ നിർണ്ണയവും വൈവയും എല്ലാം കഴിഞ്ഞപ്പോൾ സംതൃപ്തിയോടൊപ്പം നേരിയ നഷ്ടബോധവും അനുഭവപ്പെട്ടു എന്നത് സത്യം. പരസ്പരം പിരിയാൻ നേരമായി. ജൂനിയർ

വിദ്യാർത്ഥികളോടും യാത്രപറയാൻ സമയമായി. പരീക്ഷകളെല്ലാം പരീക്ഷണങ്ങളാണല്ലോ. എത്ര നന്നായി തയ്യാറെടുത്താലും പരീക്ഷ നടക്കുന്ന സമയത്തെ മനസ്സിന്റെ നില നമ്മുടെ പ്രകടനത്തെ സ്വാധീനിക്കുമല്ലോ. എങ്കിലും എല്ലാം കൂട്ടി കിഴിക്കുമ്പോൾ മെച്ചങ്ങളുടെ വലിയ സംഖ്യ തന്നെയായിരിക്കും അവസാന കള്ളിയിൽ എന്ന് വിലയിരുത്തി. എല്ലാം കഴിഞ്ഞ് ലോഡ്ജിലേക്ക് മടങ്ങുമ്പോൾ മനസ്സ് കനമില്ലാത്തൊരു തൂവെള്ള പക്ഷിത്തൂവൽ പോലെ ഒഴുകി നടക്കുകയായിരുന്നു. പരീക്ഷാ ഫലം വരുന്നതുവരെ ചിന്താഭാരങ്ങളൊന്നുമില്ലാതെ ഇനി കഴിയാം.

ഒരു മാസത്തെ കാത്തിരിപ്പിന് ശേഷം പരീക്ഷാ ഫലം വന്നു. ഒന്നാം ക്ലാസ് വിജയം. യൂണിവേഴ്സിറ്റിയിൽ രണ്ടാം റാങ്കും. രണ്ട് മാർക്കിന് ഒന്നാം റാങ്ക് കൈവിട്ടിരിക്കുന്നു. അത് സാരമില്ല. അന്ന് കണ്ണൂർ യൂണിവേഴ്സിറ്റി സ്ഥാപിതമായിട്ടില്ല. തൃശ്ശൂർ മുതൽ കാസർഗോഡ് ജില്ലവരെയുള്ള കോളേജുകളെല്ലാം കോഴിക്കോട് യൂണിവേഴ്സിറ്റിയിൽ പെടുന്നു. പത്തോ പന്ത്രണ്ടോ കോളേജുകളിൽ സുവോളജി പി ജി ഉണ്ടെന്നാണ് ഓർമ്മ. ജന്തുശാസ്ത്രത്തിന്റെ വിശാല വാതായനങ്ങൾ തുറന്ന് കിട്ടിയിരിക്കുന്നു. ഇനി വേണം കൂടുതൽ തെളിച്ചമുള്ള കാഴ്ചകളിലേക്ക് യാത്ര തുടരാൻ. ഏതൊരു ശാസ്ത്ര ശാഖ പോലെ ഇതും ആഴവും പരപ്പും അറിയാത്ത പാരാവാരമാണ്. അതിൽനിന്നും ഒരു തുടമെങ്കിലും കോരിയെടുക്കാൻ കഴിഞ്ഞത് ഭാഗ്യം. അത് ജീവിതത്തിന്റെ ഗതിവിഗതികൾ നിയന്ത്രിക്കുമെങ്കിൽ സന്തോഷം. ഈ ബിരുദം എന്തുൾക്കാഴ്ചയാണ് നൽകിയത്? അനന്തമായ ജന്തു വൈവിധ്യം, അവയുടെ ഉത്ഭവ പരിണാമ ചരിത്രം, പരിസ്ഥിതിയുമായുള്ള അവയുടെ താദാത്മ്യം, ജീവകോശമെന്ന അദ്ഭുതം, ശരീരമെന്ന ആസൂത്രിത ജൈവിക മാധ്യമം, അവിടെ നടക്കുന്ന നിരവധി ജൈവ രാസ പ്രവർത്തനങ്ങൾ, കോശഘടന പോലുമില്ലാത്ത അണുജീവികളുടെ വിസ്മയലോകം, ജൈവ സവിശേഷതകളുടെ രഹസ്യം പേറുന്ന ജീനുകൾ, ജീനുകളുടെ പ്രവർത്തന രീതികൾ, ഏക കോശത്തിൽനിന്നും രൂപമെടുക്കുന്ന സങ്കീർണ്ണ ജീവന്റെ മാസ്മരിക വൈവിധ്യം, ജന്തുശാഖയിലെ ആനുകാലിക ഗവേഷണ സരണികൾ അങ്ങിനെ അങ്ങിനെ സമ്പന്നമായ എന്തെല്ലാം ജൈവ ശാസ്ത്ര ബോധ്യങ്ങൾ സ്വാംശീകരിക്കാൻ കഴിഞ്ഞു. പക്ഷേ അറിയുന്നു ഇനിയാണ് കൂടുതൽ പഠിക്കാനുള്ളത്. അടിസ്ഥാനമായി, ഇനി പണിതുയർത്തണം വിഷയസംബന്ധിയായ കൂടാരവും ജീവിത മോഹ കടീരങ്ങളും.

ഇനിയെന്തുവേണം എന്നതായി അടുത്ത ചിന്ത. ഗവേഷണ സാധ്യത ആരായണം. ശ്രീനാരായണ കോളേജ് കേന്ദ്രത്തിൽ ഗവേഷണ ത്തിന് ചേരാൻ താൽപ്പര്യമില്ല. കോളേജിൽ അധ്യാപക ജോലിയുടെ സാധ്യതയും തിരയണം. പരിമിതമായ വിഭവങ്ങളേ കയ്യിലുള്ളൂ. അവ ബുദ്ധിപരമായി വിനിയോഗിക്കണം. രണ്ട് വർഷത്തെ കഠിന അദ്ധ്വാ നത്തിനും, എം എസ്സ് സി ബിരുദത്തിന്റെ മതിപ്പിനും വിലയുണ്ടാവു ന്നൊരു ജോലി, അതാണ് സ്വപ്നം. വിഭവദാരിദ്ര്യമുണ്ടെങ്കിലും സ്വപ്നം കാണാൻ മടിക്കേണ്ടതില്ലല്ലോ. മൂന്ന് മാസങ്ങൾ കടന്നുപോയി. വായന യുടേയും തയ്യാറെടുപ്പുകളുടെയും നാളുകൾ. അനിശ്ചിതമായ ഭാവിയുടെ വേവലാതികൾ നിറഞ്ഞ നാളുകൾ. അതേ സമയം പ്രതീക്ഷകളുടെയും.

ഗവേഷണവഴിയിൽ

ഗവേഷണം ഒരു തപസ്യയാണ്. ബുദ്ധിയും ശ്രദ്ധയും ക്ഷമയും കഠിനാദ്ധ്വാനവും അനിവാര്യമായ ഏകാഗ്രമായ പ്രവർത്തനമാണ്. മാത്രമല്ല, കലർപ്പില്ലാത്ത താൽപ്പര്യം ഉണ്ടെങ്കിൽ മാത്രമേ അത് ആസ്വാദ്യകരമാവുകയുള്ളൂ. ഏറെനാളുകൾ കഷ്ടപ്പെട്ട് സമാർജ്ജിക്കുന്ന നിരീക്ഷണഫലങ്ങളോ പരീക്ഷണ നിഗമനങ്ങളോ ചിലപ്പോൾ പ്രയോജനപ്പെട്ടെന്ന് വരില്ല. പ്രതീക്ഷിക്കാത്ത സന്ദർഭത്തിൽ അതിശയിപ്പിക്കുന്നൊരു നിരീക്ഷണമോ കണ്ടെത്തലോ സാധ്യമായെന്നും വരാം. എന്തായാലും ദീർഘസംവത്സരങ്ങൾ വേണ്ടിവരും ലക്ഷ്യത്തിലെത്താൻ. അതിനിടയിൽ താൽപര്യങ്ങൾ മാറിയാൽ ഗവേഷണം വഴിമുട്ടും. ഗവേഷണവഴിയിൽ കാലിടറിപ്പോയാൽ നഷ്ടപ്പെടുന്നത് നിരവധി വർഷത്തെ പ്രയത്നത്തിന്റെ ഫലങ്ങളാകും.

പി ജി പൂർത്തിയാക്കുന്ന 1979 ലൊന്നും കോളേജ് അധ്യാപനത്തിന് ഗവേഷണ ബിരുദം വേണമെന്നില്ല. ഗവേഷണത്തിന് ഇന്നുള്ള പ്രാധാന്യവും പരിഗണനയും സാമ്പത്തിക പിന്തുണയും അക്കാലങ്ങളിൽ ഇല്ലായിരുന്നു. ഗവേഷണവും അധ്യാപനവും പരസ്പരപൂരകമാണെന്നിരിക്കിലും യു ജി സി, സയൻസ് & ടെക്നോളജി പോലുള്ള ഉന്നത വിദ്യാഭ്യാസരംഗത്തെ നിയന്ത്രിക്കുന്ന സ്ഥാപനങ്ങളുടെ ഗവേഷണ പദ്ധതികളുടെ പിന്തുണയും സൗകര്യങ്ങളും ഇന്നത്തെപ്പോലെ വ്യാപകമായിരുന്നില്ല. അത് കൊണ്ട് തന്നെ ഗവേഷണ ബിരുദമുള്ള അധ്യാപകർ വിവിധ വിഷയങ്ങളിൽ വളരെ കുറവുമായിരുന്നു. അധ്യാപനം അന്നൊക്കെ പ്രധാനമായും അതത് വിഷയങ്ങളിൽ സ്വരൂപിക്കപ്പെട്ട വിജ്ഞാനം പകർന്നു നൽകുന്ന പ്രക്രിയ മാത്രമായിരുന്നു. അറിവുകളുടെ

നിർമ്മാണവും അവയുടെ വ്യാപനവുമെന്നുള്ള പരികൽപനയൊന്നും രൂപപ്പെട്ട് വന്നിരുന്നില്ല. ഗവേഷണകേന്ദ്രങ്ങൾ കൂടിയായ ഡിപ്പാർട്മെന്റുകൾ കോളേജുകളിൽ ചുരുക്കമായിരുന്നു.

പി ജി ബിരുദധാരികൾ എം ഫിൽ അല്ലെങ്കിൽ പി. എച്ച്ഡി ബിരുദങ്ങൾക്ക് റജിസ്റ്റർ ചെയ്ത് ഗവേഷണമാരംഭിക്കുകയോ ഗവേഷണപദ്ധതികളുമായി ബന്ധപ്പെട്ട് ഗവേഷണജോലികളിലേർപ്പെടുകയോ ചെയ്യാറാണ് പതിവ്. യൂണിവേഴ്സിറ്റി കേന്ദ്രങ്ങളിലാണ് ഗവേഷണ സൗകര്യങ്ങൾ കൂടുതലായി നിലവിലുള്ളത്. കോളേജിൽ ജോലി നേടുക എന്നത് പെട്ടെന്ന് സാധിതമാകുന്ന ഒരു കാര്യമല്ലെന്ന് മനസ്സിലായി. കാലവും സമയവും അനുകൂലമാവുന്നത് എപ്പോഴാണെന്നറിയില്ല. എങ്കിലും പ്രിയതരമായ ആഗ്രഹം വിട്ടുകളയാനാവില്ല. എം എസ്സ്സി കഴിഞ്ഞ് വെറുതെ ഇരിക്കരുതെന്ന് എപ്പോഴും ഓർമ്മിപ്പിക്കുമായിരുന്നു ശ്രീ നാരായണ കോളേജിലെ ഹൈമ ടീച്ചറും സുധീരൻ സാറും. കോഴിക്കോട് യൂനിവേഴ്സിറ്റി സെന്ററിൽ ഗവേഷണ സാധ്യത തിരയണമെന്ന് ആലോചിക്കുമ്പോഴാണ് അവിടുത്തെ ജന്തുശാസ്ത്രവിഭാഗത്തിലെ പക്ഷിശാസ്ത്ര ഗവേഷണ പദ്ധതിയിൽ റിസേർച് അസിസ്റ്റന്റ് നിയമനത്തിനുള്ള പത്രക്കുറിപ്പ് കാണുന്നത്. അപേക്ഷിക്കുകതന്നെ. അഭിമുഖം കഴിഞ്ഞപ്പോൾ തെരഞ്ഞെടുക്കപ്പെട്ടവരുടെ പട്ടികയിൽ മൂന്നാം സ്ഥാനത്താണ്. രണ്ട് ഒഴിവുകളേ ഉള്ളൂ. സ്വാഭാവികമായും നിരാശയായി. പക്ഷേ രണ്ട് ആഴ്ച കഴിഞ്ഞപ്പോൾ ഒരു ഒഴിവ് വന്നതുകൊണ്ടായിരിക്കാം ഗവേഷണ പദ്ധതിയിൽ ചേരാനുള്ള അറിയിപ്പ് ലഭിക്കുന്നു. അങ്ങിനെ ഞാൻ "ദക്ഷിണേന്ത്യൻ പക്ഷികളുടെ പാട്ടും വിളിയും" (Songs & Calls of South Indian Birds) എന്ന ഗവേഷണ പദ്ധതിയിൽ ഗവേഷണ ജോലിക്ക് കയറി. അച്ഛനുമമ്മയും സന്തോഷിച്ചു. മകന് ജോലി കിട്ടിയല്ലോ. ജോലിയുടെ സ്വഭാവം എന്താണെന്നോ ഭാവി സാധ്യത എന്താണെന്നോ അവരന്വേഷിച്ചതേ ഇല്ല. ഏഴ് വർഷത്തെ ശ്രമകരമായ പഠനം കഴിഞ്ഞൊരു ജോലി എന്നത് മാത്രമായിരുന്നു അവരുടെ ചിന്ത. പക്ഷിശാസ്ത്രവുമായി ബന്ധപ്പെട്ട ജോലിക്ക് നാടോടികളുടെ പക്ഷി ശാസ്ത്രവുമായി വല്ല ബന്ധവുമുണ്ടോ എന്ന് ആകുലപ്പെട്ട ബന്ധുക്കളും ചിലരുണ്ടായിരുന്നു. എന്റെ ഉൽക്കർഷത്തിലുള്ള നിഷ്കളങ്കമായ കരുതലും താൽപ്പര്യവുമല്ലാതെ അവരുടെ സംശയങ്ങൾക്ക് വേറെ ദുരുദ്ദേശങ്ങളൊന്നുമുണ്ടായിരുന്നില്ല.

ഡോ. ഡി എൻ മാത്യു ആണ് ഗവേഷണ പദ്ധതിയുടെ നായകൻ. വിജയ ഗോപാലും ഞാനും ഗവേഷണ അസിസ്റ്റന്റുകൾ. വളരെ പതിയെ കാര്യമാത്രപ്രസക്തമായി മാത്രം സംസാരിക്കുന്ന മാത്യു സാർ. തീർത്തും

അക്കാദമിക്ക് ആയി മാത്രമേ അദ്ദേഹം ഇടപെടുകയുള്ളൂ. വിജയഗോപാൽ ശുദ്ധനും രസികനുമായ സുഹൃത്തായിരുന്നു. മണിക്കൂറുകളോളം നിശ്ശബ്ദനായി ജോലിചെയ്യും. സംസാരിക്കാൻ തുടങ്ങിയാൽ അതൊരു ഒഴുക്കാണ്. അയാളുടെ ദീർഘവും ഉച്ചസ്ഥായിയിലുള്ള ചിരിയും ശ്രോതാവിന്റെ ചുമലിൽ തട്ടിയുള്ള സ്നേഹപ്രകടനവും എന്നെ വല്ലാതെ ആകർഷിച്ചിരുന്നു. ഏവരെയും സ്നേഹിക്കാനും സഹായിക്കാനുമുള്ള ഉദാരമായ മനസ്ഥിതിയുടെ ഉടമ. ഗവേഷകരുടെ ഹോസ്റ്റലിലാണ് ഞങ്ങൾ താമസിച്ചത്. ഗവേഷണാർത്ഥം ഒന്നായി യാത്ര ചെയ്തു. ദൂരസ്ഥലങ്ങളിൽ ഒരേ മുറിയിൽ തങ്ങി. വിശേഷങ്ങളെല്ലാം പരസ്പരം പങ്കുവെച്ചു. ഗവേഷണ സാധ്യതകളും അതിന്റെ വെല്ലുവിളികളും വൈയക്തികമായി ചർച്ച ചെയ്തു. മാത്യു സാറിന്റെ കീഴിൽ ഉപ്പൻ അഥവാ ചെമ്പോത്ത് (Greater coucal -Crow Pheasnt) എന്ന പക്ഷിയിൽ ഗവേഷണം നടത്തുന്ന വേണുഗോപാലും ചിലപ്പോൾ ഞങ്ങളുടെ യാത്രകളിൽ ചേരും. ഏത് സംഗതിയേയും വളരെ നിസ്സംഗമായി നേരിടാൻ പഠിക്കണമെങ്കിൽ വേണുവിന്റെ ശിഷ്യനാകണം. പക്ഷി ഗവേഷണത്തിൽ പി. എച്ച്ഡി നേടിയ വേണു പിന്നീട് കൊൽക്കത്തയിലെ മ്യൂസിയത്തിൽ ഉന്നത പദവിയിൽ എത്തുകയുണ്ടായി.

സസ്യങ്ങളുടെ ആശയവിനിമയം 'രാസദൂതി'ലൂടെ ആണെങ്കിൽ ജീവികളുടെ ഭാഷ സിഗ്നലുകളാണ്. പക്ഷികളിൽ അത് ശബ്ദവിന്യാസങ്ങളിലൂടെയാണ്. പക്ഷികളെ തിരിച്ചറിയുന്നതിനും അവയുടെ വർഗ്ഗീകരണത്തിനും, പരസ്പര ആശയവിനിമയത്തിനും പാട്ടും വിളികളും എത്രമാത്രം പ്രയോജനകരമാണെന്നുള്ള അന്വേഷണമായിരുന്നു പ്രോജക്റ്റിന്റെ കാതൽ. മനുഷ്യസഹവാസ ഇടങ്ങളിലും വിജനമായ വനപ്രദേശങ്ങളിലും ജലശേഖരങ്ങളിലും പാടത്തും കുന്നിൻപുറങ്ങളിലും താഴ്വാരങ്ങളിലും പക്ഷികളെ തേടി പോവുക, അവയുടെ ശബ്ദങ്ങൾ റെക്കോർഡ് ചെയ്യുക, ജീവചേഷ്ടകളുമായി അവയെ ബന്ധപ്പെടുത്തുക, അവ പുനരാവിഷ്ക്കരിക്കുമ്പോൾ അവയുടെ പ്രതികരണം പഠിക്കുക എന്നതൊക്കെ രസകരമായ കാര്യമായിരുന്നു.

യൂണിവേഴ്സിറ്റിയിൽനിന്നും വിട്ടതിനുശേഷം ഒരുതവണമാത്രമേ വിജയഗോപാലിനെ നേരിൽ കാണാൻ പറ്റിയുള്ളൂ. പി. എച്ച്ഡി. എടുത്തതും യൂണിവേഴ്സിറ്റി പരീക്ഷാവിഭാഗത്തിൽ ജോലിക്ക് ചേർന്നതും അറിയുന്നുണ്ടായിരുന്നു. വിവാഹത്തിനും പങ്കെടുക്കാനായില്ല. പ്രിയ സുഹൃത്ത് അർബുദ ബാധിതനായത് അറിഞ്ഞതേയില്ല. അർധോക്തിയിൽ ജീവിതം മതിയാക്കി പോയതറിഞ്ഞത് ദിവസങ്ങൾക്ക് ശേഷവും. നഷ്ടസൗഹൃദത്തിന്റെ വിങ്ങൽ ഒരു മരവിപ്പായി മാറിയ നിമിഷം.

മോഹിച്ച ജോലിയിലേക്ക്

പ്രൊജക്റ്റ് ചെയ്യുമ്പോഴും അതിനനുബന്ധമായ വിഷയത്തിൽ പി എച്ച്ഡിക്ക് പാർട്ട് ടൈം ആയി രജിസ്റ്റർ ചെയ്യാം. പ്രൊജക്റ്റ് കാലാവധി പൂർത്തിയായി റിപ്പോർട്ട് സമർപ്പിച്ചതിന് ശേഷം മാത്രമേ പി എച്ച്ഡി പ്രബന്ധം സമർപ്പിക്കാൻ പാടുള്ളൂ എന്ന് മാത്രം. വിജയഗോപാൽ ഈ രീതിയിൽ മുമ്പോട്ട് പോകുമ്പോഴും കോളേജ് അധ്യാപകനാകാനുള്ള മോഹം ഉടനെ പി എച്ച്ഡിക്ക് രജിസ്റ്റർ ചെയ്യുന്നതിൽനിന്നും എന്നെ പിന്നോട്ട് വലിച്ചു. പ്രോജെക്റ്റിൽ ഒരു വർഷം പൂർത്തിയാക്കിയില്ല, നായർ സർവീസ് സൊസൈറ്റിയുടെ കോളേജുകളിൽ ജന്തുശാസ്ത്ര അധ്യാപക ജോലിക്കുള്ള അഭിമുഖ വിജ്ഞാപനം വന്നു. അന്നൊക്കെ മലബാറിൽ നായർ സർവീസ് സൊസൈറ്റിക്ക് വേരോട്ടമുണ്ടെങ്കിലും കരയോഗം, യൂണിയൻ എന്നീ രീതിയിലുള്ള സംഘടനാ സംവിധാനങ്ങളൊക്കെ ദുർബ്ബലമായിരുന്നു. അത്കൊണ്ട് തന്നെ പ്രാദേശിക ഘടകങ്ങളുമായി ബന്ധപ്പെടാതെ ചാലക്കുടിയിൽ രാഘവേട്ടനുമായി ബന്ധപ്പെട്ട് എൻ എസ് എസ്സിന്റെ പ്രസിഡന്റ് ശ്രീ പനമ്പള്ളി രാഘവമേനോനെ നേരിൽ പോയി കണ്ടു. പി ജിക്ക് മെറിറ്റുണ്ടല്ലോ, നോക്കാം എന്ന മറുപടി പ്രതീക്ഷ നൽകി. അഭിമുഖം പ്രതീക്ഷിച്ചതിലും നന്നായിരുന്നു. 'പക്ഷികളും പാട്ടും' ചർച്ച യായപ്പോൾ അതുമായി ബന്ധപ്പെട്ട് സംസാരിക്കാനുള്ള അവസരം നന്നായി വിനിയോഗിച്ചു. അഭിമുഖം ഭംഗിയായി കഴിഞ്ഞപ്പോൾ മനസ്സൊന്ന് തെളിഞ്ഞു.

അധ്യാപക അഭിമുഖത്തിന് ചങ്ങനാശ്ശേരിയിലേക്ക് പോകുമ്പോൾ മനസ്സ് അകെ അസ്വസ്ഥമായിരുന്നു. മദിരാശിയിൽ മകളോടൊപ്പം

പോയ അമ്മ ഹൃദ്രോഗബാധിതയായി അവിടെ ആശുപത്രിയിൽ. ഒരു വീഴ്ചയെ തുടർന്ന് കിടപ്പിലായ അച്ഛൻ അഴിയൂരിൽ ജേഷ്ഠന്റെ പോസ്റ്റ് ഓഫീസ് ക്വാർട്ടേഴ്സിൽ കഴിയുന്നു. രണ്ട് സഹോദരന്മാരും മദിരാശിയിൽ. ജേഷ്ഠത്തിയമ്മ ഇളയ മകനെ പ്രസവിച്ച് സ്വന്തം വീട്ടിലും. ഇരിങ്ങണ്ണൂരിലെ വീട് ശൂന്യം. സമ്മർദ്ദങ്ങളെല്ലാമൊതുക്കി ജേഷ്ഠന്റെ മക്കളും ഞാനും അഴിയൂരിൽ. ഒരാളോട് ഉപദേശം തേടാൻ പോലും പറ്റാത്ത തികഞ്ഞ നിസ്സഹായാവസ്ഥ. ദിവസങ്ങൾക്കുള്ളിൽ കോളേജ് അദ്ധ്യാപകനായി തെരഞ്ഞെടുക്കപ്പെട്ട അറിയിപ്പ് വന്നു. മഹാത്മാ ഗാന്ധി യൂണിവേഴ്സിറ്റി മേഖലയിൽ വാഴൂർ എൻ എസ് എസ് കോളേജിലാണ് നിയമനം. അത്യാവശ്യം വേണ്ട പണമൊക്കെ വളരെ വിഷമിച്ചാണെങ്കിലും സംഘടിപ്പിച്ചു. 1980 നവംബർ 17 ന് വാഴൂർ ശ്രീ വിദ്യാധി രാജാ എൻ എസ് എസ് കോളേജിൽ ജൂനിയർ ലെക്ചറർ ആയി ജോലിയിൽ പ്രവേശിച്ചു. വർഷങ്ങളായി മനസ്സിൽ കൊണ്ടുനടന്ന മോഹം അങ്ങിനെ യാഥാർഥ്യമായി.

ജോലിയിൽ പ്രവേശിക്കാൻ പോകുമ്പോഴും വലിയ സമ്മർദ്ദത്തിലായിരുന്നു. അമ്മ ആശുപത്രിയിൽ തുടരുന്നു. അച്ഛന്റെ രോഗാവസ്ഥയും മെച്ചപ്പെട്ടിട്ടില്ല. വാഴൂർ കോളേജിലേക്ക് അസ്വസ്ഥ മനസ്സോടെ ഏകനായി എനിക്ക് പോകേണ്ടിവന്നു. പഠിക്കാൻ കരുത്ത് നൽകിയ അമ്മ അപ്പോഴും അപകടഘട്ടം തരണം ചെയ്തിരുന്നില്ല. അച്ഛൻ അവശനായി കിടക്കുന്നു. മോഹിച്ച ജോലിയിലേക്ക് അനുഗ്രഹം വാങ്ങി പുറപ്പെടാൻ വിധിയില്ല. എല്ലാം ശുഭമാകുമെന്ന് ഉള്ളിൽനിന്ന് ആരോ പറഞ്ഞുവോ. തോന്നിയതാണ്. മനസ്സ് അങ്ങിനെ സങ്കൽപ്പിക്കാൻ ശ്രമിച്ചതാവാം. കൂടെ നിൽക്കാൻ ആരുമില്ലാതാവുമ്പോൾ എന്തും നേരിടാനുള്ള ഒരു ഉൾധൈര്യം ആർക്കായാലും കരുത്തായിമാറും. ജീവിതം ഇങ്ങനെയൊക്കെയാണ്. നല്ലതും കെട്ടതുമായ സാഹചര്യങ്ങൾ മാറിയും മറഞ്ഞും വരും. അവയോട് പൊരുത്തപ്പെടുകയേ നിർവാഹമുള്ളൂ. നിശ്ചിത ഇടങ്ങളിലെത്താൻ ചില പരീക്ഷണങ്ങളിലൂടെ കടന്നുപോകേണ്ടിവരും. മുൾമുനയുള്ള വഴിയിലൂടെ കടന്ന് പോകുന്നത് ഭാവിയിൽ അഹിതമായവയെ നേരിടാനുള്ള ശിക്ഷണമാകാം. അനുഭവങ്ങളെ അങ്ങിനെയും കാണണമല്ലോ.

മദിരാശിയിൽനിന്നും ചാലക്കുടിയിൽ രണ്ടാമത്തെ സഹോദരന്റെ വീട്ടിലെത്തിയ അമ്മക്ക് അസുഖം കൂടി. അടുത്ത ദിവസം ഞങ്ങളെയെല്ലാം തീരാദുഃഖത്തിലാഴ്ത്തി അമ്മ യാത്രയായി. തീർത്തും അകാലത്തെ വിയോഗം. മദിരാശിയിലേക്ക് പോയതിന് ശേഷം എനിക്ക് അമ്മയെ കാണാൻ കഴിഞ്ഞതേയില്ല. ജോലിയിൽ പ്രവേശിച്ച കാര്യം അമ്മ

അറിഞ്ഞുകാണുമോ. അബോധമനസ്സിന്റെ മായികാകാശത്തിൽ ഒരു നക്ഷത്രപ്രകാശമായി മകന്റെ സൗഭാഗ്യം പതിഞ്ഞുകാണുമോ. അങ്ങിനെതന്നെ വിശ്വസിക്കുന്നു. വൈകാതെ ചാലക്കുടിയിലെ ത്തുമെന്നും അപ്പോൾ കാണാമെന്നുമായിരുന്നു വിചാരിച്ചിരുന്നത്. ജോലിയിൽ ചേർന്നിട്ട് ഒരാഴ്ച പൂർത്തിയാക്കി അടുത്ത അവധിക്ക് പോകാം എന്നായിരുന്നു നിശ്ചയിച്ചത്. പക്ഷേ നിയതിയുടെ തീർപ്പ് മറ്റൊന്നായിരുന്നു. മകൻ കോളേജ് അധ്യാപകനാവാൻ തീവ്രമായി മോഹിക്കുകയും അതിനുവേണ്ടി ത്യാഗങ്ങളേറെ സഹിക്കുകയും ചെയ്ത ആൾ, അധ്യാപകനായി മാറിയ മകനെ കാണാൻ കാത്തുനിൽക്കാതെ കാലയവനികക്കപ്പുറത്തേക്ക് പോയി.

മൊബൈൽ ഫോൺ ഇല്ലാത്ത കാലം. കോളേജ് ഓഫീസിന്റെ നമ്പറൊന്നും ആർക്കും അറിയില്ല. ടെലിഗ്രാം കയ്യിലെത്താൻ പിറ്റേ ദിവസമായി. പുറപ്പെട്ട് വീട്ടിലെത്താൻ ഒരു ദിവസം കൂടി വേണ്ടി വന്നു. ഫ്രീസർ സൗകര്യങ്ങളൊന്നും ലഭ്യമല്ലാത്ത നാട്ടിൻപുറം. അമ്മയുടെ ഭൗതിക ദേഹം അവസാനമായി കാണാൻപോലും സാധിച്ചില്ല. അർദ്ധരാത്രി വീട്ടിലെത്തുമ്പോൾ ഉപാധികളില്ലാത്ത സ്നേഹത്തിൻെറ ആൾരൂപം തെക്കേ പറമ്പിലെ ചിതയിൽ ചാരമായി തീർന്നിരുന്നു. സാന്ത്വനങ്ങൾ വിറങ്ങലിച്ച കനം വെച്ച നിശബ്ദതയിൽ തിരിച്ചറിഞ്ഞു ഒന്നും മടക്കി നൽകാനാവാത്ത അവസ്ഥയിൽ പെട്ടുപോയല്ലോ ഈ മകനെന്ന്. ഒരുനാളും നികത്താനാവാത്ത നഷ്ടം സംഭവിച്ചിരിക്കുന്നു. വീട് വിട്ട് ദൂരേക്ക് പോകുമ്പോൾ ഉടുമുണ്ടിന്റെ കോന്തല ഇടതുകൈമടക്കിൽ ഒതുക്കിപ്പിടിച്ച് കാണാമറയത്തോളം നോക്കിനിൽക്കാനും തിരിച്ചെത്തുമ്പോൾ നിറകൺചിരിയോടെ സ്വാഗതം ചെയ്യാനും ഇനി ആരുമില്ല. "തടുക്കാനാവാത്തത് പൊറുക്കുക" എന്ന് പറയാറില്ലേ. അതെ, അത് മാത്രമേ ഇനി ചെയ്യാനുള്ളൂ. പക്ഷേ അമ്മയുടെ വിയോഗം എല്ലാ സഹനത്തിനും പൊറുക്കലിനുമപ്പുറമായിരുന്നു.

അമ്മയുടെ വിയോഗം കഴിഞ്ഞ് ഒരു വർഷത്തിനുള്ളിൽ അച്ഛനും ഈ ലോകം വിട്ടുപോയി. മരണത്തിന് ഒരാഴ്ച മുമ്പ് നാട്ടിൽ വന്ന് അച്ഛനെ കണ്ടിരുന്നു. അമ്മയുടെ കാര്യത്തിൽ സംഭവിച്ചപോലെ എത്താൻ വൈകിയതുകൊണ്ട് അച്ഛന്റെ ഭൗതികദേഹവും അവസാനമായി കാണാൻ കഴിഞ്ഞില്ല. ഓർമ്മയിൽ അവരുടെ ജീവൻതുടിക്കുന്ന മുഖങ്ങൾ മാത്രം അവശേഷിക്കട്ടെ എന്ന് ഏതോ അദൃശ്യ ശക്തി തീരുമാനിച്ചത് പോലെ. മൗനവേദനയോടെ അതും സ്വീകരിക്കുന്നു. 'അനിത്യവും അപ്രിയവുമായ സംസാര ചക്രത്തിൽപെട്ട് കറങ്ങിത്തിരിഞ്ഞ് പിരിഞ്ഞുപോകുന്നവർ മാത്രമാണ് അമ്മ അച്ഛൻ ഭ്രാതാവ്

സഖാവ് എന്നിവരെല്ലാം' സത്യമിതാണെങ്കിലും സ്നേഹബന്ധങ്ങളുടെ അടിസ്ഥാന കണ്ണികൾ മുറിഞ്ഞുപോകുമ്പോൾ അനുഭവിക്കേണ്ടിവരുന്ന വേദന അതിതീവ്രമാണ്. പൊരുത്തപ്പെടാൻ ഏറെ സമയമെടുക്കുന്ന ജീവിത സന്ധികൾ.

രണ്ട് വർഷം വാഴൂർ കോളേജിൽ ജോലി ചെയ്തു. അന്നവിടെ ജന്തുശാസ്ത്ര ബിരുദ കോഴ്സ് ഇല്ലായിരുന്നു. പ്രീ ഡിഗ്രിക്കും ബോട്ടണിയുടെ ഉപവിഷയമായും ജന്തുശാസ്ത്രം പഠിപ്പിക്കാനുണ്ട്. ഒരു തസ്തിക മാത്രം. ഉപവിഷയം രണ്ടാം വർഷമെത്തുമ്പോഴാണ് ഒരു തസ്തികകൂടി അനുവദിക്കപ്പെട്ടത്. നല്ല സൗഹൃദവും അധ്യാപക കൂട്ടായ്മയും വാഴൂർ കോളേജിന്റെ സവിശേഷതയായിരുന്നു. മലബാറിൽനിന്നും എത്തിയ ആൾ എന്ന ഒരു പരിഗണന എല്ലാവരിൽനിന്നും കിട്ടിയിരുന്നു. ചേർത്തല സ്വദേശിയായ ശിവകുമാർ സാർ എന്ന ചരിത്ര വിഭാഗത്തിലെ അധ്യാപകനുമായുള്ള ആദ്യദിവസം മുതലുള്ള ബന്ധവും സൗഹൃദവും ഇന്നും ഊഷ്മളമായി തുടരുന്നു. എ കെ പി സി ടി എ എന്ന ശക്തമായ അധ്യാപക സംഘടനയിൽ മനസ്സ്കൊണ്ട് അണിചേർന്ന കാലം. അന്നൊക്കെ സ്വകാര്യ കോളേജ് സർവ്വീസിൽ ചേർന്നാൽ യൂണിവേഴ്സിറ്റി അംഗീകാരമൊക്കെ കിട്ടി ശമ്പളമൊക്കെ ലഭിക്കാൻ ഒരു വർഷമെങ്കിലും വേണമായിരുന്നു. നാലക്കം തികയാത്ത ശമ്പളം. ഇന്ന് ഒരാളുടെ ദിവസക്കൂലി അതിലും എത്രയോ മീതെയാണ്. കോളേജിൽ ജോലി നേടിയിട്ടും സാമ്പത്തികമായി സുസ്ഥിതി ഇല്ലാത്ത അവസ്ഥയായിരുന്നു എന്ന് സാരം. എങ്കിലും ആഗ്രഹിച്ച ജോലി ചെയ്യാൻ ഭാഗ്യവും അവസരവുമുണ്ടായി എന്നതിൽ വലിയ ആവേശമായിരുന്നു. അധ്യാപനത്തിന്റെ ഓരോ നിമിഷവും അത്യധികം ആസ്വദിച്ചിരുന്നു. ഓരോ ക്ലാസ് കഴിഞ്ഞിറങ്ങുമ്പോഴും അതിയായ ആത്മസംതൃപ്തി അനുഭവിച്ചിരുന്നു. കുട്ടികളുടെ സ്നേഹവും ആദരവും നിർലോഭം ലഭിച്ചിരുന്നു.

അപ്പോഴും നാട്ടിലേക്ക് വരണമെന്ന മോഹം ശക്തമായിരുന്നു. മഞ്ചേരി എൻ എസ് എസ് കോളേജിൽ ഒരു ഒഴിവ് വന്നപ്പോൾ മാനേജ്മെന്റ് അനുകൂലമായ നിലപാട് സ്വീകരിച്ചു. അങ്ങിനെ രണ്ടാം വർഷാവസാനം മഞ്ചേരി എൻ എസ് എസ് കോളേജിലേക്ക് സ്ഥലം മാറ്റം കിട്ടി. എല്ലാ ആഴ്ചയും പോയിവരാവുന്ന ദൂരമേ ഉള്ളൂ. ജന്തുശാസ്ത്രത്തിൽ ബിരുദ കോഴ്സുള്ളത് അധ്യാപനം കൂടുതൽ ഉത്തരവാദത്വപൂർണ്ണമാക്കി. ഡോ.ശിവശങ്കര പിള്ള ഡിപ്പാർട്ട്മെന്റ് മേധാവി. ശിവരാമൻ നായർ എന്ന സീനിയർ അധ്യാപകനും വിജയകുമാറും ഞാനും സഹ അധ്യാപകർ. അധ്യാപനവും അനുബന്ധ പ്രവർത്തനങ്ങളും സക്രിയമായ കാലം. അധ്യാപക സംഘടനാ പ്രവർത്തനത്തിലും സജീവമായി.

ദേശീയ സാക്ഷരതാ മിഷൻ കോ ഓർഡിനേറ്റർ ആയും നാഷണൽ സർവിസ് സ്കീം പ്രോഗ്രാം ഓഫീസറായുമൊക്കെ മഞ്ചേരിയുടെ സാമൂഹ്യ മേഖലകളിൽ ഇടപെടാൻ കഴിഞ്ഞ കാലം. മഞ്ചേരിയുടെ പ്രാന്ത പ്രദേശങ്ങളിൽ എൻ എസ് എസ് ദശദിന ക്യാമ്പുകൾ സംഘടിപ്പിക്കുമ്പോൾ നാട്ടുകാരുമായും സാമൂഹ്യ പ്രവർത്തകരുമായും പൊതുപ്രവർത്തകരുമായുമൊക്കെ അടുത്തിടപെടാൻ കഴിഞ്ഞത് നല്ല അനുഭവമായി. വിദ്യാർത്ഥികളുമായി സമൂഹമധ്യത്തിലേക്കിറങ്ങിച്ചെന്ന് പ്രവർത്തിക്കുമ്പോൾ വിദ്യാർത്ഥികൾക്കത് അനൗപചാരിക അഭ്യസനമാകുമ്പോൾ അധ്യാപകരെ സംബന്ധിച്ചിടത്തോളം അത് വലിയ തിരിച്ചറിവായി മാറുന്നു. സമൂഹത്തിന്റെ വ്യത്യസ്ത തട്ടുകളിലുള്ള ആളുകൾ എങ്ങിനെയൊക്കെ ജീവിക്കുന്നു എന്നതും അവരുടെ സാമൂഹിക സാമ്പത്തിക അവസ്ഥകൾ എത്ര സങ്കീർണ്ണമാണെന്നും അവരുടെ ജീവിത പരിസരങ്ങൾ എത്ര ക്ലേശപൂരിതമാണെന്നും മനസ്സിലാക്കുന്നത് ഇത്തരം പ്രവർത്തനങ്ങളിലൂടെയാണ്. ക്ലാസ് മുറികളിലും പരീക്ഷണമുറികളിലും നിയതമായ പ്രവൃത്തികൾ ചെയ്യുമ്പോഴും പഠിപ്പിക്കുന്ന വിഷയവുമായി ബന്ധപ്പെട്ടും പരിസ്ഥിതി വിഷയങ്ങളുമായി ബന്ധപ്പെട്ടും അധ്യാപകന് പൊതുസമൂഹത്തിൽ പലതും ചെയ്യാനാവുമെന്ന് തിരിച്ചറിഞ്ഞത് മഞ്ചേരി കോളേജിൽ ജോലി ചെയ്യുമ്പോഴാണ്. അധ്യാപനം കൂടുതൽ ആസ്വാദ്യകരമാകുന്നത് ഇങ്ങിനെയുള്ള പ്രവർത്തനങ്ങളിൽ ഇടപെടുമ്പോഴാണ്.

മഞ്ചേരിയിൽ ഹരീന്ദ്രനാഥും വിജയകുമാറുൾപ്പടെയുള്ള അധ്യാപക സുഹൃത്തുക്കളുമായി ഒരു വീടെടുത്ത് താമസിക്കുകയായിരുന്നു. വാഴൂരിൽനിന്നും ശിവകുമാർ സാറും അപ്പോഴേക്ക് മഞ്ചേരി കോളേജിലേക്ക് സ്ഥലം മാറി എത്തിയിരുന്നു. അന്നൊക്കെ എൻ എസ് എസ് കോളേജുകളിൽ തെക്കുനിന്ന് വടക്കോട്ടും തിരിച്ചും പൊതു സ്ഥലം മാറ്റവും പ്രത്യേക സന്ദർഭങ്ങളിൽ ഒറ്റപ്പെട്ട സ്ഥലം മാറ്റങ്ങളും നടക്കുക പതിവാണ്. നിശ്ചിതമായ മാനദണ്ഡങ്ങളൊന്നും സ്ഥലം മാറ്റങ്ങളിൽ പാലിക്കപ്പെട്ടിരുന്നില്ല. എ കെ പി സി ടി എ എന്ന പ്രബലമായ അധ്യാപക സംഘടനക്ക് മാനേജ്മെന്റുമായി ആരോഗ്യകരമായ ഒരു ബന്ധമായിരുന്നില്ല ഉണ്ടായിരുന്നത്. മാനേജ്മെന്റിന് ഹിതകരമല്ലാത്ത സംഘടനാ പ്രവർത്തനങ്ങളുടെ പേരിലും മറ്റ് പ്രശ്നങ്ങളുടെ പേരിലും വിയോജിപ്പുകളുമായി ബന്ധപ്പെട്ടും തെക്കൻ കേരളത്തിലുള്ള നിരവധി അധ്യാപകർ മലബാറിലെ കോളേജുകളിലേക്ക് സ്ഥലം മാറ്റത്തിലൂടെ വരേണ്ടിവന്നിട്ടുണ്ട്. മലബാറിൽനിന്നുള്ള അധ്യാപകരുടെ സംഖ്യ കുറവായതിനാലും ഇത് അനിവാര്യമായി വന്നിട്ടുണ്ട്. ആഗ്രഹത്തിന്

വിപരീതമായി ഇങ്ങിനെ ദൂരസ്ഥലങ്ങളിൽ ജോലി ചെയ്യേണ്ടിവരുമ്പോൾ സ്ഥാപനത്തോട് കൂറും താൽപ്പര്യവും തോന്നാതിരിക്കുക സ്വാഭാവികം. അസൗകര്യ സ്ഥലം മാറ്റത്തിന്റെ പേരിൽ സ്ഥാപനത്തിന്റെ ഉത്തമ താല്പര്യങ്ങൾക്കെതിരെ നിലപാടെടുത്ത അധ്യാപകരുമുണ്ട്. ഫലമോ മലബാറിലെ മിക്ക എൻ എസ് എസ് കോളേജുകളും ഭൗതിക സൗകര്യങ്ങളുടെ കാര്യത്തിലും അക്കാദമിക് മികവിന്റെ കാര്യത്തിലും മാത്രമല്ല, ജീവനക്കാരുടെ തൊഴിൽ സാഹചര്യങ്ങളിലും ഏറെ പിറകിലായിരുന്നു. അത്കൊണ്ട് തന്നെ ആന്തരിക പ്രശ്നങ്ങളിലും വിദ്യാർത്ഥികളുടെ നിഷേധാത്മക സമീപനത്തിലും മുന്നിലും. കോളേജിന്റെ നിയന്ത്രണമുള്ള പ്രിൻസിപ്പൽമാരും ദൂരസ്ഥലങ്ങളിൽനിന്നാകുമ്പോൾ കാര്യങ്ങൾ കൂടുതൽ സങ്കീർണ്ണമായി മാറുന്നു. പ്രദേശവാസികൾക്കും പ്രാദേശിക എൻ എസ് എസ് ഘടകങ്ങൾക്കും കോളേജിന്റെ കാര്യത്തിൽ അക്കാലങ്ങളിൽ വേണ്ടത്ര താൽപ്പര്യവുമില്ലാത്ത അവസ്ഥ. വടക്കോട്ടുള്ള മിക്ക കോർപൊറേറ്റ് മാനേജ്മെന്റ് സ്ഥാപനങ്ങളുടെയും അവസ്ഥ ഏറെക്കുറെ ഇത് തന്നെയായിരുന്നു. ക്രിസ്ത്യൻ മാനേജ്മെന്റ് സ്ഥാപനങ്ങളും, പ്രാദേശിക മാനേജമെന്റ് സ്ഥാപനങ്ങളും സൗകര്യങ്ങളും പഠന മികവും നിലനിർത്തി മുന്നേറുന്നത് കണ്ടപ്പോൾ സ്വന്തം സ്ഥാപനത്തിന്റെ സ്ഥിതിയോർത്ത് അന്നൊക്കെ വലിയ സങ്കടം തോന്നിയിരുന്നു. മാനേജ്മെന്റിന് ജീവനക്കാരോടും ജീവനക്കാർക്ക് മാനേജ്മെന്റിനോടുമുള്ള സമീപനത്തിൽ കാതലായ വ്യതിയാനങ്ങൾ വേണമെന്ന് അന്നേ തോന്നിയിരുന്നു. പക്ഷേ ഒരു കാര്യമുണ്ട്. ജീവനക്കാരൻ സ്ഥാപനത്തിന് ഒട്ടും യോജിക്കാത്ത പ്രവർത്തി ചെയ്താൽ പോലും അയാളെ ജോലിയിൽനിന്നും പിരിച്ചുവിടുന്ന കടുത്ത നടപടി വളരെ വിരളമായേ എൻ എസ് എസ് മാനേജ്മെന്റ് സ്വീകരിച്ചിരുന്നുള്ളൂ. ഈ ഔദാര്യമില്ലായിരുന്നുവെങ്കിൽ ചില കുടുംബങ്ങളെങ്കിലും വഴിയാധാരമായിപ്പോയേനേ.

വിവാഹവും കൂടുമാറ്റങ്ങളും

ജോലിയായി. സ്ഥിരവരുമാനമായി. വിവാഹമെന്ന അടുത്ത ഘട്ടത്തിലേക്ക് കടക്കേണ്ട സമയമായെന്നോർമ്മിപ്പിച്ചുകൊണ്ട് അന്വേഷണങ്ങളും ആലോചനകളും വന്നുകൊണ്ടിരുന്നു. കോളേജ് അധ്യാപക സേവനവേതന വ്യവസ്ഥകളൊന്നും അക്കാലത്ത് ഇന്നത്തെപ്പോലെ ആകർഷകമായിരുന്നില്ല. ജീവിത പങ്കാളിക്ക് ജോലിയോ ജോലി ലഭിക്കാനർഹമായ യോഗ്യതയോ വേണമെന്ന് സ്വാഭാവികമായും ചിന്തിച്ചു. വിവാഹ ആലോചനകൾക്കിടയിൽ അമ്മാവന്റെ മകൾ ഉഷയുടെ ആലോചന വന്നപ്പോൾ അമ്മയുണ്ടായിരുന്നെങ്കിൽ എന്തായിരിക്കും പ്രതികരണം എന്നാണാലോചിച്ചത്. ഏറ്റവും പ്രിയപ്പെട്ട സഹോദരന്റെ മകൾ പുത്രവധുവായി വരുന്നത് അമ്മയ്ക്ക് നിശ്ചയമായും ഹിതകരമായിരിക്കുമെന്ന് മനസ്സ് പറഞ്ഞു. ജന്തു ശാസ്ത്രത്തിൽ ബിരുദവും, ഇംഗ്ലീഷ് സാഹിത്യത്തിൽ ബിരുദാനന്തര ബിരുദവുമുള്ള ആളായതിനാൽ ചില കാര്യങ്ങളിൽ തരംഗ ദൈർഘ്യ സമാനതയുമുണ്ട്. ഒരു ജോലി നേടുക എന്നത് ശ്രമസാധ്യവുമാണ്. അടക്കവുമൊതുക്കവും, ക്ഷമയും സഹനശീലവും അൽപ്പം കുറഞ്ഞ തനിക്ക് അവ വേണ്ടുവോളമുള്ള ജീവിത പങ്കാളിയാവും ചേരുക എന്നതും നിയതിയുടെ തീർപ്പാവാം. ജ്യേഷ്ഠസഹോദരന്മാരും സഹോദരിയും അനുകൂലിച്ചപ്പോൾ ബന്ധം തീരുമാനമായി. 1984 ഡിസംബർ 30 ന് ഞങ്ങൾ വിവാഹിതരായി. മഞ്ചേരിയിലെ ഒരു കൊച്ചു വാടകവീട്ടിൽ ജീവിതത്തിന്റെ പുതിയൊരു അദ്ധ്യായം അങ്ങിനെ സമാരംഭിച്ചു.

വിവാഹം കഴിഞ്ഞ് ആറ് മാസത്തിനുള്ളിൽ ഉഷക്ക് നോർത്ത് മലബാർ ഗ്രാമീണബാങ്കിൽ ജോലി ലഭിച്ചു. പയ്യന്നൂരിനടുത്തുള്ള രാമന്തളി ശാഖയിൽ നിയമനവുമായി. ഞങ്ങളുടെ മഞ്ചേരിയിലെ കൂട്ട് ജീവിതം അവസാനിച്ചു. പ്രവൃത്തി ദിവസങ്ങളിൽ പയ്യന്നൂരിലെ ഒരു വനിതാ ഹോസ്റ്റലിലും വാരാന്ത്യങ്ങളിൽ കണ്ണൂരിലെ റെയിൽവേ ക്വാർട്ടേഴ്സിലുമായി പിന്നെ താമസം. മട്ടന്നൂർ പഴശ്ശി രാജാ എൻ എസ് എസ് കോളേജിലേക്ക് സ്ഥലം മാറ്റത്തിനുള്ള എന്റെ അഭ്യർത്ഥന മാനേജ്മെന്റ് സദയം അംഗീകരിക്കുകയും അന്യോന്യമുള്ള ഒരു മാറ്റം വഴി എന്നെ മട്ടന്നൂർ കോളേജിൽ നിയമിക്കുകയും ചെയ്തതോടെ നാട്ടിൽ വീടിനടുത്തുള്ള കോളേജിൽ ജോലി ചെയ്യാനുള്ള സാഹചര്യമായി. അങ്ങിനെ 1985 സെപ്റ്റംബറിൽ മട്ടന്നൂർ കോളേജിലെ ബയോളജി വിഭാഗത്തിൽ ഞാൻ എത്തി. അന്ന് പ്രീഡിഗ്രിക്ക് ജീവശാസ്ത്രം പഠിപ്പിക്കാൻ സസ്യ ശാസ്ത്രത്തിലും ജന്തുശാസ്ത്രത്തിലും ഓരോ തസ്തിക മാത്രമേ കോളേജിൽ നിലവിൽ ഉണ്ടായിരുന്നുള്ളൂ. ജോലിയൊക്കെ വളരെ കുറവാണ്. ഇഷ്ടംപോലെ സമയമുണ്ട്. മട്ടന്നൂരിലെത്തിയ സന്തോഷത്തിനിടയിലാണ് ജീവിതത്തിലെ മറ്റൊരു അനർഘ മുഹൂർത്തം കൂടി സംഭവിച്ചത്. ഞങ്ങൾക്കൊരു മകൾ പിറന്നു. ഇന്ദുലക്ഷ്മി. ജീവിതത്തിന്റെ അർത്ഥതലങ്ങളും മുൻഗണനകളും മാറുകയായിരുന്നു.

മാസങ്ങൾക്കുള്ളിൽ ഉഷ കണ്ണൂർ ഗ്രാമീൺ ബാങ്ക് മുഖ്യ ഓഫീസിലേക്ക് മാറുകയും വൈകാതെ നെടുങ്ങാടി ബാങ്കിലേക്ക് തിരഞ്ഞെടുക്കപ്പെടുകയും ചെയ്തു. വടകര ശാഖയിലായിരുന്നു നിയമനം. പയ്യോളിയിലുള്ള വീട്ടിൽനിന്നും പോകാൻ സൗകര്യമായി. ജീവിതത്തിൽ ഏറെ ഇടങ്ങളിൽ വീട് വെച്ച് താമസിക്കാനുള്ള ഞങ്ങളുടെ യോഗം തുടങ്ങുകയായിരുന്നു. ഇന്ദുവിന്റെ പ്രാരംഭ പഠനം പയ്യോളിയിലായിരുന്നു. അടുത്ത വർഷം ഞങ്ങൾ കൂത്തുപറമ്പിലേക്ക് മാറിയപ്പോൾ ഇന്ദു നിർമ്മലഗിരിയിലെ റാണി ജയ് കോൺവെന്റിൽ ചേർന്നു. അപ്പോഴേക്കും ഉഷക്ക് തലശ്ശേരി ശാഖയിലേക്ക് സ്ഥലം മാറ്റം കിട്ടി. കൂത്തുപറമ്പിൽ മൂന്ന് വാടക വീടുകളിൽ ഞങ്ങൾ മാറി മാറി താമസിച്ചു. ഒടുവിൽ പാറാലിൽ സ്ഥലം വാങ്ങി വീട് നിർമ്മിച്ചു. അതിനിടയിൽ ഉഷ കൂത്തുപറമ്പ് ശാഖയിലേക്ക് മാറി.

കൂത്തുപറമ്പ് എന്നും വൈകാരികമായി അടുപ്പമുള്ള നഗരമാണ്. ബിരുദ പഠനം പൂർത്തിയാക്കിയ പ്രിയപ്പെട്ട കോളേജ് കൂത്തുപറമ്പിന്റെ പ്രാന്തപ്രദേശമായ നിർമ്മലഗിരിയിലായിരുന്നല്ലോ. മകളുടെ ഹൈസ്കൂൾ വിദ്യാഭ്യാസവും ശേഷമുള്ള മംഗലാപുരത്തെ ഹയർ സെക്കണ്ടറി പഠനകാലവും ചേർത്ത് 12 വർഷങ്ങൾ ഞങ്ങൾ കൂത്തുപറമ്പിൽ

താമസിച്ചു. മംഗലാപുരത്തെ കാനറാ ജൂനിയർ കോളേജിലെ പഠനം മകൾക്ക് വീട്ടിൽനിന്ന് മാറി സ്വതന്ത്രമായി താമസിക്കാനും മറ്റ് കുട്ടികളുമായി നന്നായി ഇടപഴകി ജീവിക്കാനുമുള്ള പരിശീലനം നൽകി എന്നാണ് വിശ്വാസം. കേരളത്തിലെ കുട്ടികൾ പലപ്പോഴും ഇംഗ്ലീഷ് ഭാഷ കൈകാര്യം ചെയ്യുന്നതിൽ പിറകിലാണെന്ന് തോന്നിയിട്ടുണ്ട്. ബിരുദ ബിരുദാനന്തര തലങ്ങളിൽ ഭാഷാപരമായും മികവുറ്റ വിദ്യാഭ്യാസം ലഭ്യമാകുമ്പോൾ മാത്രമേ മികവുള്ള അധ്യാപകരെ, പ്രത്യേകിച്ചും ഭാഷാപ്രാവീണ്യമുള്ള അധ്യാപകരെ രൂപപ്പെടുത്താൻ കഴിയുകയുള്ളൂ. അങ്ങിനെയുള്ള അധ്യാപകരുടെ ശിക്ഷണത്തിൽ മാത്രമേ വിദ്യാർത്ഥികളുടെ ഭാഷാപ്രാവീണ്യം മെച്ചപ്പെടുകയുള്ളൂ. ഇംഗ്ലീഷ് മീഡിയത്തിൽ പഠിക്കുന്ന കുട്ടികൾക്ക്പോലും ഈ പരിമിതി ഉണ്ടെന്ന് വരുമ്പോൾ മലയാളം മീഡിയത്തിലെ കുട്ടികളുടെ കാര്യം പറയേണ്ടതില്ലല്ലോ.

ചെറിയ ക്ലാസ് മുതൽ സഹപാഠിയായ ശ്രുതിയും മംഗലാപുരത്ത് ഇന്ദുവിനൊപ്പം ചേർന്നത് രണ്ടുപേർക്കും സൗകര്യപ്രദമായി. സുഹൃത്തും സഹപ്രവർത്തകനുമായ രവിയുടെ മരുമകളാണ് ശ്രുതി. കുഞ്ഞുപറമ്പിൽ ഞങ്ങളുടെ അയൽക്കാരായിരുന്ന ഗോവിന്ദൻ നായരുടെയും ഗൗരിയുടെയും മകൾ.

വളരെ ചെറിയ പ്രായത്തിൽ കൂട്ടുകാരായവരാണ് ശ്രുതിയും ഇന്ദുവും. ഒറ്റ മകളായ ഇന്ദു സ്കൂൾ പഠനം കഴിഞ്ഞപ്പോൾത്തന്നെ മറ്റൊരു സംസ്ഥാനത്ത് തുടർപഠനാർത്ഥം മാറിത്താമസിച്ച് പഠിക്കുന്നതിന്റെ മനസിക സമ്മർദ്ദം ഞങ്ങൾ നന്നായി അനുഭവിച്ചിരുന്നു. മൊബൈൽ ഫോണുകളൊന്നും പ്രചാരത്തിൽ വന്നിട്ടില്ലാത്ത കാലമാണ്. കുട്ടികൾ പെയിങ്ങ് ഗസ്റ്റ് ആയി താമസിക്കുന്ന സ്ഥാപനത്തിൽ ഫോണിൽ വിളിച്ച് കാത്തിരുന്നാൽ മാത്രമേ തമ്മിൽ സംസാരിക്കാൻ സാധിക്കുകയുള്ളൂ. മാസത്തിലൊരിക്കൽ മംഗലാപുരത്തേക്കുള്ള യാത്ര പതിവാക്കിയതും വുഡ്‌ലാൻഡ്സ് ഹോട്ടൽ ഞങ്ങളുടെ സമാഗമകേന്ദ്രമായതും അങ്ങിനെയാണ്. ഒരു വാരാന്ത്യത്തിൽ ബസ്സിൽ ശ്രുതിയുടെ കുടുംബാംഗങ്ങളോടൊപ്പം നാട്ടിലേക്ക് വന്ന ഇന്ദുവിനെ കാത്ത് കണ്ണൂർ പ്രൈവറ്റ് ബസ്സ് സ്റ്റാൻഡിൽ സന്ധ്യാനേരം കാത്ത്നിന്നതും ബസ്സ് എത്തിയിട്ടും മകളെ കാണാതെവന്നതും ഉൾക്കിടിലത്തോടെ ഇന്നും ഓർക്കുന്നു. ആർക്കും മൊബൈൽ ഫോണില്ലല്ലോ. ശ്രുതി നടുവിലെ വീട്ടിൽ എത്തിയിട്ട് വേണമല്ലോ വിവരങ്ങളറിയാൻ. എവിടെ അന്വേഷിക്കണം. എങ്ങോട്ട് പോകണം. നേരം വൈകുന്നതിനനുസരിച്ച് വേവലാതിയും കൂടിവന്നു. ബസ്സ് സ്റ്റാൻഡിൽനിന്നും ഫോൺ ബൂത്തിലേക്കും തിരിച്ചും എത്ര തവണ ഓടിയെന്നറിയില്ല. ഒന്നര മണിക്കൂർ

നേരത്തെ ഓട്ടപ്പാച്ചിലിനൊടുവിൽ ബസ്സ് സ്റ്റാൻഡിന്റെ പ്രവേശനവഴിയിൽ തളർന്ന് നിൽക്കുന്ന മകളെ കണ്ടെത്തിയപ്പോൾ അനുഭവിച്ച ആശ്വാസം ജീവിതത്തിലൊരിക്കലും മറക്കില്ല. പ്രൈവറ്റ് സ്റ്റാൻഡിന് പകരം കെ എസ് ആർ ടി സി സ്റ്റാൻഡിൽ തെറ്റി ഇറങ്ങി അച്ഛനെ കാണാതെ വിഷമിച്ച മകൾ. ഏറെകഴിഞ്ഞ് അച്ഛൻ പ്രൈവറ്റ് സ്റ്റാൻഡിലായിരിക്കും കാത്തിരിക്കുന്നതെന്ന് തിരിച്ചറിയുന്നു. അവിടേക്ക് ഓട്ടോറിക്ഷയിൽ വരാൻ കൈയിൽ കാശില്ല. ഒടുവിൽ രാത്രി ഏകയായി നടന്ന് വന്നതാണ്. മൊബൈൽ ഫോണിന്റെ വില ശരിക്കും തിരിച്ചറിഞ്ഞ നിമിഷങ്ങൾ. ജീവിതത്തിൽ ഇത്പോലെ വിറങ്ങലിച്ചുനിന്നുപോയ വേറൊരു സന്ദർഭം ഉണ്ടായിട്ടില്ല.

ശ്രുതിയും ഇന്ദുവുമായുള്ള ബന്ധം പളനിയിലെ എൻജിനിയറിങ്ങ് പഠനത്തിലും പിന്നീട് കണ്ണൂർ സർവ്വകലാശാലാ കേന്ദ്രത്തിലെ എം ബി എ പഠനത്തിലും തുടർന്നു. ബന്ധുക്കളായ സീനിയർ വിദ്യാർത്ഥികൾ ഇരുവരുടെയും ജീവിതപങ്കാളികളായിവന്നത് ആകസ്മികമെന്ന് കരുതാമോ ? അറിയില്ല. എല്ലാം എവിടെയോ തീരുമാനിക്കപ്പെടുന്നു.

വർഷങ്ങൾക്ക് ശേഷം കുത്തുപറമ്പിൽനിന്നും പയ്യോളിയിലേക്കും, കൂടുതൽ സൗകര്യം പരിഗണിച്ച് പിന്നീട് മട്ടന്നൂരിലേക്കും വീട് പണിത് ഞങ്ങൾ ചുവട് മാറ്റം നടത്തി. അതിനിടയിൽ നെടുങ്ങാടി ബാങ്ക് പഞ്ചാബ് നാഷണൽ ബാങ്കിൽ ലയിച്ചിരുന്നു. സ്ഥലം മാറ്റത്തിൽ കടുംനിലപാടുള്ള പി എൻ ബി പക്ഷെ കുത്തുപറമ്പിൽനിന്നും പയ്യോളിയിലേക്കും പിന്നീട് തലശ്ശേരിയിലേക്കും അധികം വൈകാതെ ഇരിട്ടിയിലേക്കും ഉഷക്ക് സ്ഥലം മാറ്റം അനുവദിച്ചത് അതിശയകരമായി തോന്നിയിട്ടുണ്ട്. ഔദ്യോഗിക ജീവിതം കഴിഞ്ഞപ്പോൾ മട്ടന്നൂരിൽനിന്നും മുഴപ്പിലങ്ങാട് വില്ലയിലേക്കും ഒടുവിൽ പയ്യോളിയിലേക്കും മാറി ഞങ്ങൾ 'പ്രവാസം' അവസാനിപ്പിച്ചു.

പഴശ്ശിരാജ കോളേജ് എന്ന വലിയ തട്ടകം

നാട്ടുകാർ സംഭാവനയായി നൽകിയ നൂറേക്കറോളം വരുന്ന കുന്നിൻ പുറത്ത് 1964 ൽ ആണ് വീര കേരളവർമ്മ പഴശ്ശി രാജാവിന്റെ പേരിൽ നായർ സർവീസ്സ് സൊസൈറ്റി ഒരു ഉന്നത വിദ്യാഭ്യാസ സ്ഥാപനം തുടങ്ങിയത്. സർവ്വാദരണീയനായ ശ്രീ. മന്നത്ത് പദ്മനാഭൻ കോളേജ് തുടങ്ങാനുള്ള തീരുമാനമെടുത്തപ്പോൾ മട്ടന്നൂരിന്റെ വികസനത്തിന് അടിസ്ഥാനശില പാകിയ മട്ടന്നൂർ മധുസൂദനൻ തങ്ങളും, നാട്ടുകാരുടെ പ്രിയങ്കരനായ ശ്രീ. എം.പി മൊയ്തു ഹാജിയും സർവ്വ സഹായങ്ങളും നൽകി കൂടെ നിന്നു. യുഗപ്രഭാവനായ ശ്രീ. മന്നത്ത് പദ്മനാഭൻ ഉത്തരമലബാറിന്റെ കിഴക്കൻ മേഖലയിലുള്ള കുട്ടികളുടെ ഉന്നത വിദ്യാഭ്യാസ സങ്കൽപ്പങ്ങൾ സാക്ഷാത്കരിക്കാൻ ദീർഘവീക്ഷണത്തോടെ സമാരംഭിച്ച സ്ഥാപനം ബാലാരിഷ്ടതകൾ കഴിഞ്ഞും വർഷങ്ങളോളം വികസന മുരടിപ്പിലായിരുന്നു എന്നതാണ് വാസ്തവം. മട്ടന്നൂർ കോളേജ് ആരംഭിച്ച അതേ കാലത്ത് പ്രവർത്തനമാരംഭിച്ച നിർമ്മലഗിരി കോളേജ് ഭൗതികമായും അക്കാദമികമായും വളർച്ചയുടെ ഓരോ ഘട്ടം പിന്നിടുമ്പോഴും മട്ടന്നൂർ കോളേജ് വളർച്ച മുരടിച്ച അവസ്ഥയിൽ ഏറെക്കാലം തുടരുകയായിരുന്നു. കോളേജിന്റെ പിന്നാക്ക അവസ്ഥയുടെ കാരണങ്ങൾ തേടുന്നത് സംഗതമായിരിക്കും.

ഭൗതിക സൗകര്യങ്ങളുടെ അപര്യാപ്തത

ഒരു ഉന്നത വിദ്യാലയത്തിന് അവശ്യം വേണ്ട അംഗീകൃത ഭൗതിക സൗകര്യങ്ങളുണ്ട്. കാറ്റും വെളിച്ചവും നിർലോഭം കടന്നുവരുന്ന ക്ലാസ് മുറികൾ, ശാസ്ത്രീയമായി രൂപകൽപ്പന ചെയ്യപ്പെട്ട പരീക്ഷണശാലകൾ, നല്ല ലൈബ്രറി, വിശാലമായ വായനാമുറി, ചെറുതും വലുതുമായ യോഗങ്ങൾ ചേരാനുള്ള സൗകര്യം, അധ്യാപകർക്കും വിദ്യാർത്ഥികൾക്കുമുള്ള വിശ്രമ മുറികൾ, ഭക്ഷണമുറികൾ, ആധുനിക സൗകര്യമുള്ള ഓഫീസ്, കമ്പ്യൂട്ടർ ലാബ്, ഹോസ്റ്റലുകൾ, ശുദ്ധജലം, ഭക്ഷണ ശാല, കളിസ്ഥലങ്ങൾ, കായിക പരിശീലന ഉപാധികൾ, മതിയായ ടോയ്‌ലറ്റ് സൗകര്യങ്ങൾ ഇവയൊക്കെ കൃത്യമായ ആസൂത്രണത്തോടെ നിർമ്മിക്കപ്പെട്ടുമ്പോഴാണ് പഠന പഠ്യേതര പാഠ്യഅനുബന്ധ പ്രവർത്തനങ്ങളൊക്കെ സുഗമമായി നടത്താനാവുക. ഏറെ വർഷങ്ങളോളം ഇവയിൽ പലതും ഇല്ലായിരുന്നു എന്ന് മാത്രമല്ല, ഉള്ളവതന്നെ ആസൂത്രിതമായി നിർമ്മിക്കപ്പെട്ടവയായിരുന്നുമില്ല. ഓരോ വകുപ്പുകൾക്കും പ്രത്യേകം സംഗ്രഹിത സൗകര്യങ്ങളും ഇല്ലായിരുന്നു. ചുരുക്കത്തിൽ കോളേജിന് ഒരു മാസ്റ്റർ പ്ലാൻ ഉണ്ടായിരുന്നില്ല. അത് കൊണ്ട് തന്നെ താൽക്കാലികമായി ഏർപ്പെട്ടുത്തുന്ന സൗകര്യങ്ങളിൽ പലതും പിന്നീട് പൊളിച്ചു കളയുകയോ ഉപേക്ഷിക്കുകയോ വേണ്ടിവന്നിട്ടുണ്ട്. ഇതിന്റെയൊക്കെ ഫലമായി വിദ്യാർത്ഥികൾ ഏറെ അസംതൃപ്തരായിരുന്നു. വിദ്യാർത്ഥി സംഘടനകൾക്ക് പ്രതിഷേധിക്കാനും പ്രക്ഷോഭം നയിക്കാനും ധാരാളം സാദ്ധ്യതകൾ ഇങ്ങിനെ തുറന്ന് കിട്ടുകയായിരുന്നു. അതവർ കാലാകാലങ്ങളിൽ നന്നായി ഉപയോഗിക്കുകയും ചെയ്തിട്ടുണ്ട്.

സ്ഥാപന മേധാവികളുടെ പങ്ക്

പ്രിൻസിപ്പൽ എന്ന സ്ഥാപന മേധാവി മാത്രം വിചാരിച്ചാൽ ഇവയൊന്നും എളുപ്പത്തിൽ പരിഹരിക്കപ്പെട്ടുകയില്ല എന്നത് നേരാണ്. ഒരു കോളേജിന്റെ ഭൗതികപരമായ വളർച്ചക്കും അക്കാദമികമായ മുന്നേറ്റത്തിനും ഹ്രസ്വകാല ലക്ഷ്യങ്ങളും ദീർഘകാല ലക്ഷ്യങ്ങളും അവശ്യം ഉണ്ടായിരിക്കണം. ഓരോന്നും ആസൂത്രിതമായും സമയബന്ധിതമായും പൂർത്തിയാക്കാനുള്ള ചുമതല പ്രിൻസിപ്പൽ ഏറ്റെടുക്കേണ്ടതുണ്ട്. കഴിവും അക്കാദമിക്ക് കാഴ്ചപ്പാടും കഠിനാധ്വാനശേഷിയും ഉള്ള പ്രിൻസിപ്പൽമാരുടെ നേതൃത്വത്തിൽ വർഷങ്ങൾ നീണ്ട പ്രവർത്തനങ്ങളുടെ പരിണതിയാണ് മികവാർന്ന ഒരു കേമ്പസ്സ് എന്ന് പറയുന്നത്. സമീപ സ്ഥങ്ങളായ കോളേജുകളൊക്കെ നേട്ടങ്ങൾ കൈവരിച്ചത് ഇങ്ങിനെയുള്ള അധ്യാപകർ പ്രൻസിപ്പൽമാരായി നിയോഗിക്കപ്പെട്ടപ്പോഴാണ്.

മട്ടന്നൂർ കോളേജ് എൻ എസ് എസ് കോർപ്പറേറ്റ് മാനേജ്മെന്റിന് കീഴിൽ വടക്കേ അറ്റത്തുള്ള കോളേജാണല്ലോ. 2000 വരെ പ്രിൻസിപ്പൽമാരായി വരുന്നവരൊക്കെ തെക്കൻ കേരളത്തിൽനിന്നുള്ളവരും. ആദ്യകാലങ്ങളിൽ പ്രിൻസിപ്പൽ നിയമനത്തിന് സുനിശ്ചിതമായ മാനദണ്ഡങ്ങളൊന്നുമുണ്ടായിരുന്നില്ല. മാനേജ്മെന്റിന്റെ താൽപ്പര്യവും, ഉദ്യോഗക്കയറ്റം കാംക്ഷിക്കുന്നവരുടെ സ്വാധീനവുമനുസരിച്ച് പലരും നിയമിക്കപ്പെട്ടുകയായിരുന്നു. കഴിവുള്ളവരും അക്കൂട്ടത്തിൽ നിയമനം നേടിയിട്ടുണ്ടെന്നത് ശരിയാണ്. പക്ഷേ വല്ലപ്പോഴും മാത്രം. പിന്നെ നിയമിക്കപ്പെട്ടുന്ന ആൾ ആദ്യത്തെ നിയമനം എവിടെയാണെന്നാലും സ്വീകരിക്കും. അടുത്ത വർഷം സ്വന്തം നാട്ടിലേക്ക് സ്ഥലം മാറ്റത്തിന് ശ്രമിക്കും. അപ്പോൾ കേവലം ഒരു വർഷം എന്ന സമയപരിധി സ്വയം നിശ്ചയിച്ചുറപ്പിച്ച്, ശരീരം ഇവിടെയും മനസ്സ് സ്വന്തം നാട്ടിലുമായി വരുന്നവർ ആസൂത്രിതമായി ഒരു കാര്യവും ചെയ്യാൻ ശ്രമിക്കില്ല. യാതൊരു നയവും സമീപനവും പ്രവർത്തന പദ്ധതിയും അവർക്കുണ്ടാകണമെന്നുമില്ല. വിദ്യാർത്ഥികളെ നന്നായി നയിക്കാനും അവരുടെ മതിപ്പ് നേടാനും നിവൃത്തിയില്ലാതെ വരുന്ന ഘട്ടങ്ങളിൽ വികൃതി കാണിക്കുന്നവരെ നിലക്ക് നിർത്താനും അവർക്കൊരു താൽപ്പര്യവും കാണില്ല. പ്രിൻസിപ്പൽ പദവിയിലിരിക്കുന്ന വ്യക്തി സ്ഥാപനവുമായി ബന്ധപ്പെട്ട നിരവധി വിഭാഗക്കാരുമായി ഇടപെടുകയും എല്ലാവരെയും സംയോജിപ്പിച്ച് കൊണ്ടുപോകുകയും ചെയ്യേണ്ട ആളാണല്ലോ. ദൂരസ്ഥലങ്ങളിൽനിന്ന് വരുന്നവരിൽ ചുരുക്കം പേർ മാത്രമേ ഇങ്ങിനെയുള്ള ദൗത്യങ്ങളേറ്റെത്തിട്ടുള്ളൂ. അതും ചെറിയ കാലപരിധിയിൽ നിന്നുകൊണ്ട്. അധികം പേരുടെയും മുൻഗണന നിയമനം കിട്ടിയാൽ മുന്നിലുള്ള കുറച്ച് മാസങ്ങൾ എങ്ങിനെയെങ്കിലും കഴിച്ചുകൂട്ടി താൽപ്പര്യമുള്ള കോളേജിലേക്ക് പോവുക എന്നതായിരുന്നു. പദവിയുമായി ബന്ധപ്പെട്ട സൗകര്യങ്ങൾ അനുഭവിക്കാനുള്ള ആസക്തിയും മറ്റ് നിഗൂഢ താൽപര്യങ്ങളും കൂടിയാകുമ്പോൾ കാര്യങ്ങൾ കുഴഞ്ഞുമറയുകതന്നെ ചെയ്യും. ദൗർഭാഗ്യവശാൽ അങ്ങിനെ ചില ദുര്യോഗങ്ങളും കോളേജിന് സംഭവിച്ചിട്ടുണ്ട്.

അധ്യാപകരിലെ അസംതൃപ്തിയും അനൈക്യവും

പ്രിൻസിപ്പൽമാരുടെ കാര്യം സൂചിപ്പിച്ചതുപോലെ മലബാർ ഭാഗത്തെ എൻ എസ് എസ് കോളേജുകളിൽ ഏറെക്കാലം ദൂരസ്ഥലങ്ങളിലെ അധ്യാപകരായിരുന്നു കൂടുതലും. മട്ടന്നൂർ കോളേജിലും സ്ഥിതി വ്യത്യസ്തമായിരുന്നില്ല. കരയോഗങ്ങളുടെയും യൂണിയനുകളുടെയും സംഘടനാ ബലം പ്രായേണ ദുർബ്ബലമായതിനാൽ പ്രാദേശികമായി

തിരഞ്ഞെടുക്കപ്പെടുന്നവരുടെ എണ്ണവും കുറവായിരുന്നു. അപ്പോൾ നിർബന്ധമായും തിരുവിതാംകൂർ ഭാഗത്തുനിന്നുള്ള അധ്യാപകർ ഇവിടങ്ങളിൽ ജോലിചെയ്യേണ്ടത് അനിവാര്യതയാകുന്നു. അവരിൽ പലരും പ്രഗത്ഭരായ അധ്യാപകരുമായിരുന്നു. അതത് വിഷയങ്ങളിൽ പ്രവീണരും അധ്യാപനമെന്ന കലയിൽ അഗ്രഗണ്യരുമായ അധ്യാപകർ.

എൻ എസ് എസ് കോളേജുകളിലെ പൊതുസ്ഥിതി വിലയിരുത്തുമ്പോൾ വിദ്യാർത്ഥികളെ പഠിപ്പിക്കാനും പ്രചോദിപ്പിക്കാനും എക്കാലത്തും മികച്ച അധ്യാപകരുടെ വലിയ നിര ഉണ്ടായിരുന്നു. അധ്യാപകരുടെ തെരഞ്ഞെടുപ്പിൽ മികവ് തന്നെയാണ് പ്രധാന മാനദണ്ഡം. മറ്റെല്ലാം അത് കഴിഞ്ഞേ പരിഗണനാർഹമാവാറുള്ളൂ. കഴിവുറ്റവരുടെ കൂട്ടത്തിൽനിന്ന് ആവശ്യമുള്ളവരെ നിയമിക്കുമ്പോൾ സ്വാഭാവികമായും വിദ്യാഭ്യാസ യോഗ്യതയും അതത് വിഷയങ്ങളിലെ അവഗാഹവും അധ്യാപനശേഷിയും മികവിന്റെ അളവുകോലാകുമല്ലോ. കുട്ടികൾ മനസ്സ് തുറക്കുമ്പോൾ, രക്ഷാകർത്താക്കൾ സംസാരിക്കുമ്പോൾ അദ്ധ്യാപകരുടെ കഴിവും ശേഷിയും എന്നും പ്രകീർത്തിക്കപ്പെട്ടിട്ടുണ്ട്. അപവാദങ്ങൾ ഏതൊരു മേഖലയിലുമെന്നപോലെ അവിടെയുമിവിടെയും കാണുമായിരിക്കും. അനധ്യാപകരുടെ കാര്യത്തിൽ പൊതുവായി ഇങ്ങിനെ പറയാൻ കഴിയില്ലെന്നതാണ് പരമാർത്ഥം. അറിവും കഴിവുമുള്ളവർ ഏറെയുണ്ട്. ഉൽകർഷേച്ഛയുള്ളവർ പരിചയംകൊണ്ട് മിടുക്കരായി മാറിയിട്ടുണ്ട്. ക്ലറിക്കൽ തസ്തികക്ക് ബിരുദം അടിസ്ഥാന യോഗ്യതയായി നിഷ്കർഷിക്കാത്തതിന്റെ പോരായ്മ വളരെ പ്രകടമാണ്. എൽ ജി എസ്സ് വിഭാഗത്തിൽനിന്നും സ്ഥാനക്കയറ്റം ലഭിച്ച് വരുന്നവരിൽ നല്ലൊരു വിഭാഗം നിയതമായ ജോലി ചെയ്യാൻ ക്ഷമതയുള്ളവരല്ല. എങ്കിലും അടുത്തകാലത്ത് പുതുതായി വരുന്ന ചെറുപ്പക്കാർ പ്രതീക്ഷകൾ നൽകുന്നു എന്ന് പറയേണ്ടതുണ്ട്.

സ്വന്തം ചെയ്തികളാലും, അതിരുകവിഞ്ഞ സംഘടനാ പ്രവർത്തനങ്ങളിൽ ഉൾപ്പെട്ടതിനാലും മാനേജ്മെൻടുമായി ഇടഞ്ഞുനിൽക്കുന്ന ധാരാളം അധ്യാപകർ വടക്കുള്ള കോളേജുകളിലേക്ക് സ്ഥലം മാറ്റത്തിന് വിധേയരായിട്ടുണ്ട്. ചുരുക്കത്തിൽ അസൗകര്യവും അനിഷ്ടകരവുമായ സ്ഥലം മാറ്റത്തിനാൽ അസംതൃപ്തരായ ഒരു അദ്ധ്യാപകനിര പലപ്പോഴും മട്ടന്നൂർ കോളേജിലുമുണ്ടായിരുന്നു. അസംതൃപ്തിയുടെ പാരമ്യത്തിൽ സ്ഥാപനത്തിന്റെ അന്തസ്സിനുപോലും ഹാനികരമാകുന്ന ചില കാര്യങ്ങളിൽ ഉൾപ്പെടാൻ മനസ്സാക്ഷിക്കുത്തില്ലാതെപോയ ചുരുക്കം ചില അധ്യാപകരും ഉണ്ടായിരുന്നു എന്ന് വിസ്മരിക്കുന്നില്ല.

മഹത്തായ ഒരു ജോലിയിലിരുന്നുകൊണ്ട് അന്നദാതാവായ സ്ഥാപനത്തിന്റെ ഉത്തമ താല്പര്യങ്ങൾക്ക് വേണ്ടി പ്രവർത്തിക്കുന്നതിന് പകരം പ്രശ്നങ്ങളുണ്ടാക്കി അന്തരീക്ഷം കലുഷിതമാക്കാൻ ചുരുക്കം ചിലർ ശ്രമിക്കുമ്പോൾ പ്രദേശവാസികളായ ചില മുതിർന്ന അധ്യാപകർ പുലർത്തിയ മൗനവും നിഷ്ക്രിയതയും ദൗർഭാഗ്യകരമായിരുന്നു എന്നുകൂടി പറയേണ്ടതുണ്ട്. വിദ്യാർത്ഥികളുമായി ബന്ധപ്പെട്ട പ്രശ്നങ്ങളിൽ സക്രിയമായി ഇടപെടാനും നിയന്ത്രണങ്ങൾ കൈവിട്ടുപോകുന്ന സന്ദർഭങ്ങളിൽ ധൈര്യപൂർവ്വം ഇറങ്ങി പ്രവർത്തിക്കാനും അവർ കാണിച്ച വൈമനസ്യം അക്ഷന്തവ്യമായിരുന്നു. പതിറ്റാണ്ടുകളോളം നിലനിന്ന അധ്യാപക സംഘടനയിൽ 1985 -86 കാലങ്ങളിൽ ഉണ്ടായ അഭിപ്രായ വ്യത്യാസവും പിളർപ്പും അധ്യാപകരിൽ ശക്തമായ ചേരിതിരിവ് സൃഷ്ടിച്ചത് മട്ടന്നൂർ കോളേജിലും പ്രകടമായിരുന്നു. രാഷ്ട്രീയപരമായ ഭിന്നത സംഘടനകളുടെ സ്വഭാവത്തിലും വീക്ഷണത്തിലും മാറ്റം വരുത്തിയെന്ന് മാത്രമല്ല, ഒരു പരിധിവരെ വിദ്യാർത്ഥി സംഘടനാ വിഷയങ്ങളിൽപോലും വിഭാഗീയതക്ക് കാരണമായി. ശാന്തവും സഹകരണാത്മകവുമായ അന്തരീക്ഷത്തിൽ അധ്യാപകരും അനധ്യാപകരും വിദ്യാർത്ഥികളും അധികാരികളും യോജിച്ച് പ്രവർത്തിക്കുമ്പോഴാണ് ഒരു കലാലയത്തിൽ ഉന്നതമായ പഠന കലാ പ്രവർത്തനങ്ങൾ യാഥാർഥ്യമാവുന്നത്. ഏതൊരു ജോലിയും ആസ്വദിച്ച് ചെയ്യാനും പ്രതീക്ഷിത സദ് ഫലങ്ങൾ സൃഷ്ടിക്കാനും സാധിക്കണമെങ്കിൽ തദനുസരണമായ അനുകൂല സാഹചര്യം അനിവാര്യമാണെന്നത് അംഗീകരിക്കപ്പെട്ട ഒരു മാനേജ്മെന്റ് ആപ്തവാക്യമാണ്. പല കാരണങ്ങളാലും മട്ടന്നൂർ കോളേജിന് അങ്ങിനെയൊരു സൗഭാഗ്യം ആദ്യത്തെ രണ്ട്- മൂന്ന് ദശാബ്ദങ്ങളിൽ ഉണ്ടായില്ല.

മെരുങ്ങാത്ത വിദ്യാർത്ഥി സംഘടനകൾ

കണ്ണൂർ ജില്ല എന്നും രാഷ്ട്രീയ പ്രവത്തനങ്ങളാൽ സജീവമായ ജില്ലയാണ്. ഇവിടെ രാഷ്ട്രീയം കലരാതെ യാതൊന്നുമില്ല. ഊണിലും ഉറക്കത്തിലും സ്വപ്നത്തിലും വീട്ടിലും നാട്ടിലുമെല്ലാം രാഷ്ട്രീയം. രാഷ്ട്രീയം പറയാനും തർക്കിക്കാനും പ്രവർത്തിക്കാനും രാഷ്ട്രീയ എതിരാളികളെ മുൾമുനയിൽ നിർത്താനും ചിലപ്പോൾ കൈകാര്യം ചെയ്യാനും എക്കാലത്തും വാശിയും ആവേശവും പുലർത്തുന്നവരുടെ പോരാട്ടഭൂമിയാണ് ഈ വടക്കാൻ ജില്ല. രാഷ്ട്രീയ കക്ഷികൾ തമ്മിലുള്ള വൈരവും ശത്രുതയും ഒരു കാലത്ത് വളരെ കൂടുതലായിരുന്നു വിവിധ ഇടങ്ങളിൽ. ഏത് കാര്യത്തിലും പ്രകടിപ്പിക്കുന്ന അതിർ കവിഞ്ഞ ആത്മാർത്ഥതയും അർപ്പണ മനോഭാവവും ആളുകൾ രാഷ്ട്രീയ വിധേയത്വത്തിലും

പ്രവർത്തനങ്ങളിലും പ്രകടിപ്പിക്കുന്നതിന്റെ അനന്തരഫലമായിവേണം പാർട്ടികൾ തമ്മിലുള്ള വൈരത്തെയും കാണേണ്ടതെന്നൊരു വിലയിരുത്തലുണ്ട്. സ്നേഹിച്ചാൽ കരൾ പകുത്ത് തരും, കലഹിച്ചാൽ പിന്നെ നോട്ടമില്ല, എങ്ങിനെയും തകർക്കും. ഇതൊരു യാഥാർത്ഥ്യമാണ്.

സംഘടനകൾ തമ്മിലുള്ള അഭിപ്രായവ്യത്യാസങ്ങളും പ്രശ്നങ്ങളും കയ്യാങ്കളിയിലേക്കും സംഘട്ടനങ്ങളിലേക്കും നയിച്ച എത്രയെത്ര ദുഃഖകരമായ സന്ദർഭങ്ങൾക്ക് സാക്ഷ്യം വഹിക്കേണ്ടിവന്നു. അന്ധമായ രാഷ്ട്രീയ വൈരം സഹപാഠികളെ പരസ്പരം ശത്രുക്കളെപ്പോലെ പോരടിപ്പിക്കുന്ന ദുഃസ്ഥിതി എത്രതവണ കാണേണ്ടിവന്നു. നിസ്സാരമായ തർക്കങ്ങൾ വലുതായി പോർമുഖമായി മാറിയ കേമ്പസും കയ്യിൽകിട്ടിയതെന്തും ആയുധമാക്കുന്ന തീവ്ര യുവത്വവും വരാന്തകളിൽ വീണ രക്തത്തുള്ളികളും അധ്യാപകജീവിതത്തിലെ മറക്കാനാവാത്ത ദുഃഖസ്മൃതികളായി നിൽക്കുന്നു. ഒരേ സംഘടനയിലെ ഇരുവിഭാഗങ്ങൾ തമ്മിലുള്ള അഭിപ്രായവ്യത്യാസം മൂർച്ഛിച്ച് കയ്യാങ്കളിയിലെത്തി ഒരു പ്രവർത്തകന് ജീവൻ നഷ്ടപ്പെട്ട ദുഃഖകരമായ സംഭവവും കോളേജിന്റെ വിദ്യാർത്ഥി രാഷ്ട്രീയ ചരിത്രത്തിലെ കറുത്ത ഏടായി നിൽക്കുന്നു. യൂണിയൻ ഭാരവാഹികൾക്കിടയിലെ അസ്വാരസ്യങ്ങൾ ശത്രുതയായി വളർന്നത് കോളേജ് യൂണിയനുമായി സഹകരിച്ച ഒരധ്യാപകനെന്നനിലയിൽ തിരിച്ചറിയാതെപോയല്ലോ എന്ന കുറ്റബോധം ഏറെക്കാലം വേട്ടയാടിയിരുന്നു. പ്രസ്തുത കേസിലുൾപ്പെട്ട വിദ്യാർത്ഥികളുടെ ജീവിതവും അതോടെ അരക്ഷിതാവസ്ഥയിലായി. കേമ്പസ്സ് രാഷ്ട്രീയം വഴിതെറ്റി അക്രമത്തിലേക്കും നശീകരണ പ്രവർത്തനങ്ങളിലേക്കും എത്തിപ്പെടുന്നത് പക്വതയുള്ള രാഷ്ട്രീയനേതാക്കളെപോലും തെല്ലും അലോസരപ്പെടുത്തുന്നില്ല എന്നത് അത്ഭുതകരമായി എപ്പോഴും തോന്നിയിട്ടുണ്ട്.

ദൗർഭാഗ്യവശാൽ വെളിയിൽ പ്രവർത്തിക്കുന്ന രാഷ്ട്രീയ പാർട്ടികളുടെ പ്രവർത്തന ശൈലി തന്നെയാണ് വിദ്യാർത്ഥികളും കേമ്പസ്സ് രാഷ്ട്രീയത്തിന്റെ ഭാഗമാകുന്നത്. പരസ്പരം അംഗീകരിക്കാനും അവശ്യഘട്ടങ്ങളിൽ ചേർന്നു പ്രവർത്തിക്കാനും അവർ വിമുഖത കാണിക്കുന്നു. എതിർ വിഭാഗത്തിന്റെ രാഷ്ട്രീയത്തെ മാത്രമല്ല, അവരുടെ സ്വത്വവും വ്യക്തിത്വവും അംഗീകരിക്കാൻ പാടില്ല എന്ന നിഷേധാത്മകശൈലി ഓരോ വിദ്യാർത്ഥി സംഘടനയും പിന്തുടരുന്നു. വിദ്യാർത്ഥികളുടെ മനസ്സിൽ ചേക്കേറുവാൻ ഏത് കുടിലതന്ത്രങ്ങളും സ്വീകരിക്കാൻ സംഘടനകൾക്ക് മടിയില്ല. തൊള്ളായിരത്തി അറുപതിലും എഴുപതിലുമൊക്കെ കണ്ട് പരിചയിച്ച കേമ്പസ്സിൽനിന്നും പതിറ്റാണ്ട് കഴിയുമ്പോൾ കേമ്പസ്സ് ഏറെ മാറിപ്പോയിരിക്കുന്നു. പരസ്പരം സ്നേഹിക്കാനും

അംഗീകരിക്കാനും അതേസമയം ആശയപരമായി പോരാടാനും അവർക്ക് പണ്ടത്തെപ്പോലെ സാധിക്കാത്ത അവസ്ഥ സംജാതമായിരിക്കുന്നു.

സംഘടനാ നേതാക്കൾ ക്ലാസ്സ് ഒഴിവാക്കി പലപ്പോഴും കേമ്പസ്സിൽ ചുറ്റിത്തിരിയുന്നു. സ്ഥാപനത്തിന്റെ നല്ല കീഴ്വഴക്കങ്ങളൊന്നും പാലിക്കാൻ ഇവരാരും തയ്യാറല്ല. ഓരോരുത്തർക്കും അവരവരുടെ ശരികൾ മാത്രം. പരസ്പരം അംഗീകരിക്കാൻ ആവാത്ത ദുശാഠ്യങ്ങളും അവർക്ക് സ്വന്തം. വിദ്യാർത്ഥി സംഘടനകളിൽ പ്രവർത്തിക്കുന്ന ചിലർ വിദ്യാർത്ഥികൾക്ക് യോജിക്കാത്ത രീതിയിൽ പെരുമാറുന്ന നിരവധി സന്ദർഭങ്ങൾക്ക് സാക്ഷിയാകേണ്ടിവന്നു. അധ്യാപകനെന്നനിലയിൽ ശക്തമായി ഇടപെടേണ്ടിയും വന്നിട്ടുണ്ട്. അവരെ സംബന്ധിച്ചിടത്തോളം അവർ വിശ്വസിക്കുന്ന പാർട്ടികളുടെ നിലപാടുകൾമാത്രമാണ് ശരി. വിദ്യാർത്ഥി നേതാവാകുന്നതിന് പകരം നേതാവ് വിദ്യാർത്ഥിയാകുമ്പോൾ ഇങ്ങിനെ സംഭവിക്കുന്നതിൽ അസ്വാഭാവികതയൊന്നുമില്ല. ബുദ്ധിശക്തിയും കഴിവുമുള്ള നിരവധി വിദ്യാർത്ഥികൾ സംഘടനാ രാഷ്ട്രീയത്തിന്റെ വക്താക്കളായി സ്വന്തം ലക്ഷ്യങ്ങളും പഠന അഭ്യുദയങ്ങളും ഉപേക്ഷിക്കുന്ന അവസ്ഥ. പക്വതയുള്ള ചില വിദ്യാർത്ഥി നേതാക്കളും സംഘടനകൾ തമ്മിലുള്ള അനാരോഗ്യ മത്സര ഘട്ടങ്ങളിൽ സ്വയം കൈവിട്ടുപോകുന്ന എത്രയോ കാഴ്ചകളും കോളേജിൽ കാണാമായിരുന്നു.

ആശയപരമായ സംവാദങ്ങളും കൂട്ടായ പ്രവർത്തനത്തിനുള്ള ശിക്ഷണവും വിദ്യാർഥിക്ഷേമവുമായി ബന്ധപ്പെട്ട പ്രവർത്തനങ്ങളുമൊക്കെ സംഘടിപ്പിച്ച് കേമ്പസ്സുകളെ സജീവമാക്കാനുള്ള ബാധ്യതയാണ് വിദ്യാർത്ഥി സംഘടനകൾ ഏറ്റെടുക്കേണ്ടത്. രാഷ്ട്രീയ പക്ഷപാതിത്വമുണ്ടെങ്കിലും പൊതു വിഷയങ്ങളിൽ ക്രിയാത്മകമായ നിലപാടുകൾ സ്വീകരിക്കാൻ സംഘടനകൾക്ക് കഴിയണം. ജ്വലിക്കുന്ന യൗവ്വനം കൈമുതലായുള്ള വിദ്യാർത്ഥികളുടെ സൃഷ്ടിപരതയും വിജ്ഞാന ദാഹവും കലാഭിരുചിയും പരിപോഷിപ്പിക്കാൻ വൈവിധ്യമാർന്ന പ്രവർത്തനങ്ങൾ അവർ ഏറ്റെടുക്കുമ്പോഴാണ് സത്യത്തിൽ കേമ്പസ്സ് സജീവവും സക്രിയവുമാവുന്നത്. വിദ്യാർത്ഥിയുടെ പഠനകാലം സംഭവബഹുലമാക്കുന്നതിൽ വിദ്യാർത്ഥി സംഘടനകൾക്കും യൂണിയനുകൾക്കും നല്ലൊരു പങ്കുണ്ട്. ആരോഗ്യപരമായ മത്സരങ്ങൾ കാഴ്ചവെക്കുന്ന സംഘടനാ പ്രവർത്തനം പ്രോത്സാഹിക്കപ്പെടേണ്ടത് തന്നെയാണ്. കേമ്പസ്സ് അരാഷ്ട്രീയവൽക്കരിക്കപ്പെട്ടമ്പോൾ നേരത്തെ അവസരം ഇല്ലാതിരുന്ന ചില അനഭലഷണീയ പ്രവണതകളും പതിയെ മുളപൊട്ടി വന്നേക്കാം.

മട്ടന്നൂർ കോളേജിൽ പഠിക്കുന്ന ഭൂരിഭാഗം വിദ്യാർത്ഥികളും സാമ്പത്തികമായും വിദ്യാഭ്യാസപരമായും പിന്നാക്കം നിൽക്കുന്ന കുടുംബ പശ്ചാത്തലത്തിൽനിന്ന് വരുന്നവരാണ്. കുട്ടികളെ കോളേജിൽ ചേർത്തുകഴിഞ്ഞാൽ അവരുടെ പ്രവർത്തനങ്ങളെ കൃത്യമായി നിരീക്ഷിക്കാനോ വിലയിരുത്താനോ ഭൂരിഭാഗം രക്ഷിതാക്കളും ശ്രമിക്കാറില്ല. ഈ സാഹചര്യത്തിൽ രാഷ്ട്രീയമുൾപ്പടെ പഠനബാഹ്യമായ പ്രവർത്തനങ്ങളിൽ അവർ ഇടപെടുമ്പോൾ അവ നിയന്ത്രിക്കാനൊന്നും രക്ഷിതാക്കൾക്ക് കഴിയാറില്ല. സഹപാഠികളെ നന്നായി സ്വാധീനിക്കാൻ കഴിവുള്ളവരെയും കലുഷിതമായ കുടുംബാന്തരീക്ഷങ്ങളിൽനിന്ന് വരുന്ന ചിലരെയും രാഷ്ട്രീയ പാർട്ടികൾ ഏറ്റെടുത്ത് കഴിഞ്ഞാൽ പിന്നെ അവർക്ക് പാർട്ടി പറയുന്നത് മാത്രമാണ് ശരി. പ്രശ്നങ്ങളുണ്ടാക്കുന്ന കുട്ടികളുടെ രക്ഷിതാക്കളോട് സംസാരിക്കുമ്പോൾ അവരുടെ നിസ്സഹായത ബോധ്യമാകും. അപ്പോൾ പ്രിൻസിപ്പലും അധ്യാപകരും ഉൾപ്പെടുന്ന കോളേജ് അധികൃതർ സംഘടിതമായി വേണം സാഹചര്യങ്ങളെ നേരിടാനും പരിഹരിക്കാനും. ഇതിൽ സംഭവിക്കുന്ന അനൈക്യം കോളേജിന്റെ സുഗമമായ പ്രവർത്തനങ്ങൾക്ക് പലപ്പോഴും തടസ്സം സൃഷ്ടിച്ചിരുന്നു.

യൂണിയൻ തെരഞ്ഞെടുപ്പ് പ്രഖ്യാപിച്ചുകഴിഞ്ഞാൽ കോളേജ് കേമ്പസ്സ് പ്രചരണ കോലാഹലങ്ങളാൽ മുഖരിതമാവും. പ്രസിഡെൻഷ്യൽ രീതിയിലുള്ള തിരഞ്ഞെടുപ്പാകയാൽ ക്ലാസുകൾ കയറിയുള്ള കൂട്ട പ്രചാരണവും പോസ്റ്റർ പോരാട്ടങ്ങളും പ്രകടനങ്ങളും സജീവമാകും. യൂണിവേഴ്സിറ്റിയും കോളേജ് കൗൺസിലും അനുശാസിക്കുന്ന തിരഞ്ഞെടുപ്പ് ചട്ടങ്ങളൊക്കെ പലപ്പോഴും ലംഘിക്കപ്പെടും. പഠനം കഴിഞ്ഞ് പുറത്ത് പോയവർപോലും കേമ്പസ്സിലെത്തി സംഘടനാപ്രവർത്തനം നിയന്ത്രിക്കുന്ന സ്ഥിതിയും ചിലപ്പോൾ കണ്ടിട്ടുണ്ട്. ജനാധിപത്യ പ്രക്രിയ പരിചയിക്കാനുള്ള യൂണിയൻ തിരഞ്ഞെടുപ്പും അനുബന്ധ പ്രവർത്തനങ്ങളും ആഭാസനാടകങ്ങളാകുന്ന കാഴ്ച നിസ്സഹായതയോടെ നോക്കി നിൽക്കേണ്ടിവരുമ്പോൾ പലപ്പോഴും ചിന്തിച്ചിട്ടുണ്ട് ആരോഗ്യകരവും നിലവാരവുമുള്ള മത്സരവും വിയോജിപ്പും കണ്ടുപഠിക്കാത്ത യുവത അവ അനുകരിച്ചുപോകുന്നുവെങ്കിൽ അവരെ മാത്രം കുറ്റപ്പെടുത്താനാവുമോ എന്ന്.

പ്രീഡിഗ്രി കോളേജുകളിൽനിന്ന് വേർപെടുന്നതുവരെ കോളേജിന്റെ അന്തരീക്ഷം ഏറെക്കുറെ ഇങ്ങിനെയൊക്കെയായിരുന്നു. 1800 -2000 കുട്ടികൾ പഠിക്കുന്ന വലിയൊരു കേമ്പസ്സിൽ ഇങ്ങിനെയുള്ള സാഹചര്യങ്ങളിൽവേണം പഠന പ്രക്രിയ മുന്നോട്ട് പോകാൻ. യൂണിയൻ

തെരഞ്ഞെടുപ്പ് പ്രഖ്യാപിച്ചുകഴിഞ്ഞാൽ എതിരാളികളെ എങ്ങിനെ ആശയപരമായി നേരിടാമെന്നും നിരായുധരാക്കാമെന്നുമല്ല ഓരോ വിഭാഗവും ആലോചിക്കുക, എങ്ങിനെ ദുർവൃത്തരും വിദ്യാർത്ഥി ദ്രോഹികളുമാക്കാമെന്നുമാണ്. വാക്ക്തർക്കങ്ങളും ഭീഷണികളുമൊക്കെ ചിലപ്പോൾ റാഗിങ്ങ് പരാതികളായി പെട്ടെന്ന് ഉയർന്ന് വരും. തെരഞ്ഞെടുപ്പ് ചട്ടങ്ങൾ ലംഘിക്കുന്നുവെന്ന പരാതികൾ പരസ്പരം ഉന്നയിക്കും. തിരഞ്ഞെടുപ്പിന് മുമ്പും യൂണിയൻ സ്ഥാപിതമായതിന് ശേഷവും സംഘടനകൾ തമ്മിലുള്ള പ്രശ്നങ്ങൾ കാരണം സംഘർഷങ്ങളുണ്ടാവുകയും പലപ്പോഴായി കോളേജ് അടച്ചിടപ്പെടുകയും ചെയ്തിട്ടുണ്ട്. രാഷ്ട്രീയ പാർട്ടികളുടെ പ്രതിനിധികളെ ഉൾപ്പെടുത്തിയുള്ള സമവായ ചർച്ചകൾക്ക് ശേഷമൊക്കെയാണ് കോളേജ് തുറന്ന് പ്രവർത്തിക്കുക. സമാധാന അന്തരീക്ഷം ദീർഘകാലം നിലനിർത്താൻ ഇത് കൊണ്ടൊന്നും സാധിച്ചിട്ടുമില്ല. അതിക്രമങ്ങൾ ഉണ്ടാകുമ്പോൾ അതിലുൾപ്പെട്ടവർക്കെതിരെ രാഷ്ട്രീയ സമ്മർദ്ദങ്ങളെ അതിജീവിച്ച് അച്ചടക്ക നടപടികൾ എടുക്കുക എന്നത് വളരെ ദുഷ്കരമായ കാര്യമായതിനാൽ നിവൃത്തിയില്ലാത്ത ഘട്ടങ്ങളിൽമാത്രമേ പ്രിൻസിപ്പൽമാർ അതിന് മുതിരാറുള്ളൂ. കോളേജ് കൗൺസിൽ ഒന്നാകെ ശുപാർശചെയ്ത അച്ചടക്കനടപടി നടപ്പാക്കാതെ ഒളിച്ചുകളി നടത്തിയ സ്ഥാപന മേധാവിമാരെയും കണ്ടിട്ടുണ്ട്. 2001 ൽ പ്രീഡിഗ്രി കോളേജിൽനിന്നും സ്കൂൾതലത്തിലേക്ക് മാറ്റപ്പെട്ടതോടെ കുട്ടികളുടെ എണ്ണം കുറയുകയും അൽപ്പം കൂടി കാര്യ ഗൗരവത്തോടെ പഠനവും പഠ്യേതര പ്രവർത്തനങ്ങളും നടക്കാനുള്ള സാഹചര്യമുണ്ടാവുകയും ചെയ്തു. മാത്രമല്ല, 16 -17 വയസ്സ് പ്രായത്തിലുള്ള കുട്ടികളെ ആകർഷിക്കാൻ പ്രയോഗിച്ച പൊടിക്കൈകളൊക്കെ വിദ്യാർത്ഥി സംഘടനകൾക്ക് മാറ്റേണ്ടി വന്നു. അൽപ്പം കൂടി പക്വത ആർജ്ജിച്ച ബിരുദ ബിരുദാനന്തര വിദ്യാർത്ഥികളെയാണല്ലോ നേരിടേണ്ടി വന്നത്. എങ്കിലും അടിസ്ഥാനപരമായി വിദ്യാർത്ഥി സംഘടനകളുടെ പ്രവർത്തന ശൈലിയിൽ വലിയ മാറ്റങ്ങളൊന്നും സംഭവിച്ചില്ല.

രക്ഷിതാക്കളും അധ്യാപകരുമുൾപ്പെടുന്ന സംയുക്ത സമിതികൾ അക്കാലത്തും നിലവിലുണ്ടെങ്കിലും പ്രവർത്തനം സജീവമായിരുന്നില്ല. കുട്ടികളുമായി ബന്ധപ്പെട്ട വിഷയങ്ങളിൽ ഫലപ്രദമായി ഇടപെടാനും നടപടികൾ സ്വീകരിക്കാനും കഴിയേണ്ട അധ്യാപക രക്ഷാകർതൃ സമിതി പലപ്പോഴും നിസ്സഹായ അവസ്ഥയിലായിരുന്നു. സമൂഹത്തിൽ അത്യാവശ്യം സ്വാധീനശക്തിയുള്ള രക്ഷിതാക്കൾ അവരുടെ രാഷ്ട്രീയ ആഭിമുഖ്യം കാരണമാകാം ഇടപെടാൻ താൽപ്പര്യം കാണിച്ചുമില്ല.

പ്രാദേശിക മാനേജ്മെന്റ് അധീനതയിലുള്ള സ്ഥാപനങ്ങളിൽ ഇത്തരം സമിതികൾ ശക്തവും ഫലപ്രദവുമാവുമ്പോൾ കോർപൊറേറ്റ് മാനേജ്മെന്റ് സ്ഥാപനങ്ങളിൽ അവയുടെ സ്വാധീനം അന്നൊക്കെ നാമമാത്രമായിരുന്നു എന്നതും കാണേണ്ടതാണ്.

എൻ എസ് എസ് മാനേജ്മെന്റ്

എൻ എസ് എസ് കോർപറേറ്റ് മാനേജ്മെന്റിന് കീഴിലുള്ള വടക്കേ അറ്റത്തെ കോളേജ് പരിമിതികളിൽ നട്ടം തിരിയുമ്പോൾ അവ യഥാസമയം മാനേജ്മെന്റിന്റെ ശ്രദ്ധയിൽ പെടുത്താനും പരിഹാരം കാണാനും ആദ്യകാലങ്ങളിലുള്ള പ്രിൻസിപ്പൽമാർക്കോ തലശ്ശേരി താലൂക്ക് യൂണിയനോ കഴിഞ്ഞില്ല എന്നത് ഒരു യാഥാർഥ്യമാണ്. ഇവിടെ നടക്കുന്ന കാര്യങ്ങൾ ശരിയായി മനസ്സിലാക്കാൻ മാനേജ്മെന്റ് ശ്രമിച്ചില്ല എന്നതും പറയേണ്ടതുണ്ട്. നായർ സർവീസ്സ് സൊസൈറ്റിയുടെ പ്രാദേശിക ഘടകങ്ങൾ കോളേജിന്റെ വികസനത്തിൽ വേണ്ടത്ര താൽപ്പര്യം കാണിച്ചിരുന്നില്ല. ഭരണപരമായ കാര്യങ്ങളിലും സാമ്പത്തിക സഹായങ്ങളുടെ കാര്യത്തിലും ഭൗതിക സൗകര്യങ്ങൾ മെച്ചപ്പെടുത്തുന്ന കാര്യങ്ങളിലും മാനേജ്മെന്റ് സ്വീകരിക്കുന്ന പൊതുവായ നയങ്ങളും സമീപനങ്ങളും മട്ടന്നൂർ കോളേജിന്റെ വളർച്ചക്ക് ഒട്ടും സഹായകരമായില്ല. നിരവധി കോളേജുകളുണ്ടാകുമ്പോൾ കോളേജുകളുടെ പ്രാദേശിക സാഹചര്യങ്ങളും പ്രയാസങ്ങളും സവിശേഷമായി പഠിച്ചുവേണം നയസമീപനങ്ങൾ സ്വീകരിക്കേണ്ടത്. പ്രശ്ന ബഹുലമായ കോളേജിന് സവിശേഷമായ ശ്രദ്ധയും സഹായവും ലഭ്യമാകേണ്ടതിന് പകരം ഒരു പരിധിവരെ അവഗണനയായിരുന്നു അനുഭവിക്കേണ്ടിവന്നത്. വിദ്യാർത്ഥികളും അധ്യാപകരും നാട്ടുകാരും കോളേജിന്റെ ഉൽക്കർഷത്തിൽ താൽപ്പര്യമില്ലാത്തവരാണെന്ന ഒരു ധാരണ എങ്ങിനെയോ ഉന്നത കേന്ദ്രങ്ങളിൽ ഉണ്ടായിരുന്നു. കോളേജിൽ നിരന്തരം ഉണ്ടാകുന്ന പ്രശ്നങ്ങൾ അങ്ങിനെയൊരു പ്രതിച്ഛായ സൃഷ്ടിച്ചു എന്നത് നേരാണ്. പ്രശ്നങ്ങളുടെ മൂലകാരണം തിരയാൻ ശ്രമിക്കുകയായിരുന്നുവല്ലോ വേണ്ടിയിരുന്നത്. മട്ടന്നൂർ കോളേജിന്റെ രോദനം എവിടെയും കേൾക്കാതെപോയി. അല്ലെങ്കിൽ അവ വേണ്ടവിധം കേൾപ്പിക്കുന്നതിൽ ഉത്തരവാദപ്പെട്ടവർ തീർത്തും പരാജയപ്പെട്ടുപോയി. ചുറ്റുമതിലുകളും നല്ല കെട്ടിടങ്ങളും അനുബന്ധ സൗകര്യങ്ങളുമില്ലാതെ, കഴിവുറ്റ നേതൃത്വവും, പങ്കാളിത്ത വിഭാഗങ്ങൾ തമ്മിലുള്ള പരസ്പര സഹകരണവുമില്ലാതെ, കേവലമൊരു ബിരുദ നിർമ്മാണശാലയായി വർഷങ്ങളോളം പഴശ്ശി രാജ കോളേജ് അതിന്റെ ദുർഘട യാത്ര തുടർന്നു. ആയിരക്കണക്കിന് വിദ്യാർത്ഥികൾക്ക്

അക്ഷരവെളിച്ചവും ജീവിത ഉൾക്കാഴ്ചയും നൽകിയ കലാലയം ഉന്നതസ്ഥാനങ്ങളിൽ വിരാജിക്കുന്ന പൂർവ്വ വിദ്യാർത്ഥികളുടെ സ്നേഹവും കരുതലും യഥാവിധി സ്വീകരിക്കാനോ അവരുടെ പ്രാഗൽഭ്യവും വിഭവശേഷിയും വേണ്ടവണ്ണം ഉപയോഗിക്കാനോ കഴിയാതെ തിളക്കമറ്റ് നിന്നു. ജില്ലയിലെ മറ്റ് പ്രമുഖ കോളേജുകൾ എല്ലാതലത്തിലും മുന്നേറിയപ്പോൾ മട്ടന്നൂർ കോളേജ് പ്രശ്നങ്ങളും പരിദേവനങ്ങളുമായി ഏറെക്കാലം തലകുനിച്ച് നിന്നു.

വീണ്ടും ഒരു പഠന നിയോഗം

മട്ടന്നൂർ കോളേജിൽ ജന്തുശാസ്ത്രം മുഖ്യവിഷയമായി ബിരുദ പഠനം ഉണ്ടായിരുന്നില്ല. ആരും അതിന് വേണ്ടി ശ്രമിച്ചിരുന്നില്ല. സൗകര്യങ്ങളുടെ പരിമിതി പുതിയ കോഴ്സുകൾ വരുന്നതിന് വിലങ്ങുതടിയായെന്ന് പറയാമെങ്കിലും കോളേജുകളുടെ വളർച്ച എന്ന് പറയുന്നത് സൗകര്യങ്ങളുണ്ടാക്കി പുതുതായി കോഴ്സുകൾ അനുവദിപ്പിക്കുന്നതിലാണല്ലോ. അതൊരു കൂട്ടായ പ്രവർത്തനമാണ്. അതിന് നേതൃത്വം കൊടുക്കേണ്ടവർ സമർത്ഥമായി മാറിനിന്നു എന്നതാണ് സത്യം.

പ്രീ ഡിഗ്രി ബിയോളജി വിഭാഗക്കാർക്കുള്ള ജന്തുശാസ്ത്രം പഠിപ്പിക്കുന്നത് മാത്രമായി ജോലി ചുരുങ്ങി. പഠിക്കുന്ന കുട്ടികൾ പ്രീ ഡിഗ്രിക്കാരായിരുന്നതിനാൽ അവരെ ജന്തുശാസ്ത്രവുമായി ഇണക്കി കൂടുതൽ കാര്യങ്ങളൊന്നും ചെയ്യാൻ സാധ്യത കുറവായിരുന്നു. പഠ്യേതര കാര്യങ്ങളിലൊക്കെ ഇടപെട്ടിട്ടും സമയം പിന്നെയും ബാക്കിയാവുന്ന അവസ്ഥ. അങ്ങിനെയിരിക്കുമ്പോഴാണ് യൂ ജി സിയുടെ ധനസഹായത്തോടെ ഉന്നത പഠനത്തിനുള്ള പദ്ധതി ഉപയോഗപ്പെടുത്താനുള്ള സാധ്യത തെളിഞ്ഞുവരുന്നത്. പിന്നെ അമാന്തിച്ചില്ല, കോഴിക്കോട് യൂണിവേഴ്സിറ്റിയിൽ ഡെപ്യൂട്ടേഷനിൽ എം. ഫിൽ. പഠനത്തിന് ചേർന്നു. ജ്യേഷ്ഠസഹോദരനെപ്പോലെ അടുപ്പമുള്ള ഡോക്ടർ ജനാർദ്ദനന്റെ പാരസിറ്റോളജി വിഭാഗത്തിലാണ് അവസരം കിട്ടിയത്. പി. എച്ച്ഡി. ഗവേഷണ വിദ്യാർത്ഥികളായ രാജേന്ദ്രനും സനിലും പ്രസാദും സ്നേഹ സൗഹൃദങ്ങളോടെ ഒപ്പമുണ്ടായിരുന്നു. ഒൻപത് വർഷങ്ങൾക്ക് മുമ്പ് താമസിച്ചിരുന്ന ഗവേഷകരുടെ ഹോസ്റ്റലിൽ അങ്ങിനെ വീണ്ടുമെത്തി, ഒരു അധ്യാപക വിദ്യാർത്ഥിയായി. തീയറി പഠനവും പരീക്ഷയും

ഗവേഷണവും പ്രബന്ധ സമർപ്പണവും വാചാ പരീക്ഷയുമൊക്കെ ചേരുന്നതാണ് എം. ഫിൽ പഠനം. കേരളത്തിലെ ഉഭയജീവികളിലെ ആന്തരിക പരാന്നഭോജികളായ പരന്ന വിരകളെകുറിച്ചായിരുന്നു (Digenetic Trematodes of Amphibia in Kerala) പ്രബന്ധം.

ഒരു വർഷത്തെ പഠനവും കഠിനാദ്ധ്വാനവും, മൂന്ന് മാസത്തെ തീസിസ് എഴുത്തും കഴിഞ്ഞ് ഒന്നാം ക്ലാസ്സോടെ എം.ഫിൽ പൂർത്തിയാക്കി കോളേജിൽ തിരിച്ച് കയറുമ്പോൾ ഒരു കാര്യം മനസ്സിലായി. ഗവേഷണത്തിന് ബുദ്ധിയും അധ്വാനവും മാത്രം പോരാ, നല്ല ക്ഷമയും വേണം. ക്ഷമയുടെ കാര്യത്തിൽ പിറകിലാണ് താൻ. വർഷങ്ങൾക്ക് ശേഷം സുഹൃത്തും കണ്ണൂർ ശ്രീ നാരായണ കോളേജ് അധ്യാപകനുമായ ഡോ. അനിലിന് കീഴിൽ ആവേശത്തിന് പി.എച്ച്ഡി.ക്ക് പാർട്ട് ടൈം ആയി രജിസ്റ്റർ ചെയ്തെങ്കിലും ഗവേഷണം പാതി വഴിയിൽ മുടങ്ങി. കോളേജിലും പുറത്തും ഒരേസമയം നിരവധി കാര്യങ്ങളിൽ സജീവമായപ്പോൾ താൽപര്യങ്ങൾ മാറി. ഗവേഷണത്തിൽ ശ്രദ്ധ കേന്ദ്രീകരിക്കാനായില്ല. കുറ്റം സ്വയം ഏൽക്കുന്നു.

ജീവിതത്തിന്റെ വഴിത്തിരിവായി മറ്റൊരു കാര്യവും ഇതിനിടയിൽ ഉണ്ടായി. ഉഷയുടെ അച്ഛന്റെ അകാല വിയോഗം. റെയിൽവെയിൽ നിന്ന് വിരമിച്ചിട്ട് ഒരുവർഷം തികയുന്നതിനിടയിൽ ഉഷയുടെ സഹോദരിയുടെ വിവാഹനിശ്ചയത്തലേന്ന് അമ്മാവന് ഹൃദയസ്തംഭനം സംഭവിക്കുകയായിരുന്നു. ഒരർത്ഥത്തിൽ ഞങ്ങളുടെ ജീവിത താളം തെറ്റിച്ച വേർപാടായിരുന്നു അത്. ഉഷയുടെ ഇളയ രണ്ട് സഹോദരിമാരും പഠിക്കുകയായിരുന്നു. കുടുംബകാര്യങ്ങളെല്ലാം തികഞ്ഞ അനിശ്ചിതത്വത്തിലായി. കുഞ്ഞുപറമ്പിലേക്ക് മാറി താമസിക്കാനുള്ള ഞങ്ങളുടെ തീരുമാനം മാറ്റേണ്ടിവന്നു. കുടുംബപരമായ ഉത്തരവാദിത്വങ്ങൾ വർധിച്ചു. പക്ഷേ ഞങ്ങൾ പിടിച്ചുനിന്നു. മൂന്ന് വർഷങ്ങൾക്കുള്ളിൽ പ്രയാസങ്ങളെയെല്ലാം അതിജീവിച്ചു.

അധ്യാപക സംഘടനാ പ്രവർത്തനം

പ്രൈവറ്റ് കോളേജുകളിൽ 1972 മുതൽ ഡയറക്റ്റ് പേയ്മെന്റ് നിലവിൽ വന്നെങ്കിലും അധ്യാപകരുടെ സേവന വേതന വ്യവസ്ഥകളൊന്നും ഇന്നത്തെപ്പോലെ സുവ്യക്തവും ആകർഷകവുമായിരുന്നില്ല. അധ്യാപക നിയമനം കിട്ടിയതിന് ശേഷമുള്ള യൂണിവേഴ്സിറ്റി അംഗീകാരം, അത് കഴിഞ്ഞുള്ള കോളേജിയേറ്റ് വിദ്യാഭ്യാസ ഡെപ്യൂട്ടി ഡയറക്ടർ അംഗീകാരം, അന്തർ സർവ്വകലാശാല സ്ഥലമാറ്റത്തിനുള്ള പ്രത്യേക അംഗീകാരം, സ്ഥാനക്കയറ്റത്തിനുള്ള അംഗീകാരം ഇവയൊക്കെ വലിയ കടമ്പകളായിരുന്നു. പ്രൊബേഷൻ, പ്രൊമോഷൻ എന്നിവ സംബന്ധിച്ചുള്ള മാർഗ്ഗനിർദ്ദേശങ്ങൾ, അവധി സംബന്ധമായ ചട്ടങ്ങൾ, പെൻഷൻ നിയമങ്ങൾ, ഉന്നതപഠന സാദ്ധ്യതകൾ ഇവയിലൊക്കെ കാലോചിതമായ മാറ്റങ്ങൾ ആവശ്യമായിരുന്നു. 1958 ൽ സ്ഥാപിതമായി, ഐതിഹാസികമായ നിരവധി സമരങ്ങളിലൂടെയും പ്രക്ഷോഭങ്ങളിലൂടെയും എ കെ പി സി ടി എ എന്ന സംഘടന നിരന്തരമായി പൊരുതിയതിന്റെ ഗുണഫലങ്ങളായിരുന്നു പിൽക്കാലത്ത് ഉണ്ടായ മാറ്റങ്ങളെല്ലാം. അവകാശ പോരാട്ടങ്ങളായും, കരിനിയമങ്ങൾക്കെതിരെയുള്ള പ്രക്ഷോഭങ്ങളായും, നിയമങ്ങളിലും ചട്ടങ്ങളിലുമുള്ള അപാകതകൾ പരിഹരിക്കാനുള്ള സമരങ്ങളായും സംഘടന നടത്തിയ നിരവധി പോരാട്ടങ്ങളിലൂടെയാണ് സ്വകാര്യ കോളേജ് അധ്യാപകരുടെ ജോലിസ്ഥിരതയും സേവനവ്യവസ്ഥകളും

വേതന പദ്ധതികളുമൊക്കെ കാലാകാലങ്ങളായി മെച്ചപ്പെട്ടത്. അക്കാലത്തെ നേതാക്കളുടെയും സജീവ പ്രവർത്തകരുടെയും അധ്വാനവും, സഹനവും, കഷ്ടപ്പാടുകളും അതികഠിനമായിരുന്നു. ഒറ്റക്കെട്ടായി അധ്യാപകരെല്ലാം അണിനിരന്ന സംഘടനയിൽനിന്നും രാഷ്ട്രീയ ഭിന്നതയാൽ പിന്നീട് പി സി ടി എ ഉണ്ടായെങ്കിലും മാതൃസംഘടന തന്നെയായിരുന്നു ഭൂരിഭാഗം അധ്യാപകരെയും പ്രതിനിധീകരിച്ചിരുന്നത്.

വിദ്യാർത്ഥി രാഷ്ട്രീയത്തിൽ പ്രവർത്തിച്ച പാരമ്പര്യവും ആവേശവും അധ്യാപകനായപ്പോൾ അധ്യാപക സംഘടനയിലും സക്രിയമാകാനുള്ള കാരണവും പ്രേരണയുമായി. നല്ലൊരു വിദ്യാർത്ഥി നല്ലൊരു വിദ്യാർത്ഥിനേതാവ് ആവുമെന്നും നല്ലൊരു അധ്യാപകൻ ഉത്തമനായ സംഘടനാ നേതാവ് ആകുമെന്നും ഉറച്ച് വിശ്വസിച്ചിരുന്നു. അക്കാദമിക്ക് പരിഷ്കാരങ്ങളിൽ നിയാമകമായി ഇടപെടാൻ സംഘടനക്ക് കഴിയുമെന്നും ആശിച്ചിരുന്നു. സംഘടനാബലം ഒന്ന്കൊണ്ടുമാത്രമേ ന്യായമായ അവകാശങ്ങൾ നേടിയെടുക്കാനാവുകയുള്ളൂ എന്ന ബോധ്യവുമുണ്ടായിരുന്നു. മഞ്ചേരിയിലെത്തിയതുമുതൽ എ കെ പി സി ടി എ യിൽ സജീവമായി പ്രവർത്തിക്കാൻ തുടങ്ങി. അറിയപ്പെടുന്ന സംഘടനാ നേതാക്കളെല്ലാം സംഘടനയോടും അധ്യാപനത്തോടും കാണിക്കുന്ന കൂറും ആത്മാർത്ഥതയും യുവ അധ്യാപകനായ എന്നിൽ ആവേശവും മതിപ്പും കൂട്ടിയെന്ന് മാത്രമല്ല, ആ നിലവാരത്തിലേക്കുയരാനുള്ള ആഗ്രഹവും സൃഷ്ടിച്ചു. സംഘടനയിൽ സക്രിയമായതോടെ കോളേജിന്റെ ആഭ്യന്തര നയരൂപീകരണത്തിലും പഠ്യേതര പ്രവർത്തനങ്ങളിലും ഇടപെടാൻ അവസരങ്ങളുണ്ടായി. മുതിർന്ന അധ്യാപകരുടെ സ്നേഹവും കരുതലും അനുഭവിക്കാനുള്ള യോഗവുമുണ്ടായി. ക്ലാസ് മുറിക്കകത്ത് മാത്രമല്ല, കോളേജിലെ പൊതു വേദികളിലും സമൂഹമധ്യത്തിലും ഇടപെട്ട് പ്രവർത്തിക്കുമ്പോൾ രൂപപ്പെടുന്ന ബോധ്യവും ഉൾക്കാഴ്ചയും വിലപ്പെട്ടതാണെന്ന് തിരിച്ചറിയുന്നത് ഇക്കാലങ്ങളിലാണ്.

സംഘടന അക്കാലങ്ങളിൽ പുലർത്തിയ പ്രകടമായ ഇടത് പക്ഷാഭിമുഖ്യം വ്യത്യസ്ത രാഷ്ട്രീയ ധാരയിൽ വിശ്വസിച്ചിരുന്നവരിൽ സ്വാഭാവികമായും അസ്വാരസ്യങ്ങളും വിയോജിപ്പും ഉണ്ടാക്കിയിരുന്നു. സമകാലിക വിഷയങ്ങളിലും യുജിസി പരിഷ്കരണ പദ്ധതിയുമായി ബന്ധപ്പെട്ടുള്ള സമരങ്ങളിലും ഇത് വളരെ പ്രകടവുമായിരുന്നു. സംഘടനയിൽ ഒരു വിമത വിഭാഗം രൂപപ്പെടുകയായിരുന്നു. അനാരോഗ്യകരമായ പല വിഭാഗീയ നീക്കങ്ങൾക്കും പ്രവണതകൾക്കും അത് കാരണമായി എന്ന് പറയാതെ വയ്യ. ഊണുമുറക്കവുമുപേക്ഷിച്ച് ഒരേ മനസ്സായി

നിരവധി പോരാട്ടങ്ങളിൽ അണിചേർന്നവരിൽ അങ്ങിനെ അകൽച്ചയും ഭിന്നതയും ഉടലെടുത്തു. അദ്ധ്യാപക സംഘടനയിലെ ഭിന്നത അധ്യാപക സമൂഹത്തിൽ ഒരിക്കലും സംഭവിക്കാൻ പാടില്ലാത്ത ചേരിതിരിവിലേക്കും അനാരോഗ്യകരമായ മത്സരങ്ങളിലേക്കും വ്യക്തി ബന്ധങ്ങളുടെ തകർച്ചയിലേക്കും നയിക്കുന്ന ദുർഗതിയുമുണ്ടായി.

വിഭാഗീയതയുടെ സമയത്ത് നടന്ന കോഴിക്കോട് യൂണിവേഴ്സിറ്റി സെനറ്റ് തെരഞ്ഞെടുപ്പിൽ മത്സരിച്ചുവെങ്കിലും നന്നായി തോറ്റു. വിമത വിഭാഗത്തിന്റെ സംഘടനാ സംവിധാനം അത്രമേൽ ദുർബലമായിരുന്നു. എങ്കിലും സ്വന്തം കോളേജിലെ വോട്ടുകൾ സമാഹരിച്ച് രണ്ടാം മുൻഗണനാ വോട്ടായി സ്വന്തം വിഭാഗത്തിലെ മറ്റൊരു സ്ഥാനാർത്ഥിക്ക് മുതൽക്കൂട്ടാക്കാനും വിജയിപ്പിക്കാനും കഴിഞ്ഞു.

മട്ടന്നൂർ കോളേജിൽ എത്തുമ്പോഴേക്കും സംഘടനകളുള്ളിലെ വിഭാഗീയത ഒരു പ്രത്യക്ഷ വേർപിരിയലിന്റെ ഘട്ടത്തിലെത്തിയിരുന്നു. അങ്ങിനെ വേദനയോടെയാണെങ്കിലും മൂന്നാമതൊരു സ്വകാര്യ കോളേജ് അധ്യാപക സംഘടന ഉദയം ചെയ്തു. അതിലായി പിന്നീടുള്ള പ്രവർത്തനങ്ങൾ. അധ്യാപകർ രണ്ടു ചേരികളിലായി. ഒന്നിലും പെടാതെ സ്വാർത്ഥമതികളായി ചുരുക്കം പേരും നിലകൊണ്ടു. കോളേജിൽ ശക്തമായ ആഭ്യന്തര കലഹങ്ങളിലേക്കും മത്സരങ്ങളിലേക്കും അത് വഴി വെച്ചു. 1996ലെ യുജിസി പദ്ധതി നടപ്പാക്കാനുള്ള സമരം സംഘടനയുടെ നിലനിൽപ്പിന്റെ ലിറ്റ്മസ് ടെസ്റ്റ് ആയി മാറിയപ്പോൾ സത്യത്തിൽ കോളേജ് അന്തരീക്ഷം ആകെ കലുഷിതമായിരുന്നു. കോളേജ് കൗൺസിലിലും അധ്യാപക യോഗങ്ങളിലും വിവിധ വിഷയങ്ങളുമായി ബന്ധപ്പെട്ട് അതിശക്തമായ വാഗ്വാദങ്ങളും പോരാട്ടങ്ങളുമാണ് പിന്നീട് നടന്നത്. പ്രിൻസിപ്പൽമാരിൽ ചിലർ പക്ഷം ചേർന്നതോടെ രംഗം കൊഴുത്തു. പ്രിൻസിപ്പൽമാരെ മുൾമുനയിൽ നിർത്താൻ ഇരു വിഭാഗവും മത്സരിച്ചു. അധ്യാപക രാഷ്ട്രീയ ഭിന്നത പതിയെ വിദ്യാർഥികളിലേക്ക് പടരുന്ന സ്ഥിതിയാണ് തുടർന്ന് കണ്ടത്. 1985 മുതൽ 1995 വരെയുള്ള കാലം മട്ടന്നൂർ കോളേജിന്റെ ചരിത്രത്തിൽ അതിരൂക്ഷമായ വിദ്യാർത്ഥി അധ്യാപക ചേരിതിരിവുകളുടെ കാലമായി അടയാളപ്പെട്ടിരിക്കുന്നു. കോളേജിൽ മാത്രമല്ല, അധ്യാപകർ താമസിക്കുന്ന ഹോസ്റ്റലിലും അസ്വാസ്ഥ്യത്തിന്റെ അലകൾ പടർന്നിരുന്നു. കോളേജിന്റെ വികസന പ്രവർത്തനങ്ങളെല്ലാം ദുർബ്ബലമായി. അക്കാദമിക്ക് പ്രവർത്തനങ്ങൾക്ക് ദിശാബോധം നഷ്ടമായി. ദൂരെനിന്ന് വന്ന സ്ഥാപന മേധാവികൾ ഈ ബലപരീക്ഷണത്തിൽ തന്ത്രപരമായ നിലപാട് സ്വീകരിക്കുകകൂടി ചെയ്തപ്പോൾ കോളേജ് ലക്ഷ്യവും മാർഗവും കൈവിട്ട അവസ്ഥയിലുമായി.

പുതുതായി രൂപം കൊണ്ട കെ പി സി ടി യു വിഭാഗത്തിന്റെ ശ്രമകരമായ ദൗത്യം കോളേജുകളിൽ യൂണിറ്റുകൾ ഉണ്ടാക്കുക എന്നതായിരുന്നു. അഭിപ്രായ വ്യത്യാസത്തിൽ മാതൃസംഘടനയിൽ നിഷ്ക്രിയരായി നിൽക്കുന്നവരെയും ഒരു നിലപാടും സ്വീകരിക്കാതെ മാറിനിൽക്കുന്നവരെയും സംഘടിപ്പിക്കാൻവേണ്ടി സംസ്ഥാന നേതാക്കൾക്കൊപ്പം പ്രവർത്തക സമിതി അംഗമെന്ന നിലയിൽ ധാരാളം യാത്രകൾ വേണ്ടി വന്നു. യൂണിവേഴ്സിറ്റി സിൻഡിക്കേറ്റുകളിലൊന്നും കാര്യമായ പ്രാതിനിധ്യമില്ലാത്ത അക്കാലത്ത് സംഘടനയിൽ അംഗങ്ങളെ ചേർക്കുക എന്നത് ശ്രമകരമായ കാര്യമായിരുന്നു. രണ്ട് വർഷം കൊണ്ടാണ് സംഘടനക്ക് ഒരു മേൽവിലാസമുണ്ടാക്കാൻ കഴിഞ്ഞത്. മിക്കവാറും എൻ എസ് എസ്, എസ് എൻ മാനേജ്മെന്റ് കോളേജുകളിൽ യൂണിറ്റുകളുണ്ടായെങ്കിലും, ക്രിസ്ത്യൻ കോളജുകളിലും മറ്റ് പ്രാദേശിക മാനേജ്മെന്റ് കോളേജുകളിലും കൂടുതൽ ശക്തി പ്രാപിക്കേണ്ടിയിരുന്നു. ഉന്നത വിദ്യാഭ്യാസ മേഖലയിൽ കൂടുതൽ കരുത്താർജ്ജിക്കണമെങ്കിൽ സമാനമനസ്കരായ സംഘടനകൾ യോജിക്കണമെന്ന ചിന്താഗതി അപ്പോഴേക്കും പ്രബലമായി വന്നു. അധികം വൈകാതെ കെ പി സി ടി യു വും പി സി ടി എ യും ലയിച്ച് കെ പി സി ടി എ എന്ന പ്രസ്ഥാനം നിലവിൽ വന്നു.

കണ്ണൂർ സർവ്വകലാശാലയിൽ ഗ്രേഡിംഗ് നടപ്പാക്കുന്നതുമായി ബന്ധപ്പെട്ട് രൂപീകൃതമായ ടാസ്ക് ഫോഴ്സിൽ അംഗമായതും, എം ജി, കണ്ണൂർ യൂണിവേഴ്സിറ്റികളിലെ ജന്തുശാസ്ത്ര പഠന ബോർഡുകളിൽ അംഗമായതും, കണ്ണൂർ യൂണിവേഴ്സിറ്റി ജന്തുശാസ്ത്ര പഠന ബോർഡിന്റെ അധ്യക്ഷനായതും, അക്കാദമിക്ക് കൌൺസിൽ അംഗമായതുമൊക്കെ സംഘടനാ ബലത്തിലാണെങ്കിലും, ഉത്തരവാദിത്വങ്ങൾ ഭംഗിയോടെ നിർവ്വഹിക്കാൻ കഴിഞ്ഞത് പക്ഷഭേദമില്ലാതെ അധ്യാപക സുഹൃത്തുക്കൾ നൽകിയ നിരുപാധിക സഹകരണം കൊണ്ട്കൂടിയാണെന്ന് എടുത്തുപറയേണ്ടതുണ്ട്. സംഘടനാ കാര്യങ്ങളിൽ ശക്തമായ നിലപാടുകളെടുക്കുമ്പോഴും ഇതര സംഘടനകളിലുള്ളവരുമായി വ്യക്തിബന്ധങ്ങൾ പോറലില്ലാതെ സൂക്ഷിക്കാനും, അഭിപ്രായവ്യത്യാസമുണ്ടാകുമ്പോൾ മാന്യമായി വിയോജിക്കാനും എന്നും ശ്രമിച്ചിട്ടുണ്ട്. സ്വപക്ഷത്ത് ശത്രുക്കൾ ഏറുന്നതും എതിർപക്ഷത്ത് സുഹൃത്തുക്കൾ കൂടുന്നതും ഒരു വൈരുദ്ധ്യമായി തോന്നിയില്ല.

1996ൽ രൂപീകൃതമായ കണ്ണൂർ യൂണിവേഴ്സിറ്റിയുടെ ആദ്യത്തെ സെനറ്റ് തിരഞ്ഞെടുപ്പിലും സ്ഥാനാർഥിയാകാനുള്ള നിയോഗം വന്നു ചേർന്നു. കോളേജിൽ എ കെ പി സി ടി എ യിലെ ഡോ.പ്രദീപ്കുമാർ

ഉൾപ്പടെ ഞങ്ങൾ രണ്ടു സ്ഥാനാർത്ഥികൾ. അവധിയെടുത്ത് ആഴ്ചകൾ നീണ്ടുനിന്ന യാത്രകളും വോട്ട് തേടലും. ഫലം വന്നപ്പോൾ നേരിയ വ്യത്യാസത്തിൽ തോറ്റു. സംഘടനയുടെ കെട്ടുറപ്പും, അംഗങ്ങളുടെ പ്രതിബദ്ധതയും അപ്പോഴും ദുർബ്ബലമാണെന്ന് വേദനയോടെ തിരിച്ചറിഞ്ഞു. പ്രദീപ്കുമാർ അദ്ദേഹത്തിന്റെ സംഘടനാ വോട്ടുകൾ കൊണ്ട് ഭംഗിയായി ജയിച്ചു. അങ്ങിനെ സംഘടനക്ക് വേണ്ടി സമയവും ഊർജ്ജവും പണവും വ്യയംചെയ്ത രണ്ടാം തോൽവിയും മൗനമായി ഏറ്റുവാങ്ങി. കുഞ്ഞികൃഷ്ണനും രവിയും അബ്രഹാം ജോർജ്ജും ഹേമലതയും വേണുവുമൊക്കെ ഉൾപ്പെടുന്ന സുഹൃത്തുക്കളുടെ കഠിനപ്രയത്നങ്ങളെല്ലാം വിഫലമായി.

കോഴിക്കോട് സർവ്വകലാശാലാ സെനറ്റ് തിരഞ്ഞെടുപ്പിലെ പോരാട്ടം പ്രൊഫ. എം ആർ സി യുടെ ഭാഷയിൽ ഒരു 'ചാവേറായി' മത്സരിച്ചതാണ്. മഞ്ചേരിയിലൊഴിച്ച് മറ്റൊരു എൻ എസ് എസ് കോളേജിലും അന്ന് യൂണിറ്റ് ഉണ്ടായിരുന്നില്ല. എൻ എസ് എസ് കോളേജിൽ ചിതറിക്കിടക്കുന്ന വോട്ടുകൾ കഴിയാവുന്നത്ര സമാഹരിക്കാനൊരു സ്ഥാനാർഥി മത്സരിക്കണമായിരുന്നു. തോൽക്കുമെന്ന് അറിഞ്ഞുകൊണ്ടൊരു പോരാട്ടം. അതെ, തോൽക്കുന്ന യുദ്ധം. സമയവും ഊർജ്ജവും പണവും വ്യയം ചെയത് സംഘടന ചുവടുറപ്പിക്കാനൊരു തീവ്രശ്രമമായി മത്സരത്തെ കണ്ടു.

രണ്ടാം തോൽവി വിശ്വസ്തരുടെ ചതിയിൽ സംഭവിച്ചതാണ്. പയ്യന്നൂർ കോളേജിലെ സ്ഥാനാർത്ഥി പുറത്താകുമ്പോൾ കൈമാറ്റം ചെയ്യപ്പെടേണ്ട ഒന്നാം വോട്ടിന്റെ മൂല്യമുള്ള രണ്ടാം വോട്ട് ലഭിക്കാതെ വന്നപ്പോൾ പിടിച്ചുനിൽക്കാനായില്ല. ഏറെ അംഗങ്ങളുള്ള പ്രസ്തുത കോളേജിലെ യൂണിറ്റിൽനിന്നായിരുന്നു സംഘടന രണ്ടാം വോട്ട് അനുവദിച്ചിരുന്നത്. ഒരു വോട്ട്പോലും അങ്ങിനെ കൈമാറ്റം ചെയ്യപ്പെട്ടതില്ല. എല്ലാവരും സംഘടനയുടെ തീരുമാനം ക്രൂരമായി ലംഘിച്ചു. ഞാൻ പുറത്തായപ്പോൾ മട്ടന്നൂർ കോളേജിലെ അംഗങ്ങളുടെ രണ്ടാം വോട്ട് നേരത്തെ നിശ്ചയിച്ചപോലെ എസ് എൻ കോളേജിലെ അനിലിന് ഒന്നാം വോട്ടായി കൃത്യമായി കൈമാറ്റം ചെയ്യപ്പെടുകയും ചെയ്തു. അനിൽ ജയിച്ചു. സ്വന്തം തോൽവിയുടെ നഷ്ടത്തിലും സംഘടനയുടെ മറ്റൊരു സ്ഥാനാർത്ഥിയുടെ വിജയം സാന്ത്വനമായി.

ഏത് മേഖലയിലായാലും 'തോൽക്കുന്ന യുദ്ധം' ചെയ്യാൻ ആരെങ്കിലും വേണം. അങ്ങിനെയുള്ളവരുടെ പരിശ്രമങ്ങളും നഷ്ടങ്ങളും സാഹസികമായ പരാജയങ്ങളുമൊക്കെയാണ് കാലത്തിന്റെ പടയോട്ടത്തിൽ രഥചക്രങ്ങൾക്ക് വേഗം പകർന്നിട്ടുള്ളത്. അവയുടെ മൂല്യം തിരിച്ചറിയാൻ ഏതൊരു പ്രസ്ഥാനത്തിനും കഴിയേണ്ടതാണ്.

ചരിത്രത്തോട് അങ്ങിനെ നീതി പുലർത്തുന്ന പ്രസ്ഥാനങ്ങൾക്കാവും എന്നും വേരോട്ടമുണ്ടാവുക. സംഘടന ചുവടുറപ്പിക്കുന്ന പ്രാരംഭ കാലത്ത് യാതൊന്നും തിരിച്ച് പ്രതീക്ഷിക്കാതെയുള്ള ഇത്തരം പോരാട്ടങ്ങൾക്ക് വലിയ പ്രാധാന്യമുണ്ടായിരുന്നുവെന്ന് പിൽക്കാലത്ത് സംഘടനയുടെ അമരത്ത് വന്നവർ പലരും ഓർത്തില്ല എന്നതാണ് യാഥാർഥ്യം. ആരംഭകാലത്ത് സംഘടന കെട്ടിപ്പടുക്കാൻ രാവും പകലും പാടുപെട്ട നിസ്വാർത്ഥ സേവകരുടെ കിതപ്പും കിതപ്പും മനസ്സിലാക്കാൻ അവർ ശ്രമിച്ചില്ല. സ്വന്തം തട്ടകങ്ങളിൽ അവർ നേരിട്ട പ്രയാസങ്ങളും പ്രതികൂല സാഹചര്യങ്ങളുടെ സമ്മർദ്ദവുമെല്ലാം പുതിയ അവതാരങ്ങൾക്ക് വിലയില്ലാത്ത പഴയ ചരിത്രം. നല്ല കാലത്ത് ഒപ്പം ചിരിക്കുന്നവരേക്കാൾ ഓർക്കേണ്ടത് പ്രതികൂലസന്ധിയിൽ കൂടെനിന്നവരെയും ഒപ്പം കരഞ്ഞവരെയുമാണെന്ന് വെട്ടിപ്പിടിക്കലിന്റെ പുതിയ കാലത്ത് ആരോർക്കാൻ!

സംഘടനാ പ്രവർത്തനം നയവും ക്ഷമയും സമമായി ചേരേണ്ട ഒരു പ്രവർത്തന മേഖലയാണ്. പ്രകടനപരതയും വാചാലതയും അധിക യോഗ്യതകളാണ്. മനസ്സാക്ഷിക്കുത്തുള്ളവർക്ക് സാധ്യത കുറവാണ്. ഭൂരിപക്ഷത്തിന്റെ അഭിപ്രായത്തിന് വിരുദ്ധമായി ചിലപ്പോൾ ശരിയെന്ന് ബോധ്യമുള്ള നിലപാടുകൾ സ്വീകരിക്കുകയും അവയിൽ ഉറച്ചുനിൽക്കുകയും ചെയ്യുമ്പോൾ വിമത പരിവേഷം ചാർത്തപ്പെടും. അപ്രതീക്ഷിതമായ തിരിച്ചടികളും സംഭവിക്കാം. അപ്പോഴും സ്വന്തം മനസാക്ഷിയോട് നീതി പുലർത്തിയെന്ന സംതൃപ്തി കൂട്ടിനുണ്ടാകും. കൃത്യമായ ആസൂത്രണത്തോടെ സംഘടനാ പ്രവർത്തനം നടത്തി, അപ്പപ്പോഴുള്ള രാഷ്ട്രീയ യജമാനന്മാരെ പ്രീതിപ്പെടുത്തി, പദവികൾ നേടാൻ വെമ്പുന്ന പുതു ജനുസ്സിലെ നേതാക്കളുടെ തന്ത്രപ്പാടുകൾ കാണുമ്പോൾ സങ്കടവും സഹതാപവും തോന്നിയിട്ടുണ്ട്. അംഗസംഖ്യ പെരുകി സംഘടന ശക്തമായപ്പോൾ, അധികാരത്തിലിരിക്കുന്ന കക്ഷികളുടെ പിന്തുണ ലഭിക്കുന്ന സാഹചര്യമുണ്ടായപ്പോൾ നേതൃസ്ഥാനങ്ങളിലെത്താൻ ധാരാളം ആളുകൾ മുന്നോട്ട് വന്നത് സ്വാഭാവികം. നന്നായി പ്രവർത്തിക്കുന്നവരും കഴിവുള്ളവരും അക്കൂട്ടത്തിലുണ്ടായിരുന്നു. ഒപ്പം കഴിവില്ലാത്തവരും സ്ഥാനമോഹികളും കരുനീക്കങ്ങൾ നടത്താൻ സമർത്ഥരായവരും ഭാരവാഹികളുടെ നിരയിൽ സ്ഥാനം പിടിച്ചു. കൃത്യമായ കണക്കുകൂട്ടലുകൾ നടത്തി, വാക്കുകളിൽ തേൻപുരട്ടി, നിലപാടുകളിൽ വെള്ളം ചേർത്ത് മുന്നേറുന്ന യുവനേതാക്കളും അക്കൂട്ടത്തിൽപെടുന്നു.

ഇടതുപക്ഷ രാഷ്ട്രീയത്തോട് കലഹിച്ച് പുറത്തുപോയവരുടെ സംഘടന മെല്ലെ മെല്ലെ വലതുപക്ഷ രാഷ്ട്രീയത്തിന്റെ കൂടാരങ്ങളിൽ അഭയം പ്രാപിക്കുന്ന കാഴ്ചയാണ് പിന്നീട് കണ്ടത്. രാഷ്ട്രീയം വർജ്യമാണെന്ന് അഭിപ്രായമില്ല. കേരളത്തിന്റെ സവിശേഷമായ സാഹചര്യങ്ങളിൽ രാഷ്ട്രീയ കക്ഷികളുടെ പിൻബലം കരുത്താണ്. പക്ഷേ ഉന്നത വിദ്യാഭ്യാസ രംഗത്ത് പ്രവർത്തിക്കുന്ന ഒരു സംഘടന വിധേയത്വംകൊണ്ട് അക്കാദമിക്ക് കാഴ്ചപ്പാടുകളൊക്കെ വെടിഞ്ഞ് ഒരു രാഷ്ട്രീയ കക്ഷിയുടെ പോഷക സംഘടനായി മാറുന്നത് ഭൂഷണമല്ല. അങ്ങിനെ വരുമ്പോൾ പാർട്ടിയുടെ രാഷ്ട്രീയ കാഴ്ചപ്പാടിനനുസരിച്ച് ഏതു കാര്യത്തിലും നിലപാട് സ്വീകരിക്കേണ്ടി വരും. വിദ്യാഭ്യാസ രംഗത്തെ അനിഷേധ്യമായ മാറ്റങ്ങളോട് ക്രിയാത്മകമായി പ്രതികരിക്കാൻ കഴിയാതെവരും. എല്ലാറ്റിനുമുപരി രാഷ്ട്രീയ ഭിക്ഷാംദേഹികളുടെ ഒരു ആൾക്കൂട്ടമായി സംഘടന തരം താഴും.

പാഠ്യ പദ്ധതിയിലും ബോധന ക്രമങ്ങളിലും മൂല്യനിർണ്ണയ രീതിയിലുമൊക്കെ സമൂലമായ മാറ്റങ്ങൾ സംഭവിച്ചുകൊണ്ടിരിക്കുന്ന കാലത്ത് അവയെ അക്കാദമികമായി നേരിടാനും ക്രിയാത്മക നിർദ്ദേശങ്ങൾ സമർപ്പിക്കാനും ആരോഗ്യപരമായ ചർച്ചകളിലൂടെയും സമവായങ്ങളിലൂടെയും അവയുടെ നിർവ്വഹണത്തിനായി പ്രവർത്തിക്കാനുമുള്ള ഉത്തരവാദിത്വം അധ്യാപകർക്ക് തന്നെയാണ്. ആശയപരമായ ശാഠ്യങ്ങളും രാഷ്ട്രീയമായ അഭിപ്രായ വ്യത്യാസങ്ങളും അവിടെ വിലങ്ങുതടിയാവാൻ പാടില്ല. സംഘടനയുടെ കട്ടുത്ത ചട്ടക്കൂടിലൊതുങ്ങുമ്പോൾ ശരികളെ ശരികളായി കാണാനും യുക്തിസഹമായ നിലപാടുകളെടുക്കാനും പരിമിതികളുണ്ടാകും. ഭരണപക്ഷത്തായാലും പ്രതിപക്ഷത്തായാലും വിദ്യാഭ്യാസ പരിഷ്കാരങ്ങളുമായി ബന്ധപ്പെട്ട നയങ്ങൾക്കും നിലപാടുകൾക്കും വ്യക്തതയും സ്ഥിരതയും വേണം. പോകെ പോകെ സംഘടന അക്കാദമിക്ക് താൽപ്പര്യങ്ങൾ കുറയുകയും രാഷ്ട്രീയ മുൻഗണനകൾ വർധിക്കുകയും ചെയ്യുന്ന അവസ്ഥയിൽ എത്തുന്നത് ദുഖത്തോടെ തിരിച്ചറിയുകയായിരുന്നു.

സംഘടനയുടെ വേദികളിലും മേഖലാ- സംസ്ഥാന സമ്മേളനത്തിന്റെ അക്കാദമിക് യോഗങ്ങളിലും ഗൗരവമായ ചർച്ചകൾ നടക്കുകയോ സുചിന്തിതമായ നിർദ്ദേശങ്ങൾ ഉരുത്തിരിയുകയോ ഉണ്ടെങ്കിൽത്തന്നെ അവയുടെ തുടർ പ്രവർത്തനങ്ങൾ നടക്കുകയോ ചെയ്യാത്ത നിലയിലായി സംഘടനാ കാര്യങ്ങൾ. മേഖലാ ഭാരവാഹികൾ ഉള്ള യൂണിറ്റുകൾപോലും പ്രവർത്തന രഹിതമായി തുടരുന്ന വിരോധാഭാസം. ഉത്തരവാദപ്പെട്ട ഭാരവാഹികൾപോലും കാര്യങ്ങൾ

നന്നായി പഠിക്കാതെ വാചക കസർത്തുകൾ നടത്തുന്ന കാഴ്ചകൾ പല വേദികളിലും കാണായി. നിലവാരമുള്ള ബൗദ്ധിക സംവാദങ്ങളിൽ ഭൂരിഭാഗം അംഗങ്ങൾക്കും താല്പര്യമില്ല. തിരഞ്ഞെടുപ്പും ഭാരവാഹികളാകാനുള്ള കരുനീക്കങ്ങളിലുമാണ് അധികം പേർക്കും താല്പര്യം. സംസ്ഥാന സമ്മേളനങ്ങളിൽ അതിനുവേണ്ടിയുള്ള കരുനീക്കങ്ങളും അണിയറ നീക്കങ്ങളും ഗ്രൂപ്പ് തിരിഞ്ഞുള്ള സമാന്തര കൂടിച്ചേരലുകളും നന്നായി നടക്കുന്നു. ഉൽഘാടന- സമാപന സമ്മേളനങ്ങളിൽ പിന്തുണയ്ക്കുന്ന പാർട്ടിയുടെ ഉന്നത നേതാക്കൾ വരുമ്പോൾ ഹാൾ നിറയുകയും അവർ പോകുമ്പോൾ ഹാൾ ശൂഷ്കമാവുകയും ചെയ്യുന്ന അവസ്ഥ. അധ്യാപകരുടെ വിവിധങ്ങളായിട്ടുള്ള പ്രശ്നങ്ങളിൽ ചർച്ചകൾ മാത്രം നടക്കുകയും തുടർ പ്രവർത്തനങ്ങൾ ഇല്ലാതാവുകയും ചെയ്യുന്ന അവസ്ഥ. ഉന്നത വിദ്യാഭ്യാസരംഗത്ത് നടക്കുന്ന ദേശീയ മാറ്റങ്ങൾ വേണ്ട വിധം പഠിക്കുന്നതിനും അംഗങ്ങളെ ബോധവൽക്കരിക്കുന്നതിനും ശിൽപ്പശാലകളോ പഠന കേമ്പുകളോ പഴയതുപോലെ ആവശ്യത്തിന് സംഘടിപ്പിക്കപ്പെടുന്നില്ല. നേതാക്കളുടെ അനുചരന്മാരായി നടക്കുന്ന പുതിയ രാഷ്ട്രീയ മോഹികൾ. പദവികൾ സ്വന്തമാക്കാൻ നേതൃവേഷം കെട്ടുന്ന പുതിയ അവതാരങ്ങൾ. വിമർശനം ഉൾക്കൊള്ളാനും അപാകതകൾ പരിഹരിക്കാനും വിമുഖരായ നേതാക്കൻമാരുടെ ഉദയം. സംഘടനാ പ്രവർത്തനം മടുക്കുകയായിരുന്നു. കാൽ നൂറ്റാണ്ടുകാലം സമയവും അധ്വാനവും സമർപ്പിച്ചത് ഇങ്ങിനെയൊരു പരിണതിക്കായിരുന്നില്ലല്ലോ എന്ന സങ്കടം ഏറി വന്നു. പഴയ താൽപര്യത്തോടെ പ്രവർത്തിക്കാനുള്ള ആവേശം തണുത്തു. സംഘടനയിൽനിന്നും സാവധാനം അകലുകയായിരുന്നു.

മറ്റൊരു വശത്ത് സംഘടനകളോട് താൽപര്യരാഹിത്യം കാണിക്കുന്ന പുതുതലമുറയിലെ അധ്യാപകരുടെ സംഖ്യയും കൂടുകയായിരുന്നു. നിലനിൽപ്പിനുവേണ്ടി സംഘടിക്കാനും സമരം ചെയ്യാനും വേണ്ട സാഹചര്യങ്ങളൊന്നും നിലവിലില്ല എന്ന വ്യാജ സുരക്ഷാബോധം അവരെ കീഴടക്കിയിരിക്കുന്നു. പ്രശ്നങ്ങളും പ്രയാസങ്ങളും സംഘർഷങ്ങളും നിലനിൽക്കുമ്പോഴാണല്ലോ സഹപ്രവർത്തകർക്കിടയിൽ അടുപ്പവും സംഘബോധവും ഉടലെടുക്കുക. അവയില്ലെന്ന് വരുമ്പോൾ എന്തിന് സംഘടിക്കണം. പണവും സമയവും എന്തിന് നഷ്ടപ്പെടുത്തണം. ഇങ്ങിനെ ചിന്തിക്കുന്നവർ പഴയ ചരിത്രം അറിയാൻ ശ്രമിക്കാത്തവരാണ്. പ്രതീക്ഷിക്കാത്ത സന്ദർഭങ്ങളിൽ പ്രശ്നങ്ങൾ ഉയർന്നുവരാം. സംഘടനാ പ്രവർത്തനം കേവലം രാഷ്ട്രീയ മല്ലയുദ്ധമാണെന്ന് വിലകുറച്ച് കാണുന്നവരും ചിലരുണ്ട്. പക്ഷേ അധ്യാപനത്തെയും അക്കാദമിക

നിലവാരത്തെയും ഏറെ സമ്പുഷ്ടമാക്കുന്ന ഘടകങ്ങൾ നല്ല സംഘടനാ പ്രവർത്തനത്തിൽ ഉണ്ടെന്നും, പ്രതിഷേധിക്കപ്പെടേണ്ടതും പ്രതിരോധിക്കേണ്ടതുമായ സഹചര്യങ്ങൾ അപ്രതീക്ഷിതമായി വന്നു ചേരുമെന്നും സംശുദ്ധമായ സഹപ്രവർത്തനത്തിന്റെ ശക്തി അപ്പോഴേ തിരിച്ചറിയുകയുള്ളൂ എന്നും പറഞ്ഞു വെയ്ക്കട്ടെ. സംഘടനാ പ്രവർത്തനത്തിൽ സംഭവിച്ച അപചയം തീർച്ചയായും ആത്മപരിശോധനക്ക് വിധേയമാകേണ്ടതാണെന്ന് സമ്മതിക്കാതെയും വയ്യ.

എൻ എസ് എസ് മാനേജ്മെന്റും വിപുലമായ സൗഹൃദങ്ങളും

സംസ്ഥാനത്തെ പ്രബലമായ സാമുദായിക സംഘടനയാണ് നായർ സർവീസ്സ് സൊസൈറ്റി. 1914 ഒക്ടോബർ 31 ന് ചങ്ങനാശ്ശേരി മന്നത്ത് വീടിന്റെ പൂമുഖത്ത് നിലവിളക്ക് കൊളുത്തി "സമുദായക്ഷേമത്തിന് വേണ്ടി ജീവിതകാലം മുഴുവൻ പ്രവർത്തിക്കും" എന്ന പ്രതിജ്ഞയെടുത്ത് ശ്രീ കെ. കേളപ്പനും ശ്രീ മന്നത്ത് പദ്മനാഭനുമുൾപ്പടെ 14 പേർ ചേർന്ന് രൂപം കൊടുത്ത 'നായർ സമുദായ ഭൃത്യ ജനസംഘം' എന്ന ചെറു കൂട്ടായ്മയാണ് പിൽക്കാലത്ത് നായർ സെർവീസ്സ് സൊസൈറ്റി എന്ന വലിയ പ്രസ്ഥാനമായി രൂപാന്തരപ്പെട്ടത്. കിഴക്കൻ പ്രദേശത്ത് കാൽനടയായി യാത്രചെയ്ത് നെല്ലും അരിയും നാളികേരവും ഒന്നും രണ്ടും രൂപയും തടിയും സംഭാവനയായി പിരിച്ച്, 70 ഏക്കർ സൗജന്യമായി ലഭിച്ച സ്ഥലത്ത് പണിത കറുകച്ചാൽ ഇംഗ്ലീഷ് മിഡിൽ സ്കൂൾ എന്ന വിദ്യാഭ്യാസ സ്ഥാപനത്തിൽ തുടങ്ങുന്ന എൻ എസ് എസ്സിന്റെ അതി വിപുലമായ സ്ഥാപനശ്രേണികൾ. ചങ്ങനാശ്ശേരി പെരുന്നയിലെ മന്നത്ത് വീട്ടിൽ നിലവിൽ താമസിക്കുന്ന അദ്ധ്യാപക ദമ്പതികളായ വേണുവും സുനീതയും ദീർഘകാല സുഹൃത്തുക്കളാണെന്നത് യാദൃശ്ചികമല്ലെന്ന് കരുതാനാണിഷ്ടം. ഭദ്രദീപം കൊളുത്തി നായർ സർവീസ് സൊസൈറ്റി എന്ന പ്രസ്ഥാനത്തിന് ഔപചാരികമായി തുടക്കം കുറിച്ച പൂമുഖം, വീട് പുതുക്കിപ്പണിതപ്പോൾ അതേ അളവിലും പ്രൗഢിയിലും നിലനിർത്തിയിരിക്കുന്നു.

പ്രസിഡണ്ട്, ജനറൽ സെക്രട്ടറി, ഡയറക്ടർ ബോർഡ്, പ്രതിനിധി സഭ, താലൂക്കടിസ്ഥാനത്തിൽ യൂണിയനുകൾ, അവയുടെ കീഴിൽ

അയ്യായിരത്തിന് മേൽ കരയോഗങ്ങൾ, ആയിരക്കണക്കിന് വനിതാ സമാജങ്ങൾ, ബാല സമാജങ്ങൾ. അങ്ങിനെ സുഘടിതമായ സംഘടനാ സംവിധാനം. കേരളത്തിന്റെ തെക്കേ അറ്റം മുതൽ വടക്കേ അറ്റംവരെ വ്യാപിച്ചുകിടക്കുന്ന നിരവധി എയ്ഡഡ് വിദ്യാഭ്യാസ സ്ഥാപനങ്ങൾ. ആർട്സ് & സയൻസ് കോളേജുകൾ, ട്രെയിനിങ് കോളേജുകൾ, ഹയർ സെക്കണ്ടറി, സെക്കണ്ടറി സ്കൂളുകൾ, യു പി സ്കൂളുകൾ, എഞ്ചിനിയറിങ്ങ് കോളേജ്, പോളി ടെക്ക്നിക്ക്, ആയുർവേദ ഹോമിയോ കോളേജുകൾ, ആശുപത്രികൾ, ഹോസ്റ്റലുകൾ, എസ്റ്റേറ്റുകൾ അങ്ങിനെ വലിയൊരു സ്ഥാപന ശൃംഖല. ഈ മട്ടിലുള്ളൊരു മാനേജ്മെന്റിന് കീഴിൽ ജോലി ചെയ്യാൻ കഴിഞ്ഞത് ഒരവസരമായിത്തന്നെ കാണുന്നു.

ആദരണീയനായ സമുദായ ആചാര്യൻ പത്മശ്രീ മന്നത്ത് പദ്മ നാഭൻ ഒരായുസ്സ്കൊണ്ട് കഠിനാധ്വാനം ചെയ്ത് വളർത്തിയെടുത്ത താണ് ഇവയിൽ മിക്ക സ്ഥാപനങ്ങളും. അദ്ദേഹത്തിന് ശേഷം വന്ന സമുദായ നേതാക്കന്മാരുടെ കാലം പ്രസ്ഥാനത്തിന്റെ ക്രമാനുഗതമായ വളർച്ചയെക്കാളുമുപരി കാഴ്ചപ്പാടിലും പ്രവർത്തനശൈലിയിലുമാണ് വ്യത്യസ്തമായിട്ടുള്ളത്. ആസ്തിയിലും സ്ഥാപനങ്ങളുടെ എണ്ണത്തിലും വൈവിധ്യത്തിലും എൻ എസ് എസ് ഏഷ്യയിലെതന്നെ ഏറ്റവും വലിയ കോർപൊറേറ്റ് മാനേജ്മെന്റാണെന്ന് പറയാം. കേരളത്തിന്റെ വിദ്യാ ഭ്യാസ സാമഹ്യ സാംസ്കാരിക മേഖലയിൽ തലയെടുപ്പോടെ ഇന്നും നിൽക്കുന്നു ജന്മ ശതാബ്ദി പിന്നിട്ട ഈ പ്രസ്ഥാനം. സംഘടനയുടെ ശക്തിയും ഭദ്രമായ കെട്ടുറപ്പും സ്ഥാപനങ്ങളുടെ മികവായി പരിവർ ത്തനം ചെയ്യപ്പെട്ടില്ല എന്നാണ് തോന്നിയിട്ടുള്ളത്. പൊതുനയവും സമീപനവുമാവാം. സ്ഥാപനങ്ങൾ കാര്യക്ഷമമായി പ്രവർത്തിക്കുന്ന തിനാവശ്യമായ നിയന്ത്രണങ്ങളും ആവാം. പ്രവർത്തന വൈകല്യങ്ങൾ തിരിച്ചറിഞ്ഞുള്ള തിരുത്തൽ നടപടികളിൽ കാർക്കശ്യവുമാവാം. അപ്പോഴും അതിരുകളില്ലാത്ത വളർച്ചക്ക് ആവശ്യമായ പ്രവർത്തന സ്വാതന്ത്ര്യം അനുവദിക്കാനും, മേഖലയിലെ ഇതരസ്ഥാപനങ്ങളുമായി ആരോഗ്യകരമായി മത്സരിക്കാനുള്ള പ്രാപ്തി കൈവരിക്കാനും സ്ഥാ പനങ്ങളെ പ്രോത്സാഹിപ്പിക്കണം. സുഘടിതമായൊരു സംഘടനാ സംവിധാനമുണ്ടായിട്ടും സ്ഥാപനങ്ങൾ തളർന്നുപോകുന്നുവെങ്കിൽ സംവിധാനത്തിന്റെ വൈകല്യം പരിശോധനക്ക് വിധേയമാകേണ്ട താണല്ലോ. കാലത്തിന്റെ മാറ്റങ്ങൾ ഉൾക്കൊണ്ട്, സമൂഹത്തിന്റെ ആവശ്യങ്ങൾ തിരിച്ചറിഞ്ഞ് തികഞ്ഞ പ്രൊഫെഷണൽ മികവോടെ കൂടുതൽ ഫലസിദ്ധി കൈവരിക്കാനുള്ള ചിട്ടയായ പ്രവർത്തനങ്ങളാണ് പ്രസ്ഥാനം ഏറ്റെടുക്കേണ്ടത്. മികവ് ആശയങ്ങളിലും സമീപനങ്ങളി ലും നിർവ്വഹണത്തിലും ഒരുപോലെ പ്രകടമാകണം. സ്ഥാപനങ്ങൾ

മികവിന്റെ കേന്ദ്രങ്ങളായി മാറുന്നത് അങ്ങിനെയാണ്. ബലവും ദൗർബ്ബല്യവും തിരിച്ചറിഞ്ഞ് കൂടുതൽ ജനാധിപത്യരീതിയിൽ സംഘടനയുടെ എല്ലാ വിഭാഗങ്ങളും ചലിപ്പിക്കപ്പെടേണ്ടതുണ്ട്. കാലവും സമൂഹവും അതാണ് ആവശ്യപ്പെടുന്നത്. ഓരോ രംഗത്തും കഴിവും പ്രാപ്തിയും തെളിയിച്ചവരുടെ സേവനവും പ്രാഗൽഭ്യവും ഉപയോഗപ്പെടുത്തുന്നതിൽ പ്രസ്ഥാനം വേണ്ടത്ര വിജയിച്ചുവോ എന്ന് ആത്മപരിശോധന നടത്തേണ്ടതാണ്. മിതമായ വിധേയത്വവും മാന്യമായ വിമർശനവും ആത്മാർത്ഥതയുടെ അളവുകോലായി പരിഗണിക്കപ്പെടുമ്പോഴാണ് ആരോഗ്യപരമായ പാരസ്പര്യം സാധ്യമാവുക. ജോലിക്കും വ്യക്തിപരമായുള്ള നേട്ടങ്ങൾക്കുമപ്പുറം പ്രസ്ഥാനത്തെയും സ്ഥാപനങ്ങളെയും വളർത്തുന്നതിൽ ജീവനക്കാരും സമുദായാംഗങ്ങളും യൂണിയൻ ഭാരവാഹികളും കൂടുതൽ ശ്രദ്ധയോടും കരുതലോടും പ്രവർത്തിക്കേണ്ടതുമുണ്ടെന്ന് പറയാതെ വയ്യ.

എൻ എസ് എസ്സിന് കീഴിൽ മൂന്ന് കോളേജുകളിൽ ജോലി ചെയ്യാൻ സാധിച്ചതിനാലും, വിവിധ കാര്യങ്ങൾക്കായി മിക്കവാറും എല്ലാ കോളേജുകളും സന്ദർശിക്കേണ്ടി വന്നതിനാലും കാസർകോഡ് മുതൽ ധനുവച്ചപുരംവരെ ധാരാളം സൗഹൃദങ്ങൾ സൃഷ്ടിക്കാൻ അവസരമുണ്ടായി. ഒരു കാലംവരെ സർവ്വകലാശാലാ അതിർ വരമ്പുകളില്ലാതെ സ്ഥലം മാറ്റം നടന്നിരുന്നതുകൊണ്ട് ദൂരസ്ഥലങ്ങളിലുള്ള ധാരാളം അധ്യാപക അനധ്യാപക ജീവനക്കാരുമായി സഹപ്രവർത്തനം സാധ്യമായി. അധ്യാപക സംഘടനയിലെ പിളർപ്പും വേർപിരിയലുമൊന്നും വ്യക്തി ബന്ധങ്ങളെ ഒരിക്കലും ഉലച്ചിരുന്നില്ല എന്നതും പ്രസ്താവ്യമാണ്. കേരളത്തിലെ ഏത് നഗരത്തിൽ എത്തിയാലും അവിടെയെല്ലാം സൗഹൃദക്കൂട്ടങ്ങൾ ഉണ്ട് എന്നത് ചെറിയ കാര്യമല്ല. നമ്മുടെ സംസ്ഥാനത്തിന്റെ സാമൂഹ്യ സാംസ്കാരിക വൈവിധ്യത്തിന്റെ ഒരു പരിച്ഛേദം പരിചയപ്പെടാൻ എൻ എസ് എസ് കോളേജിലെ ജോലി വലിയൊരു അവസരമായി മാറി എന്നത് സത്യമാണ്. ചെറിയ കാലം മാത്രം നിലനിന്ന സൗഹൃദങ്ങളുണ്ടെന്നും മറക്കുന്നില്ല. സ്വന്തം കാര്യങ്ങൾക്കുവേണ്ടിയുള്ള സൗഹൃദം അങ്ങിനെയാവുമല്ലോ. എങ്കിലും നിഷ്കളങ്കമായ സ്നേഹവും ദൃഢമായ സൗഹൃദവും പരിചയപ്പെട്ട നാൾ മുതൽ പരസ്പരം പകരുന്ന എത്രയോ സഹപ്രവർത്തകരുണ്ട്. സ്നേഹവും കരുതലുമായി എന്നും കൂടെ നിന്നവർ. വിമർശിക്കുകയും വിയോജിക്കുകയും ചെയ്യുമ്പോഴും പരസ്പര സൗഹൃദം കാത്തുസൂക്ഷിച്ചവർ. വിരമിക്കലിന് ശേഷമുള്ള അകലങ്ങളിലെ വിശ്രമ ജീവിതത്തിലും ഈ സൗഹൃദങ്ങൾ തുടരുന്നത് മറ്റൊന്നും കൊണ്ടല്ല, ഇവരുടെയൊക്കെ സ്നേഹം കളങ്കമില്ലാത്തതായിരുന്നു എന്നതുകൊണ്ടാണ്.

സന്നദ്ധ പ്രവർത്തനങ്ങൾ

ജോലി ചെയ്ത കോളേജുകളുമായി ബന്ധപ്പെട്ട് പുറം ബന്ധങ്ങളും സൗഹൃദങ്ങളും വിപുലമായത് സാർത്ഥകമായി സാമൂഹിക ജീവിതത്തിലിടപെടാനുള്ള അവസരങ്ങളായി മാറി. ദേശീയ വയോജന വിദ്യാഭ്യാസ പദ്ധതിയുടെ കോഓർഡിനേറ്റർ ആയും, നാഷണൽ സർവീസ്സ് സ്കീമിന്റെ പ്രോഗ്രാം ഓഫീസറായും വിദ്യാർത്ഥികളുമായി ചേർന്ന് മഞ്ചേരിയുടെ പൊതുമണ്ഡലത്തിൽ പ്രവർത്തിക്കാനായത് ധന്യമായ അനുഭവമായിരുന്നു. സാമൂഹ്യ പ്രവർത്തകരുമായും ആരോഗ്യപ്രവർത്തകരുമായും ചേർന്ന് നിരവധി പദ്ധതികൾ ഏറ്റെടുക്കുമ്പോൾ വിദ്യാർത്ഥികൾക്ക് മാത്രമല്ല, അതുമായി സഹകരിക്കുന്ന അധ്യാപകന്റെയും വീക്ഷണ ചക്രവാളങ്ങൾ വികസിക്കുകയായിരുന്നു.

ദീർഘകാലം ജോലി ചെയ്തത് മട്ടന്നൂരിലായതിനാൽ മുൻസിപ്പാലിറ്റിയുമായും, സമീപ പഞ്ചായത്തുകളുമായും, വിവിധ സന്നദ്ധ സംഘടനകളുമായുമൊക്കെ ചേർന്ന് പ്രവർത്തിക്കാൻ ധാരാളം അവസരമുണ്ടായി. യുവജന സംഘടനയായ ജൂനിയർ ചേംബറിന്റെ പഴശ്ശി ചാപ്റ്റർ സ്ഥാപക പ്രസിഡണ്ടായി പ്രവർത്തിച്ചപ്പോൾ വ്യത്യസ്തമായ യുവജന പരിശീലന പദ്ധതികളുടെ ഭാഗമാകാൻ കഴിഞ്ഞു. ഓയിസ്ക എഡ്യൂക്കേഷണൽ & ചാരിറ്റബിൾ ട്രസ്റ്റിന്റെ സ്ഥാപക ചെയർമാനായപ്പോൾ പ്രവർത്തനങ്ങളുടെ ഭൂമിക നന്നായി വൈവിധ്യവൽക്കരിക്കപ്പെടുകയായിരുന്നു. നെല്ലൂന്നിയിൽ ട്രസ്റ്റിന് സ്വന്തമായി ഒരു ആസ്ഥാനമന്ദിരമുണ്ടാക്കാൻ കഴിഞ്ഞതും, അവിടെ യൂത്ത് സെന്റർ,

ഭിന്നശേഷിയുള്ള കുട്ടികൾക്ക് വേണ്ടിയുള്ള കേന്ദ്രം, വയോജനങ്ങൾക്ക് വേണ്ടിയുള്ള തേർഡ് എയ്ജ് സെൻറർ എന്നിവ തുടങ്ങിയതും ട്രസ്റ്റിന് മട്ടന്നൂരിന്റെ പൊതു മണ്ഡലത്തിൽ വലിയ സ്വീകാര്യത ലഭിക്കാൻ കാരണമായി. ഭിന്നശേഷിയുള്ള കുട്ടികളുടെ കേന്ദ്രം അഞ്ച് വർഷത്തെ പ്രവർത്തനങ്ങൾക്ക് ശേഷം അന്നത്തെ മുൻസിപ്പൽ ചെയർമാൻ ശ്രീ ഭാസ്കരൻ മാസ്റ്ററുടെ താൽപ്പര്യപ്രകാരം മട്ടന്നൂർ മുൻസിപ്പാലിറ്റി ഏറ്റെടുക്കുകയും ഇന്ന് എല്ലാ സൗകര്യങ്ങളുമുള്ള ഒരു സ്പെഷ്യൽ സ്കൂൾ ആയി അത് മാറി എന്നതും തുടക്കക്കാരായ ട്രസ്റ് അംഗങ്ങൾക്ക് അഭിമാനിക്കാനുള്ള വകയായി. 2015 ൽ കണ്ണൂർ അന്താരാഷ്ട്ര വിമാന ത്താവളം മട്ടന്നൂർ മൂർഖൻപറമ്പിൽ പ്രവർത്തന സജ്ജമാകുന്നതിന്റെ പശ്ചാത്തലത്തിൽ ട്രസ്റ്റ് സംഘടിപ്പിച്ച സാമൂഹിക -പാരിസ്ഥിതിക പ്രത്യാഘാതങ്ങളെക്കുറിച്ചുള്ള പഠന ശിൽപ്പശാല ഏറെ കാലിക പ്ര സക്തിയുള്ള പരിപാടിയായിരുന്നു. സമൂഹത്തിന്റെ വ്യത്യസ്ത തട്ടുകളിൽ പ്രവർത്തിക്കുന്നവരുമായുള്ള സൗഹൃദം വിപുലമാകുന്നത് ഇങ്ങനെയു ള്ള പ്രവർത്തനങ്ങളിൽ ഇടപെടുമ്പോഴാണ്. പരസ്പരം യാതൊന്നും അങ്ങോട്ടുമിങ്ങോട്ടും പ്രതീക്ഷിക്കാതെ നിഷ്കളങ്കമായ ഇടപെടലിന്റെ മുഗ്ദ്ധ സൗന്ദര്യം അനുഭവിക്കാൻ കഴിഞ്ഞ അവസരങ്ങളായിരുന്നു അവയെല്ലാം. പ്രാദേശിക സ്വയംഭരണ സ്ഥാപനങ്ങളുമായി ചേർ ന്നുള്ള പാരിസ്ഥിതിക, വിദ്യാഭ്യാസ, സാമൂഹിക സഹപ്രവർത്തനം അധ്യാപകനെന്ന നിലയിൽ കൂടുതൽ യാഥാർത്ഥ്യബോധത്തോടെ കാര്യങ്ങളെ കാണാനും സ്വന്തം വിദ്യാർത്ഥികളോട് തൽസംബന്ധി യായി കൂടുതൽ ആർജ്ജവത്തോടെ സംവദിക്കാനും പ്രാപ്തനാക്കി എന്ന് വിനയത്തോടെ പറയട്ടെ. വർഷങ്ങൾക്ക്ശേഷം സ്ഥാപന മേധാവിയായി പ്രവർത്തിക്കാൻ അവസരം വന്നപ്പോൾ വ്യത്യസ്തമായ പാഠ്യ അനുബന്ധ പരിപാടികൾ നിർദ്ദേശിക്കാനും നടപ്പിലാക്കാനുമു ള്ള മുൻകൈ കോളേജിന് പുറത്ത് വർഷങ്ങളായി പ്രവർത്തിച്ചതിന്റെ അനുഭവവുമായി ചേർത്തുവെക്കാനാണ് ആഗ്രഹിക്കുന്നത്.

അനിവാര്യമായ മാറ്റത്തിന്റെ തുടക്കം

"ഒന്നും എപ്പോഴും ഒരുപോലെയായിരിക്കില്ല, രാവുകൾ അനന്തമല്ല, പുലരൊളി വരാനിരിക്കുന്നുവെന്ന സന്ദേശം"

അതെ, മട്ടന്നൂർ കോളേജിലും മാറ്റങ്ങൾ സംഭവിക്കുകയായിരുന്നു. 2001 ൽ പ്രീഡിഗ്രി കോഴ്സുകൾ സ്കൂൾ തലത്തിലേക്ക് വേർപെട്ടുപോയതോടെ കേമ്പസ്സിലെ വിദ്യാർത്ഥി ബാഹുല്യം കുറഞ്ഞു. ഒഴിവായ മുറികളും അനുബന്ധ സൗകര്യങ്ങളുമെല്ലാം ഡിഗ്രി വിഭാഗങ്ങളുടെ ഭൗതിക ഞെരുക്കം ഒരു പരിധിവരെ കുറക്കാൻ പുനക്രമീകരിക്കപ്പെട്ടു. കോളേജിന്റെ ഭൗതികപരമായ പോരായ്മകൾ പരിഹരിക്കുന്നതിന്റെ ഭാഗമായി കോളേജ് വികസന സമിതി രൂപീകരിക്കപ്പെട്ടു. പുതിയൊരു മൂന്ന്നില കെട്ടിടത്തിന്റെ പണികൾ തുടങ്ങി. കേമ്പസ്സിന്റെ അക്കാദമിക്ക് അന്തരീക്ഷം സാവധാനത്തിൽ മാത്രമേ മാറ്റത്തിന് വിധേയമാവുകയുള്ളൂ. വർഷങ്ങളായി തുടരുന്ന വിദ്യാർത്ഥികളുടെ സംഘടനാ പ്രവർത്തന ശൈലി അങ്ങിനെ പെട്ടെന്ന് പരിവർത്തനത്തിന് വിധേയമാകുന്ന ഒന്നല്ല. പുറത്തെ രാഷ്ട്രീയാന്തരീക്ഷം പലപ്പോഴും കലുഷിതവുമാണല്ലോ.

പുതുതായി ചില ബിരുദ കോഴ്സുകൾ അനുവദിക്കപ്പെട്ടു. കോമേഴ്സിൽ പിജി കോഴ്സും അനുവദിക്കപ്പെട്ടു. യൂണിവേഴ്സിറ്റി തലത്തിൽ അധ്യാപകരുടെ നിയമന സ്ഥലം മാറ്റ മാർഗ്ഗനിർദ്ദേശങ്ങൾ പ്രാബല്യത്തിൽ വന്നു. ദൂരദേശങ്ങളിൽനിന്നുള്ള അധ്യാപകർക്ക് സ്വന്തം നാടിനടുത്തുള്ള കോളേജിലേക്ക് സ്ഥലം മാറ്റത്തിനുള്ള

സാധ്യത തെളിഞ്ഞു. കണ്ണൂർ ജില്ലയിൽനിന്നും കൂടുതൽ അധ്യാപകരും അനധ്യാപകരും നിയമിതരായി. കോളേജിനോട് വൈകാരികമായി അടുപ്പമുള്ള ജീവനക്കാരുടെ സംഖ്യ ആനുപാതികമായി വർദ്ധിച്ചു വന്നു. അധ്യാപകരും രക്ഷിതാക്കളും നിരന്തരം ആവശ്യപ്പെട്ടുകൊണ്ടിരുന്ന കോളേജ് വികസന സമിതിയുടെ ആവിർഭാവം മാനേജ്മെന്റിന്റെ ഭാഗത്തുനിന്നുള്ള പുതിയൊരു കാൽവെപ്പായി. എൻ എസ് എസ് ഡയറക്ടർ ബോർഡ് അംഗം അഡ്വക്കറ്റ് കെ. നാരായണൻ നമ്പ്യാർ ചെയർമാനും ആദരണീയനായ ശ്രീ. സി. എം. ബാലകൃഷ്ണൻ നമ്പ്യാർ സെക്രട്ടറിയും യൂണിയൻ പ്രതിനിധികളും പ്രിൻസിപ്പലും അധ്യാപകരു മുൾപ്പെട്ട സമിതിയുടെ നേതൃത്വത്തിൽ മുൻഗണന നിശ്ചയിച്ചുകൊണ്ട് അവശ്യം വേണ്ട നിർമ്മാണ പ്രവർത്തനങ്ങൾ സമാരംഭിച്ചു. പരിസ്ഥിതി യോജ്യമല്ലാത്ത ആസ്ബസ്റ്റോസ് മേൽക്കൂര മാറ്റുക എന്നത് അനിവാര്യ മായിരുന്നുവെങ്കിലും പെട്ടെന്ന് പ്രയോഗികകമായ കാര്യമായിരുന്നില്ല. കോളേജിന്റെ മുഖ കവാടത്തിനരികെ പുതിയൊരു മൂന്ന് നില കെട്ടിടം ഘട്ടം ഘട്ടമായി പണിയാൻ സമിതി തീരുമാനിച്ചു.

ജന്തുശാസ്ത്രത്തിൽ ബിരുദ കോഴ്സ് ലഭിക്കാനുള്ള വ്യക്തിപരമായ ശ്രമങ്ങൾ 1993 ൽ ഫലം കണ്ടതോടെ എന്റെ പരിശ്രമങ്ങൾ പ്രസ്തുത കോഴ്സിനുള്ള ഭൗതികവും അക്കാദമികവുമായ സൗകര്യങ്ങൾ ഒരുക്കു ന്നതിൽ കേന്ദ്രീകരിച്ചു. മട്ടന്നൂർ കോളേജിന്റെ പരിമിതികളിൽ നിന്ന് കൊണ്ട് സമയ ബന്ധിതമായി ഇവ നിറവേറ്റുക എന്നത് ശ്രമകരമാ ണെന്ന് നല്ല ബോധ്യമുണ്ടായിരുന്നു. എങ്കിലും ഒരു ലക്ഷ്യമുണ്ടാകുമ്പോൾ അതിന് വേണ്ടി പ്രവർത്തിക്കാൻ ഉൽക്കടമായ ആവേശമുണ്ടാകുമല്ലോ. വ്യക്തി ജീവിതത്തിലായാലും ഔദ്യോഗിക ജീവിതത്തിലായാലും അങ്ങി നെതന്നെയാണല്ലോ. നല്ല ക്ലാസ് മുറികൾ വേണം. സുസജ്ജമായ ലാബും ലൈബ്രറിയും വേണം. ഉപകരണങ്ങളും അനുബന്ധ സജ്ജീ കരണങ്ങളും വേണം. സൗകര്യപ്രദമായ സ്റ്റാഫ് മുറി വേണം. പുതിയ അധ്യാപക അനധ്യാപക തസ്തികകൾ അനുവദിക്കപ്പെടണം. പുതിയ കെട്ടിടത്തിന്റെ ഒന്നാം നിലയിൽ സമയബന്ധിതമായി ഇവയെല്ലാം പൂർത്തീകരിക്കാൻ മാനേജ്മെന്റും കോളേജ് വികസന സമിതിയും അധ്യാപക രക്ഷകർത്തൃ സമിതിയും കൂടെനിന്നു. പുതുതായി അധ്യാ പകർ നിയമിക്കപ്പെട്ടു. ജന്തുശാസ്ത്ര വിഭാഗ അധ്യക്ഷനായും അധ്യാ പകനായും കൂടുതൽ കർമ്മനിരതനാവാനുള്ള അവസരം അങ്ങിനെ കൈവന്നു. കോഴ്സ് മൂന്നാം വർഷത്തിലേക്ക് കടക്കുമ്പോഴേക്കും കോളേജിലെ സുസജ്ജമായ വകുപ്പായി ജന്തുശാസ്ത്രവിഭാഗം മാറി. താഴത്തെ നിലയിൽ വിശാലമായ ക്ലാസ്സ് മുറികളും ഒന്നാം നിലയിൽ

പൊതു ലൈബ്രറിയും ജന്തുശാസ്ത്ര വിഭാഗവുമായി എൻ എസ് എസ് ശതാഭിഷേക സ്മാരക ബ്ലോക്കിന്റെ ഉൽഘാടനം ബഹുമാനപ്പെട്ട ജനറൽ സെക്രട്ടറി ശ്രീ. പി.കെ. നാരായണ പണിക്കർ 1998 ൽ നിർവ്വഹിച്ചപ്പോൾ സമിതിയുടെ പ്രവർത്തനങ്ങൾ കോളേജിന്റെ മുഖച്ഛായ മാറ്റുമെന്ന് ഏവരും പ്രതീക്ഷിച്ചു.

കോളേജിന്റെ യശസ്സും പ്രതിച്ഛായയും നന്നാകണമെങ്കിൽ വിദ്യാർത്ഥി സംഘടനകൾ തമ്മിലുള്ള അനാരോഗ്യകരമായ വാശിയും മത്സരവും അവസാനിക്കണമെന്ന കാര്യത്തിൽ ഏകാഭിപ്രായമുണ്ടെങ്കിലും വേണ്ടത്ര താൽപ്പര്യവും വിട്ടുവീഴ്ചാ മനോഭാവവും രാഷ്ട്രീയ കക്ഷികളുടെ ഭാഗത്ത്നിന്ന് ഉണ്ടാകാത്തതിൽ അധ്യാപകർ ഏറെ ദുഖിതരായിരുന്നു. എങ്കിലും കോളേജിൽ ശാന്തമായ പഠനാന്തരീക്ഷം നിലനിർത്താനുള്ള ശ്രമങ്ങൾ ഇരുവിഭാഗത്തിലുമുള്ള അധ്യാപകർ തുടർന്നു. വിദ്യാർത്ഥികൾക്ക് മാതൃകയാകാനുള്ള ബാധ്യത അധ്യാപകർക്കാണല്ലോ. ആശയപരമായ വൈജാത്യം നിലനിൽക്കുമ്പോഴും കോളേജിന്റെ ഉയർച്ചക്ക് വേണ്ടി യോജിച്ച് പ്രവർത്തിക്കണമെന്ന തിരിച്ചറിവ് ഞങ്ങളിൽ പലർക്കും ഉണ്ടായി. അധ്യാപക സംഘടനകൾ തമ്മിലുള്ള അനാവശ്യമായ മത്സരം ഒഴിവാക്കി കോളേജിന്റെ പൊതുകാര്യങ്ങളിലും അക്കാദമികമായ കാര്യങ്ങളിലും പരസ്പരം യോജിക്കാനും സഹകരിക്കാനുമുള്ള സമവായം ഉണ്ടാകണമെന്ന് ഭൂരിഭാഗം അധ്യാപകരും ആഗ്രഹിക്കുന്നുണ്ടായിരുന്നു. വ്യക്തിപരമായും സംഘടനാപരമായും തൊട്ടുകൂടായ്മ തുടരണമെന്ന് ആഗ്രഹിക്കുന്നവർ ഉണ്ടെങ്കിലും അവരുടെ എണ്ണം കുറവും, ശബ്ദം ദുർബ്ബലവുമായിരുന്നു. കോളേജിന്റെ വികസനം കാംക്ഷിക്കുന്ന നല്ലൊരു ഭാഗം അധ്യാപകർ കേമ്പസ്സ് നവീകരിക്കാനുള്ള പഠ്യേതരവും പാഠ്യ അനുബന്ധവുമായ പ്രവർത്തനങ്ങൾ ആവേശപൂർവ്വം ഏറ്റെടുക്കുമ്പോഴും പെട്ടെന്നുണ്ടാകുന്ന വിദ്യാർത്ഥി സംഘടനകൾ തമ്മിലുള്ള പടലപ്പിണക്കങ്ങൾ മാറ്റത്തിന്റെ നൈരന്തര്യം ശിഥിലപ്പെടുത്തുന്നുണ്ടായിരുന്നു.

വർഷം തോറും സംഭവിച്ചുകൊണ്ടിരിക്കുന്ന പ്രിൻസിപ്പൽമാരുടെ സ്ഥലം മാറ്റം നയങ്ങളുടെയും പദ്ധതികളുടെയും തുടർച്ചക്ക് വലിയ വിഘാതമായിരുന്നു. കോളേജിന്റെ ചരിത്രത്തിൽ 5 വർഷം തുടർച്ചയായി പ്രിൻസിപ്പലായി പ്രവർത്തിക്കാൻ അവസരം ലഭിച്ചത് ഒരാൾക്ക് മാത്രം. കഴിവും സ്വാധീനവുമുണ്ടായിട്ടും ലഭ്യമായ അവസരം കോളേജിന്റെ ഉയർച്ചക്ക് വിനിയോഗിക്കപ്പെടാതെപോയ കാലം. ഭൗതികവും അക്കാദമികവുമായ കാര്യങ്ങളിൽ നല്ല പരിവർത്തനങ്ങൾ സാധിക്കുമായിരുന്ന അഞ്ച് വർഷങ്ങൾ അങ്ങിനെ വൃഥാവിലായി. 1997

മുതൽ 2001 വരെ 'ഒരു വർഷത്തെ നാഥൻ' എന്ന അവസ്ഥ പിന്നെയും തുടരുകയായിരുന്നു. ഒരു തുടർ കഥപോലെ ഭരണതലത്തിലെ അസ്ഥിരതയും വിദ്യാർത്ഥി സംഘടനകളുമായി ബന്ധപ്പെട്ട പ്രശ്നങ്ങളും. 2001 - 2003 കാലയളവ് അഡ്മിഷൻ ക്രമക്കേടിനാലും അനുബന്ധമായ വിജിലൻസ് അന്വേഷണങ്ങളാലും അടയാളപ്പെട്ടിരിക്കുന്നു. പദവി എങ്ങിനെ ദുരുപയോഗം ചെയ്യാമെന്നും ഉത്തരവാദിത്വങ്ങളിൽനിന്നും എങ്ങിനെ ഒളിച്ചോടാമെന്നും ഒരു സ്ഥാപനമേധാവി എല്ലാവരെയും ബോധ്യപ്പെടുത്തിയ കാലം. കലാലയത്തിന്റെ കുതിപ്പ് സ്വപ്നം കണ്ടവർ വീണ്ടും നിരാശയുടെ കയത്തിൽ പതിച്ചുപോയ കുപ്രസിദ്ധമായ രണ്ട് വർഷങ്ങൾ. അധ്യാപകരുടെ സമ്മർദ്ദങ്ങൾ സ്ഥാപനമേധാവിയുടെ സ്ഥാനചലനത്തിലേക്ക് നയിച്ചെങ്കിലും പുതിയ ഭരണ സാരഥ്യം വീണ്ടും ഒരു വർഷത്തിലേക്ക് ഒതുങ്ങി.

2004 ൽ കോട്ടയം കിടങ്ങൂർ സ്വദേശിയായ ഡോ. എസ്സ്.രാമചന്ദ്രൻ പ്രിൻസിപ്പലായി സ്ഥാനമേറ്റതോടെ കോളേജിന്റെ പ്രവർത്തനവുമായി ബന്ധപ്പെട്ട നയങ്ങൾക്കും സമീപനങ്ങൾക്കും പുതിയൊരു ഉണർവുണ്ടായി. കോളേജ് പ്രവേശനമുൾപ്പടെയുള്ള ഭരണകാര്യങ്ങളിലും സാമ്പത്തിക ഇടപാടുകളിലും സുതാര്യത ഉണ്ടായി എന്നതാണ് എടുത്ത് പറയേണ്ട കാര്യം. അദ്ദേഹത്തിന്റെ രണ്ട് വർഷം നീണ്ട കാലയളവിലായിരുന്നു ദീർഘവീക്ഷണത്തോടെയുള്ള അക്കാദമിക്ക് പദ്ധതികൾ പലതും ആരംഭിച്ചത്. എതിർപ്പുകൾ ഉണ്ടാകുമെന്നറിഞ്ഞിട്ടും വിദ്യാർത്ഥി സംഘടനകളുടെ പ്രവർത്തനങ്ങൾ നിയന്ത്രിക്കാനുള്ള ശ്രമങ്ങൾക്ക് അദ്ദേഹം തുടക്കം കുറിച്ചു. അരുത് എന്ന് കേട്ട് ശീലമില്ലാത്ത സംഘടനകൾ സ്വാഭാവികമായും ചെറുത്ത് നിൽപ്പ് തുടങ്ങി. ഉദ്ദേശശുദ്ധി തിരിച്ചറിയപ്പെടാതെ പോയതിനാലാവാം അധ്യാപകരുമായും ചില അഭിപ്രായവ്യത്യാസങ്ങൾ ഉടലെടുത്തു. നിലപാടുകൾ മയപ്പെടുത്താൻ അദ്ദേഹം തയ്യാറാവാത്തത് കാരണം വിമർശനങ്ങളും എതിർപ്പുകളുമൊക്കെ തുടർന്നെങ്കിലും വാക്കിലും പ്രവർത്തിയിലുമുള്ള പൊരുത്തവും വിശ്വാസ്യതയും സർവ്വരും തിരിച്ചറിയുന്നുണ്ടായിരുന്നു. വളരെക്കാലമായി മട്ടന്നൂർ കോളേജ് ആഗ്രഹിച്ചതും പക്ഷേ അന്യമായതും ഇങ്ങിനെയുള്ളൊരു നിലപാടായിരുന്നല്ലോ. കോളേജിനെ സ്നേഹിക്കുന്നവർക്കെല്ലാം കോളേജിനുവേണ്ടി പ്രവർത്തിക്കണമെന്നും ലക്ഷ്യവേധിയായി ചിലത് ചെയ്യാൻ കഴിയുമെന്ന ബോധ്യവുമുണ്ടായി.

അക്കാദമിക്ക് മികവിന്റെ ദേശീയ സൂചികയായ നാക് (NAAC -National Assessment & Accreditation Council) അംഗീകാരം ലഭിക്കുന്നതുമായി ബന്ധപ്പെട്ട പരിശ്രമങ്ങൾ തുടങ്ങണമെന്ന അഭിപ്രായം

അധ്യാപകരിൽ രൂപപ്പെട്ടുവന്നതും ഈയൊരു പശ്ചാത്തലത്തിലാണ്. കണ്ണൂർ ജില്ലയിലെ മറ്റ് കോളേജുകൾ നാക് അംഗീകാരമൊക്കെ നേടി മികവിന്റെ യാത്രയിൽ മുന്നേറുന്നത് എല്ലാവരും കാണുന്നുണ്ടായി രുന്നു. 1996 ൽ യൂജിസിയുടെ സാമാന്യം ആകർഷകമായ 'സാലറി പാക്കേജ്' കൂടി നടപ്പിലായതോടെ വിദ്യാർത്ഥികളോടും പൊതുസ മൂഹത്തോടുമുള്ള ഉത്തരവാദിത്വം തിരിച്ചറിഞ്ഞ് പ്രവർത്തിക്കാനുള്ള വിവേകം ഭൂരിഭാഗം അധ്യാപകരിലും പ്രകടമായിരുന്നു. മൂർത്തമായ പ്രശ്നങ്ങൾക്കിടയിലും മികവാർന്ന പാഠ്യ പഠ്യേതര പ്രവർത്തനങ്ങൾ കോളേജിൽ നടക്കുന്നു എന്നത് പരമാർത്ഥമാണ്. സാമൂഹികമായും സാമ്പത്തികമായും പിന്നാക്കം നിൽക്കുന്ന കുടുംബങ്ങളിലെ കുട്ടികളുടെ വ്യക്തിത്വ വികസനവും പൊതു അവബോധവും സാധ്യമാക്കി അവരുടെ ഉന്നത വിദ്യാഭ്യാസ സ്വപ്നങ്ങൾ സാക്ഷാത്കരിക്കുന്നതിൽ സ്ഥാപനം പതിറ്റാണ്ടുകളായി നിയതമായ പങ്ക് വഹിക്കുന്നു എന്നതിൽ ആർക്കും സംശയവുമില്ല. മാറുന്ന കാലത്ത് നൈപുണ്യ വികസനവും തൊഴിൽ ക്ഷമതയും ആർജ്ജിക്കുന്ന വിദ്യാഭ്യാസ സമഗ്രതയിലേക്ക് വിദ്യാർത്ഥി കളെയും സ്ഥാപനത്തെയും അനുനയിക്കാൻ പ്രാപ്തമായ പദ്ധതികൾ വേണമെന്നാണ് യു ജി സിയും നാക് പോലുള്ള മൂല്യനിർണ്ണയ ഏജൻ സികളും നിഷ്കർഷിക്കുന്നത്. ഈ ദിശയിലുള്ള പ്രവർത്തനങ്ങളിൽ കോളേജ് ശ്രദ്ധ പതിപ്പിക്കുകയാണെങ്കിൽ അക്കാദമിക്ക് മൂല്യ നിർ ണ്ണയത്തിൽ കോളേജ് പിറകിലാവില്ല എന്ന ബോധ്യം ഇതുമായി ബന്ധ പ്പെട്ട സെമിനാറുകളിലും ശിൽപ്പശാലകളിലും പങ്കെടുത്ത ഞങ്ങളിൽ ചില അധ്യാപകർക്കുണ്ടായിരുന്നു. നിലവിൽ ഭൗതിക സൗകര്യങ്ങളിൽ വലിയ പോരായ്മ ഉണ്ടെങ്കിലും അക്രഡിറ്റേഷൻ (Accreditation) പ്ര ക്രിയയുടെ ഭാഗമായി മാനേജ്മെന്റുമായി ചേർന്ന് അവ കുറെയൊക്കെ പരിഹരിക്കാൻ കഴിയുമെന്ന പ്രതീക്ഷയിലാണ് ഒരു പറ്റം അധ്യാപകർ ഇങ്ങിനെയൊരു സാഹസത്തിന് മുന്നിട്ടിറങ്ങുന്നത്. നാക് അംഗീകാര ത്തിനുള്ള ശ്രമങ്ങൾ പോലും മികവിലേക്കുള്ള സുസ്ഥിര യാത്രയാണെ ന്ന് പ്രിൻസിപ്പലും നല്ലൊരുവിഭാഗം അധ്യാപകരും വിശ്വസിച്ചിരുന്നു. ഒരു പരീക്ഷണ ഘട്ടത്തിൽ മാനേജ്മെന്റ് ഉദാരമായ സമീപനം സ്വീകരിക്കുമെന്നുള്ള ആത്മവിശ്വാസവും കൂട്ടിനുണ്ടായിരുന്നു. ഇതുമായി ബന്ധപ്പെട്ടുള്ള പ്രവർത്തനങ്ങൾ ഏകോപിപ്പിക്കുവാൻ ഒരു കമ്മിറ്റി രൂപീകരിക്കപ്പെടുകയും അതിന്റെ കൺവീനറായി ഞാൻ നിയോഗിക്ക പ്പെടുകയും ചെയ്തു. ഡിപാർട്മെൻ്റിലെ എന്റെ ജോലികൾ നിറവേറ്റാൻ താൽക്കാലികമായി ഒരു അതിഥി അധ്യാപികയെ നിയമിക്കാനും തീരുമാനമായി. അങ്ങിനെ നാക് അംഗീകാരത്തിന് വേണ്ട മാനദ ണ്ഡങ്ങൾ കൃത്യമായി മനസ്സിലാക്കാനും അവയ്ക്കനുസരിച്ച് വിവിധ

വിഭാഗങ്ങളിലെ പാഠ്യ പാഠ്യഅനുബന്ധ പ്രവർത്തനങ്ങൾ പുനർ നിർണയിക്കാനും പുനഃക്രമീകരിക്കാനുമുള്ള ശ്രമങ്ങൾ കമ്മിറ്റി തുടങ്ങി. ഡിപ്പാർട്ട്മെന്റ്തല യോഗങ്ങളും കൗൺസിൽയോഗങ്ങളും പലതവണ ചേർന്നു. ഡിപാർട്ട്മെൻടുകൾ അവയുടെ ദർശനവും (vision) ദൗത്യവും (mission) രൂപപ്പെടുത്തി അതിനോടിണങ്ങുന്ന ഹ്രസ്വവും ദീർഘവുമായ ലക്ഷ്യങ്ങൾ തിരിച്ചറിഞ്ഞ് പ്രവർത്തിക്കണമെന്ന ധാരണയായി. മിക്ക വിഭാഗങ്ങളും നിയതമായ പാതയിൽ നിന്ന്കൊണ്ട്തന്നെ വളരെ ആവേശപൂർവ്വം വ്യത്യസ്തവും നവീനവുമായ ഉപവഴികളിലേക്ക് മാറി ചിന്തിക്കാൻ തുടങ്ങിയപ്പോൾ ചുരുക്കം വിഭാഗങ്ങൾ സ്വതസ്സിദ്ധമായ നിസ്സഹരണം തുടർന്നു. പുതിയ ചിന്തകളും രീതികളും സ്വീകരിക്കപ്പെടാൻ തുറന്ന മനസ്സ് വേണം. അൽപ്പം സാവകാശവും.

ദൗർഭാഗ്യവശാൽ ബിരുദ പ്രവേശനസമയത്ത് മാനേജ്മെന്റ് നിയന്ത്രണമുള്ള അമിനിറ്റീസ് അക്കൗണ്ടിലേക്ക് സ്വീകരിക്കുന്ന സംഭാവനയുമായി ബന്ധപ്പെട്ട് ചില പ്രശ്നങ്ങൾ ഉയർന്നുവരികയും, തർക്കം രൂക്ഷമായപ്പോൾ പി ടി എ യിലേക്കുള്ള നിയമാനുസൃതമായ ഏറ്റവും ചുരുങ്ങിയ തുക മാത്രം സ്വീകരിച്ച് പ്രവേശനം നടത്തിയാൽ മതിയെന്ന് മാനേജ്മെന്റ് ഏകപക്ഷീയമായി തീരുമാനിക്കുകയും ചെയ്തു. അതിഥി അധ്യാപർക്ക് മുൻകൂർ വേതനം നൽകാൻപോലും പ്രയാസമായി. വിവിധ വിഭാഗങ്ങൾ ഏറ്റെടുക്കുന്ന പ്രത്യേക പരിപാടികൾക്കൊന്നും പണമില്ലാത്ത അവസ്ഥയായി. പി ടി എ അക്കൗണ്ട് പെട്ടെന്ന് ശൂന്യമായി. നിർമ്മാണ പ്രവർത്തനങ്ങൾ പ്രതിസന്ധിയിലായി. എൻ എസ് എസ് മാനേജ്മെന്റിന് കീഴിലുള്ള മട്ടന്നൂർ കോളേജ് ഉൾപ്പടെയുള്ള ചില കോളേജുകൾ വൻ സാമ്പത്തിക പ്രതിസന്ധിയിലായ ഒരു കാലമായിരുന്നു ഇത്. സ്വാഭാവികമായി നാക് തയ്യാറെടുപ്പുമായി ബന്ധപ്പെട്ട പ്രവർത്തനങ്ങളെയും ഇത് ബാധിച്ചു. പണമില്ലാതെ, വിഭാവനം ചെയ്യപ്പെട്ട അക്കാദമിക് പരിപോഷണപദ്ധതികളൊന്നും നടക്കില്ലല്ലോ. വലിയ പ്രതീക്ഷയോടെ തുടങ്ങിയ നാക് കമ്മിറ്റിയുടെ പ്രവർത്തനങ്ങളെല്ലാം വേദനയോടെയാണെങ്കിലും നിർത്തിവെച്ചു. രണ്ടടി മുന്നോട്ട് പോയാൽ ഒരടി പിറകോട്ടെന്ന വിധി കോളേജിനെ വിട്ടൊഴിയുന്നില്ലല്ലോ എന്ന ദുഃഖം ബാക്കിയായി.

തുടർന്നുള്ള വർഷങ്ങളിൽ അമിനിറ്റീസ് അക്കൗണ്ടിലേക്ക് സംഭാവന സ്വീകരിക്കുന്നത് വേണ്ടെന്ന് മാനേജ്മെന്റ് തീരുമാനിക്കുകയും പി ടി എ കമ്മിറ്റിയുടെ അംഗീകാരമുള്ള തുക പി ടി എ അക്കൗണ്ടിലേക്ക് പിരിക്കുന്ന രീതി നിലവിൽ വരികയും ചെയ്തു. സാമ്പത്തികമായി നല്ല നിലയിലുള്ള രക്ഷിതാക്കളിൽനിന്നും അൽപ്പം ഭേദപ്പെട്ട തുക പിരിക്കാനുള്ള

അനുകൂല സാഹചര്യം ഉരുത്തിരിയാൻ പിന്നെയും മൂന്ന് വർഷങ്ങൾ വേണ്ടിവന്നു.

കോളേജിലെ പൊതു അവസ്ഥ ദീർഘ സംവത്സരങ്ങളായി നേരിട്ട് കാണുകയും അവയിലൊക്കെ പ്രത്യക്ഷമായി ഇടപെടുകയും ചെയ്തപ്പോൾ, സ്ഥാപനത്തിന്റെ നീണ്ട കിതപ്പും ചെറിയ കുതിപ്പും അടുത്തറിഞ്ഞപ്പോൾ, കലാലയത്തിന്റെ അന്തസ്സിന് യോജിക്കാത്ത പ്രവണതകൾക്ക് നിരന്തരം സാക്ഷിയായപ്പോൾ, പ്രിൻസിപ്പൽമാരിൽ ചിലരുടെ നിക്ഷിപ്ത താല്പര്യങ്ങളിലൂന്നിയ നിലപാടുകളുമായി കലഹി ക്കേണ്ടിവന്നപ്പോൾ ഒരു മോഹം മനസ്സിലുദിച്ചു. പ്രിൻസിപ്പലാകണം. അവസരം കിട്ടിയാൽ സ്ഥാപനത്തിന്റെ ഉയർച്ചക്ക് ആവും വിധം പ്രവർത്തിക്കണം. സ്ഥാപനമേധാവിയുടെ ആനുകൂല്യങ്ങളും സൗക ര്യങ്ങളും അനുഭവിക്കാനുള്ള ത്വരയൊന്നുമായിരുന്നില്ല ഈ ആഗ്രഹ ത്തിന് പിന്നിൽ. കോളേജിനെ സ്നേഹിക്കുന്ന, കോളേജിന്റെ അഭ്യുദയം കാംക്ഷിക്കുന്ന ഒരു പറ്റം അധ്യാപകരിവിടെയുണ്ട്. അവരെയൊക്കെ ചേർത്തുനിർത്തിക്കൊണ്ട് അന്തസ്സുള്ള ഒരു സ്ഥാപനമായി മട്ടന്നൂർ കോളേജിനെ മാറ്റണം. ഒന്നോ രണ്ടോ വർഷങ്ങൾ മതിയാവില്ല, കൂടുതൽ വർഷങ്ങളിലെ കഠിന പ്രയത്നം വേണ്ടി വരും. എന്നാലും എൻ എസ് എസ് പോലെയുള്ള പ്രബലമായ ഒരു മാനേജ്മെന്റ് വിചാരിച്ചാൽ കോളേജിനെ മികവിന്റെ തലത്തിലേക്ക് ഉയർത്താൻ കഴിയും. എല്ലാ പ്രശ്നങ്ങളും പരിഹരിക്കാൻ കഴിയില്ലെങ്കിലും വികസനമുരടിപ്പ് മാറ്റാനും അക്കാദമികമായ ഉണർവ്വ് സൃഷ്ടിക്കാനും കഴിയുമെന്ന ആത്മവിശ്വാസം ഉണ്ടായിരുന്നു. സെർവീസ്സ് സീനിയോറിറ്റി പ്രിൻസിപ്പൽ നിയമനത്തിന് പരിഗണിക്കപ്പെട്ടുമെങ്കിലും യോഗ്യത നിശ്ചയിക്കുന്നതിന് വേറെ ചില മാനദണ്ഡങ്ങളും ഉണ്ട്. ഏത് കോളേജിലേക്കുമാവാം നിയമനം. മട്ടന്നൂർ കോളേജിൽത്തന്നെ അവസരം ലഭിക്കണമെന്നില്ല. ചുരുങ്ങിയത് മൂന്ന് വർഷമെങ്കിലും മട്ടന്നൂർ കോളേജിൽ നിയമനം വേണം. അടുത്ത ചില സുഹൃത്തുക്കളോടൊപ്പം മലബാറിലെ രണ്ട് ഡയറക്ടർ ബോർഡ് അംഗ ങ്ങളെയും കണ്ട് കാര്യങ്ങൾ ധരിപ്പിച്ചു. അങ്ങിനെ ഞാനും പ്രിൻസിപ്പൽ തസ്തികയിലേക്കുള്ള ഒരു അപേക്ഷകനായി മാറി. സീനിയോറിറ്റിയിൽ അൽപ്പം പിറകിലായതിനാൽ പെട്ടെന്ന് പരിഗണിക്കപ്പെടുക യില്ലെന്ന ബോധ്യമുണ്ടായിരുന്നു. എങ്കിലും ശ്രമം തുടർന്നു. 2007 ൽ പ്രിൻസിപ്പൽ തസ്തികയുടെ അഭിമുഖാനന്തരം തയ്യാറാക്കിയ ലിസ്റ്റിൽ സാധാരണയിൽനിന്നും വ്യത്യസ്തമായി തസ്തികയുടെഎണ്ണത്തിൽ കവിഞ്ഞ് രണ്ടുപേരെ മാനേജ്മെന്റ് ഉൾപ്പെടുത്തി. അതിലൊരാൾ ഞാൻ ആയിരുന്നു. മറ്റൊരാൾ മഞ്ചേരിയിലെ വിജയകുമാറും. സമീപ

ഭാവിയിൽ പ്രിൻസിപ്പലായി അവരോധിക്കപ്പെട്ടുമെന്ന പ്രതീക്ഷ അങ്ങിനെ ഉടലെടുത്തു.

2006 തുടക്കത്തിൽ പ്രിൻസിപ്പൽ മാറുകയും 2006 ലും 2007 ലും വീണ്ടും 'ഒരു വർഷത്തെ നാഥൻ'എന്ന അവസ്ഥ വന്നുചേരുകയും ചെയ്തു. പോയ വർഷങ്ങളിലെ നല്ല കീഴ്വഴക്കങ്ങൾ പലതും അപ്രത്യക്ഷ മായി. ആകെ കുത്തഴിഞ്ഞ അവസ്ഥയിൽ നിയന്ത്രണങ്ങളുടെ ലക്ഷ്മണ രേഖകളൊക്കെ മാഞ്ഞുപോയി. വർഷാവർഷം നടക്കുന്ന ഇത്തരം സ്ഥലം മാറ്റങ്ങൾ കോളേജിന്റെ പ്രവർത്തനങ്ങളെ പലതരത്തിൽ ബാധിക്കുന്നുണ്ടായിരുന്നു. നാലര പതിറ്റാണ്ടിനിടയിൽ 26 പ്രിൻസി പ്പൽമാർ വന്നുപോയി. ശ്രദ്ധേയമായ സംഭാവനകൾ നൽകിയവർ ചുരുക്കം. മിക്കവരും കഴിവും കാര്യപ്രാപ്തിയുമുള്ളവരായിരുന്നു. പക്ഷേ അവയൊന്നും കലാലയത്തിന്റെ വികസനത്തിന് പ്രയോജനപ്പെട്ടില്ല. ഭൗതിക വികസനങ്ങൾക്ക് മാനേജ്മെന്റ് ഫണ്ടുകൾ വാങ്ങിയെടുക്കുന്ന തിലോ യു ജി സി ക്ക് കൃത്യമായ പദ്ധതി സമർപ്പിച്ച് തുടർപ്രവർത്തനങ്ങ ളിലൂടെ അവ അംഗീകരിപ്പിക്കുന്നതിലോ വേണ്ടത്ര താൽപ്പര്യം പലരും കാണിച്ചില്ല. അങ്ങിനെ യു ജി സിയുടെ പ്രത്യേക ഫണ്ടുകൾ പലതും കിട്ടാക്കനിയായി. പൊതുവായി ലഭിക്കുന്ന അക്കാദമിക്ക് പരിപാടികൾ ക്കും, അധ്യാപകർ സമർപ്പിക്കുന്ന ഗവേഷണ പദ്ധതികൾക്കുമെല്ലാം ഫണ്ടുകൾ കിട്ടും. അവ നടക്കുകയും ചെയ്യും. ഒരപവാദമായി എടുത്ത് പറയാനുള്ളത് നേരത്തെ അപേക്ഷിച്ച പെൺകുട്ടികളുടെ ഹോസ്റ്റൽ പദ്ധതിക്ക് ഭാഗികമായി കിട്ടിയ ധനസഹായം മാത്രം. അതും വർഷങ്ങ ളോളം ഉപയോഗിക്കപ്പെടാതെ കിടന്നു. ചരട് നഷ്ടപ്പെട്ട പട്ടം പോലെ കോളേജ് അലക്ഷ്യമായി എങ്ങോട്ടൊക്കെയോ പറക്കുന്ന അവസ്ഥ. സ്ഥാപന മേധാവി ഒരു വഴിയേ, അദ്ധ്യാപകർ വിഭജിതരായി വെവ്വേറെ വഴികളിൽ, വിദ്യാർത്ഥികൾ അവർക്കിഷ്ടപ്പെട്ട വഴിയേ. വിദ്യാർത്ഥി സമരങ്ങളും പ്രക്ഷോഭങ്ങളുമൊക്കെ നിർബാധം തുടർന്ന വർഷങ്ങൾ.

2008- 2009 ൽ തിരുവനന്തപുരം സ്വദേശിയായ ഡോ. വി. സദാ നന്ദൻ പ്രിൻസിപ്പലായി ചുമതല ഏറ്റപ്പോൾ കോളേജിലെ ഭൗതിക സൗകര്യങ്ങൾ മെച്ചപ്പെടുത്താനുള്ള ശ്രമങ്ങൾക്ക് വീണ്ടും ജീവൻ വെച്ചു. ഓഫീസിനെയും അധ്യാപകരെയും പി ടി എ കമ്മിറ്റിയേയു മൊക്കെ ചലിപ്പിക്കുവാൻ അദ്ദേഹം പരമാവധി ശ്രമിച്ചു. ഭൗതിക സാഹചര്യങ്ങളിൽ ചെറിയ മാറ്റങ്ങൾ പ്രകടമായി. പെൺകുട്ടികളുടെ ഹോസ്റ്റൽ നിർമ്മാണത്തിനുള്ള യു ജി സി ഫണ്ട് മൂന്ന് വർഷമായി കോളേജ് അക്കൗണ്ടിൽ വന്നു കിടക്കുകയായിരുന്നു. അവശ്യമായ സാങ്കേതിക നടപടികളൊക്കെ പൂർത്തിയാക്കി ഹോസ്റ്റൽ നിർമ്മാണം

തുടങ്ങാൻ അദ്ദേഹം ഉത്സാഹിച്ചു. ശിലാസ്ഥാപനത്തിന് എൻ എസ് എസ് സെൻട്രൽ കമ്മിറ്റി സെക്രട്ടറി പ്രൊഫ. പ്രസന്നകുമാർ സാർ കോളേജിൽ വന്നപ്പോൾ കോളേജിന്റെ അവസ്ഥ കൃത്യമായി അദ്ദേഹത്തെ ബോധ്യപ്പെടുത്തുന്നതിൽ ഞങ്ങൾ വിജയിച്ചു. ഭൗതിക സൗകര്യങ്ങളുടെ അപര്യാപ്തതയും നല്ല കാര്യങ്ങൾക്കൊന്നും നൈരന്തര്യമില്ലാത്ത അവസ്ഥയും തുടരുന്നതിലെ ആശങ്ക അദ്ദേഹം ഉൾക്കൊണ്ടു. കോളേജുകളൊക്കെ മികവിന്റെ കേന്ദ്രങ്ങളായി മാറിക്കൊണ്ടിരിക്കുന്ന പുതിയ കാലത്ത് ഇങ്ങിനെ തുടർന്നാൽ സ്ഥാപനത്തിന്റെ അസ്തിത്വംപോലും അപകടത്തിലാകുമെന്ന കാര്യത്തിൽ എല്ലാവരും യോജിച്ചു. അവശ്യം വേണ്ട നിർമ്മാണപ്രവർത്തനങ്ങളും അനുബന്ധ സൗകര്യങ്ങളും സമയബന്ധിതമായി പൂർത്തിയാക്കാമെന്നും നാക് അക്രെഡിറ്റേഷൻ പ്രവർത്തനങ്ങൾ പുനരാരംഭിക്കാമെന്നും അദ്ദേഹം സമ്മതിച്ചു. എൻ എസ് എസ് ജനറൽ സെക്രട്ടറിയുടെ അംഗീകാരത്തിന് വിധേയമായി ഇങ്ങിനെയൊരു തീരുമാനം ഉണ്ടാകുന്നത് കോളേജിനെ സ്നേഹിക്കുന്ന എല്ലാവർക്കും സ്വാഗതാർഹമായ കാര്യമായി. അദ്ദേഹത്തിന്റെ സാന്നിദ്ധ്യത്തിൽ തുടർന്ന് ചേർന്ന കോളേജ് കൗൺസിൽ യോഗം അക്രെഡിറ്റേഷൻ പ്രക്രിയ പുനരാരംഭിക്കാൻ ഔപചാരികമായി തീരുമാനിച്ചു. നേരത്തെ നാക് കോഓർഡിനേറ്റർ ആയ ഞാൻ തുടരുന്നത് സംബന്ധിച്ച ചർച്ച വന്നപ്പോൾ, പ്രിൻസിപ്പൽമാരുടെ തിരഞ്ഞെടുക്കപ്പെട്ട ലിസ്റ്റിൽ ഉൾപ്പെട്ടതിനാൽ അടുത്ത വർഷം പ്രിസിപ്പലാകാൻ സാധ്യതയുള്ള എന്നെ ഒഴിവാക്കി മറ്റൊരാളെ കോഓർഡിനേറ്റർ ആയി തീരുമാനിക്കാൻ അദ്ദേഹം നിർദ്ദേശിക്കുകയായിരുന്നു. മട്ടന്നൂർ കോളേജിൽത്തന്നെ നിയമനം സാധ്യമാകുമോ എന്നതിൽ ഉറപ്പ് പറയാനാവില്ലെന്നും എങ്കിലും ശ്രമിക്കാമെന്നും അദ്ദേഹം സൂചിപ്പിച്ചു. ഫിസിക്സ് വിഭാഗം അധ്യക്ഷ ഡോ. രമാദേവിയെ നാക് കോഓർഡിനേറ്റർ ആയി കൗൺസിൽ തീരുമാനിച്ചു. അധ്യാപകർ വളരെയേറെ ആഗ്രഹിച്ച നാക് അംഗീകാരത്തിനുള്ള പ്രവർത്തനങ്ങൾക്ക് അങ്ങിനെ മാനേജ്മെന്റ് പച്ചക്കൊടി കാട്ടി. കോളേജിന്റെ നീണ്ട ചരിത്രത്തിൽ മികവിലേക്കുള്ള സ്ഥായിയും ദീർഘവുമായ യാത്ര അവിടെ തുടങ്ങുകയായിരുന്നു.

മാനേജ്മെന്റ് തീരുമാനമുണ്ടായാൽ എല്ലാവരും വഴിക്ക് വരും എന്നതിൽ തർക്കമില്ല. പക്ഷേ വിദ്യാർത്ഥികളെയും സംഘടനകളെയും കൂടെ നിർത്തുക അത്ര എളുപ്പമുള്ള കാര്യമല്ല. ഡിപ്പാർട്മെന്റ് തലത്തിലും കോളേജ് തലത്തിലുമുള്ള തുടർച്ചയായ ബോധവൽക്കരണത്തിലൂടെ കുട്ടികളെ ഏറെക്കുറെ സജ്ജരാക്കാൻ കഴിയും. വിദ്യാർത്ഥി സംഘടനകളുടെ കാര്യത്തിൽ സവിശേഷമായ ശ്രമങ്ങൾ

വേണ്ടിവരും. നാക് അംഗീകാരപ്രക്രിയയുടെ സാങ്കേതികവശങ്ങൾ, നാക് അംഗീകാരം കൊണ്ടുള്ള പ്രയോജനങ്ങൾ എന്നിവ സംഘടനാ നേതാക്കളെ കൃത്യമായി ബോധ്യപ്പെടുത്തിയാൽ അവർ കൂടെ നിൽക്കും. അനുകൂല നിലപാടെടുത്താൽ അവർ ഏതറ്റംവരെയും കൂടെയുണ്ടാവും. അനുഭവമതാണ്. കോളേജുമായി ബന്ധപ്പെട്ട എല്ലാ വിഭാഗങ്ങളുമായു ള്ള സമ്പർക്കവും ചർച്ചകളും തുടങ്ങാൻ സമയമായി.

അക്കാദമിക്ക് വർഷം അവസാനിക്കാറായപ്പോൾ ഡോ.സദാനന്ദൻ വിരമിക്കുന്നതിന് മുന്നോടിയായി അവധിയിൽ പോയി. കോളേജിന്റെ സാമ്പത്തിക വിനിമയാധികാരമുൾപ്പടെയുള്ള സംപൂർണ്ണ ചുമതല എനിക്ക് നൽകാൻ മാനേജ്മെന്റ് തീരുമാനമെടുത്തു. വർഷങ്ങളുടെ അധ്വാനത്തിൽ പണിതുയർത്തിയ ജന്തുശാസ്ത്രവിഭാഗത്തിൽനിന്നും പ്രിൻസിപ്പലിന്റെ ഔദ്യോഗിക മുറിയിലേക്ക് മാറുമ്പോൾ വിഷമമൊന്നും തോന്നിയില്ല. ഡിപ്പാർട്മെന്റ് ചുമതല സ്വന്തം വിദ്യാർത്ഥികൂടിയായ സഹപ്രവർത്തകൻ ഡോ. മഹേഷ് കുമാർ നന്നായി നിർവഹിക്കുമെന്ന ബോധ്യമുണ്ടായിരുന്നു. ഒപ്പം ഡോ. പ്രമീളയുമുണ്ട്. വേനലവധിക്കാലത്ത് തന്നെ നാക് അംഗീകാരത്തിനുള്ള പ്രവർത്തനങ്ങൾ നാക് കമ്മിറ്റി സമാരംഭിച്ചു.

2009 ഏപ്രിൽ രണ്ടാം വാരം എന്നെ മട്ടന്നൂർ കോളേജിൽ പ്രിൻ സിപ്പലായി സ്ഥാനക്കയറ്റം നൽകി നിയമിച്ചുകൊണ്ടുള്ള ഔദ്യോഗിക അറിയിപ്പ് വന്നു. പ്രവർത്തിച്ചുകൊണ്ടിരിക്കുന്ന അതേ കോളേജിൽ ത്തന്നെ പ്രിൻസിപ്പലായി നിയമനം നൽകുക പതിവില്ല. എങ്കിലും മട്ടന്നൂരിൽ എന്നെയും മഞ്ചേരിയിൽ വിജയകുമാറിനെയും നിയമിച്ചത് കോളേജുകളുടെ പ്രത്യേക സാഹചര്യം പരിഗണിച്ചായിരുന്നു. മോഹിച്ച പദവിയിലെത്താൻ സാധിച്ചിരിക്കുന്നു. സ്ഥാപനം നന്നായി കൊണ്ടു പോകാൻ കഴിയുമെന്ന് മാനേജ്മെന്റ് വിശ്വസിക്കുന്നു. എല്ലാവരെയും ചേർത്തുനിർത്തി ആ വിശ്വാസം യാഥാർത്ഥ്യമാക്കാനുള്ള ശ്രമകരമായ പ്രവർത്തനങ്ങളാണിനി ഏറ്റെടുക്കേണ്ടത്. ഉത്തരവാദിത്വമേൽക്കു ന്നതിന് മുമ്പ് നായർ സെർവീസ്സ് സൊസൈറ്റിയുടെ ആസ്ഥാനമായ ചങ്ങാനാശ്ശേരിയിലെത്തി ആദരണനീയനായ ജനറൽ സെക്രട്ടറി ശ്രീ. പി. കെ. നാരായണ പണിക്കർ സാറിനെയും, അസിസ്റ്റന്റ് സെക്രട്ടറി ശ്രീ. ജി. സുകുമാരൻ നായർ സാറിനെയും, സെൻട്രൽ കമ്മിറ്റി സെക്രട്ടറി പ്രൊഫ. പ്രസന്നകുമാർ സാറിനെയും കണ്ടു. സമുദായ ആചാര്യൻ ശ്രീ. മന്നത്ത് പദ്മനാഭന്റെ സമാധിയിൽ ആദരപൂർവ്വം പുഷ്പങ്ങൾ അർപ്പിച്ചു തൊഴുതു. ഒരു നിമിഷം അമ്മയേയും അച്ഛനെയും നമിച്ചു. എല്ലാം നിയന്ത്രിക്കുന്ന പ്രപഞ്ചനാഥനെയും മനസ്സാൽ നമസ്കരിച്ചു.

കോളേജിന് നാക് അംഗീകാരം കരസ്ഥമാക്കുക, ശിലാസ്ഥാപനം കഴിഞ്ഞ പെൺകുട്ടികളുടെ ഹോസ്റ്റൽ പൂർത്തിയാക്കുക. ഈ രണ്ട് പ്രധാന ദൗത്യങ്ങൾ നിർവ്വഹിക്കാൻ കൂടിയാണ് ആഗ്രഹിച്ച കോളേജിൽത്തന്നെ നിയമിച്ചതെന്നും അവ പൂർത്തീകരിക്കാൻ സർവ്വ പിൻതുണയും വാഗ്ദാനം ചെയ്യുന്നുവെന്നുമാണ് പ്രസന്നകുമാർ സാർ ഒടുവിൽ പറഞ്ഞത്. അതെ, ആഗ്രഹിച്ച ജോലി. ആഗ്രഹിച്ച കാര്യങ്ങൾ. ഇതൊരു നിയോഗമായിരിക്കാം. 29 വർഷങ്ങൾക്ക് മുമ്പ് കലങ്ങിയ മനസ്സും ചുരുങ്ങിയ ലോകപരിചയവുമായി കോളേജ് അധ്യാപക ജോലിയുടെ അഭിമുഖത്തിന് തികഞ്ഞ അപരിചിതത്വത്തോടെ എൻ എസ് എസ് ഹെഡ് ഓഫീസിന്റെ പടികൾ കയറിയ യുവാവ് വർദ്ധിത ബോധ്യവും ദീർഘമായ അധ്യാപന പരിചയവുമായി ഒരു സ്ഥാപനത്തിന്റെ മേധാവിയായി പുതിയ നിയോഗങ്ങളുമായി അതേ പടികളിറങ്ങുന്നു. ഇനി വീണ്ടും വീണ്ടും ഇവിടെ വരേണ്ടിവരും. സ്നേഹാദരങ്ങളോടെ കൈ കൂപ്പി യാത്ര പറഞ്ഞു.

മൂന്ന് പതിറ്റാണ്ടുകളിലെ അദ്ധ്യാപക സപര്യ

കോളേജ് അദ്ധ്യാപകനാവുക എന്നത് നിർമ്മലഗിരിയിലെ ജന്തുശാസ്ത്ര ബിരുദപഠനകാലത്ത് മൊട്ടിട്ട മോഹമായിരുന്നു. മുതിർന്ന കുട്ടികളോട് സ്നേഹാർദ്രമായി ഇടപെടുന്ന അദ്ധ്യാപകരും പ്രിയഅദ്ധ്യാപകരുടെ വേഷവും ഭാഷയും അദ്ധ്യയനരീതിയും ആരാധനയോടെ കാണുന്ന വിദ്യാർത്ഥികളും അങ്ങിനെയൊരു താൽപ്പര്യം ജനിപ്പിച്ചതാവാം. അത് യാഥാർത്ഥ്യമായത് എൻ എസ് എസ് പോലുള്ളൊരു കോർപ്പറേറ്റ് മാനേജ്മെന്റിന് കീഴിലുള്ള കോളേജുകളിൽ ആയത് വലിയ അനുഗ്രഹമായി. കേരളത്തിന്റെ തെക്കേ അറ്റം മുതൽ വടക്കേ അറ്റംവരെ വ്യാപിച്ചുകിടക്കുന്ന കോളേജുകളിൽ ചിലതിൽ പഠിപ്പിക്കാൻ കഴിഞ്ഞത് ഒരർത്ഥത്തിൽ സംസ്ഥാനത്തെ ഉന്നതവിദ്യാഭ്യാസമോഹികളുടെ ഒരു പരിച്ഛേദത്തെ അടുത്തറിയാനും, അവരുടെ അഭിരുചികളുടെയും താൽപ്പര്യങ്ങളുടെയും വൈവിധ്യം മനസ്സിലാക്കാനും സഹായിച്ചു. സ്വാഭാവികമായും വിസ്തൃതമായൊരു ഭൂമികയിൽ ജന്തുശാസ്ത്രത്തെ പരിചയപ്പെടുത്താൻ അവസരമുണ്ടായി.

ഏതൊരു വിഷയവുംപോലെ ജന്തുശാസ്ത്രവും ആഴവും പരപ്പുമുള്ള ഒരു പാരാവാരമാണ്. പഠിക്കുമ്പോഴും പഠിപ്പിക്കുമ്പോഴും അന്വേഷണാർത്ഥിയായിരുന്നു എന്നും. ജൈവവൈവിധ്യം പരിസ്ഥിതി വൈവിധ്യം ജനിതക വൈവിധ്യം ക്രമബദ്ധമായ പരിണാമം ജീവികളുടെ അനുകൂലനശേഷി ആന്തരിക ജൈവരാസപ്രക്രിയകൾ ശരീരശാസ്ത്രം

ഇവയെല്ലാം പഠിക്കുന്തോറും ജീവൻ എന്ന അത്ഭുതവിശേഷത്തെ അടുത്തറിയുകയായിരുന്നു. ജീവൽ പ്രക്രിയയുടെ ആവിഷ്കാര രീതിയും അതിന്റെ ജൈവരാസ പശ്ചാത്തലവും ബൗദ്ധിക വൈകാരിക തലങ്ങളും ഏതൊരു അന്വേഷകനെയും വിസ്മയിപ്പിക്കും. നിഗൂഢവും സങ്കീർണ്ണവുമായ ജൈവശാസ്ത്ര പ്രതിഭാസങ്ങൾക്ക് മുന്നിൽ വിനയത്തോടും കൗതുകത്തോടും നിന്ന കുട്ടിക്ക് അനന്തവും വിസ്തൃതവുമായ ആ മഹാസാഗരത്തിൽനിന്ന് ഒരു തുടം പോലും കോരിയെടുക്കാൻ കഴിഞ്ഞില്ല എന്നത് പരമാർത്ഥം. "അറിയാത്തതെത്രയെന്നറിയുന്നതാണല്ലോ അറിവ്".

അറിഞ്ഞതും മനസ്സിലാക്കിയതും വിദ്യാർത്ഥികൾക്ക് പകർന്ന് കൊടുക്കുമ്പോൾ കൂടുതൽ വായിക്കണമായിരുന്നു. പഠിക്കണമായിരുന്നു. ബിരുദതലത്തിൽ ജന്തുശാസ്ത്രം പഠിക്കാനെത്തുന്ന വിദ്യാർത്ഥികളിൽ വിഷയത്തോടുള്ള താൽപ്പര്യം ജനിപ്പിക്കാൻ പ്രത്യേകം ശ്രദ്ധിച്ചിരുന്നു. വിഷയാവതരണത്തിലും വിശദീകരണത്തിലും അപഗ്രഥനത്തിലും വർഷങ്ങൾ പോകെ സ്വയം നവീകരിക്കപ്പെടുന്നത് ആസ്വദിക്കുകയായിരുന്നു. പാഠ്യപദ്ധതിയിൽ പുതിയ മേഖലകൾ ഉൾച്ചേർന്നുവരുമ്പോൾ പണ്ട് പഠിച്ചതൊന്നും മതിയാവില്ലെന്ന് തിരിച്ചറിഞ്ഞു. വായിച്ചും സഹഅധ്യാപകരുമായി സംവദിച്ചും പരിശീലനപരിപാടികളിൽ പങ്കെടുത്തും പുതുസാങ്കേതങ്ങളെ വശത്താക്കാൻ ശ്രമിച്ചുകൊണ്ടേയിരുന്നു. ഉന്നതവിദ്യാഭ്യാസവുമായി ബന്ധപ്പെട്ട പഠന ശിൽപ്പശാലകൾ മാറി മാറി വരുന്ന സർവ്വകലാശാലാ വിദ്യാഭ്യാസത്തിന്റെ രീതിശാസ്ത്രം മനസ്സിലാക്കാൻ നന്നായി സഹായിച്ചു. ബോധനരീതിയുടെ പ്രയോഗവൈജാത്യങ്ങൾ മനസ്സിലാക്കി പഠിതാക്കളെ ഉൽസുകരാക്കാൻ ഇത്തരം പരിശീലനങ്ങൾക്ക് കഴിഞ്ഞു. ജന്തുശാസ്ത്ര പ്രായോഗിക പഠനത്തിന്റെ അനിവാര്യഘടകമായ അംഗവ്യവച്ഛേദനം (Dissection) സവിശേഷമായ ബോധനരീതിയാണെങ്കിലും ജീവികളെ കൊന്ന് കീറിമുറിക്കുന്നതിന്റെ അയുക്തിയും അശാസ്ത്രീയതയും സ്വാഭാവിക ആവാസവ്യവസ്ഥയിൽ ജീവികളുടെ എണ്ണം സാരമായി കുറയുന്ന പാർശ്വഫലങ്ങളും ജന്തുശാസ്ത്ര അധ്യാപകർക്കൊക്കെ ബോധ്യപ്പെട്ടുവന്നു. പുതിയ പാഠ്യപദ്ധതിയിൽ ഇങ്ങിനെയുള്ള പ്രായോഗിക പഠനരീതിയുടെ പ്രാധാന്യം കുറഞ്ഞുവന്നെങ്കിലും ഫലപ്രദമായൊരു ബദൽരീതി ഇനിയും വരേണ്ടതുണ്ട്.

ശാസ്ത്രവിഷയങ്ങൾ അവയുടെ നിയതമായ അതിർവരമ്പുകൾ കടന്ന് പരസ്പരം സന്ധിക്കുന്ന കാലമാണിത്. ഗൗരവതരമായ അന്വേഷണ ഔത്സുൽക്യത്തോടെ ജീവശാസ്ത്രത്തിൽ പ്രവർത്തിക്കാൻ ആഗ്രഹിക്കുന്ന ചെറുപ്പക്കാർക്ക് അവസരങ്ങളുടെയും സാധ്യതകളുടെയും

വലിയൊരു ലോകം തുറന്നു കിടക്കുന്നു. ബിരുദാനന്തരബിരുദം നേടി ഗവേഷണത്തിന്റെ പുതിയ മേഖലകളിൽ വ്യാപരിക്കാൻ തയ്യാറാവുന്നവരെ കാത്ത് ധാരാളം സാധ്യതകൾ ഉയർന്നുവന്നിരിക്കുന്നു. അധ്യാപനത്തിലുടനീളം വിദ്യാർത്ഥികൾക്ക് ഈയൊരുൾക്കാഴ്ച നൽകാൻ ശ്രമിച്ചിരുന്നു.

അവസാനവർഷ ബിരുദ വിദ്യാർത്ഥികൾക്കൊപ്പമുള്ള പഠനയാത്രകൾ ഓർമ്മയിൽ മിഴിവാർന്ന് നിൽക്കുന്ന അനുഭവങ്ങളത്രെ. വന്യജീവി സങ്കേതങ്ങളും ദേശീയ ഉദ്യാനങ്ങളും കേൾവികേട്ട ഗവേഷണ നിലയങ്ങളുമൊക്കെ സന്ദർശിക്കുമ്പോൾ വിദ്യാർത്ഥികൾക്ക് ജന്തുലോക വൈവിധ്യവും അവയുടെ ആവാസവ്യവസ്ഥയുടെ പ്രത്യേകതകളും ആനുകാലിക ഗവേഷണ ശാഖകളും പരിചയപ്പെടാൻ അവസരമുണ്ടാകുന്നു. ഭാവിയിൽ ഗവേഷണാർത്ഥം ഏതൊക്കെ മേഖലകളിൽ വ്യാപാരിക്കാമെന്ന ഉൾകാഴ്ച ലഭിക്കാൻ ഉന്നത ഗവേഷണ സ്ഥാപനങ്ങളിലെ സന്ദർശനം അവരെ സഹായിക്കുന്നു. ദക്ഷിണേന്ത്യയിലെ ജൈവശാസ്ത്ര പ്രാധാന്യമുള്ള ഇടങ്ങളിലൊക്കെ വിദ്യാർത്ഥികൾക്കൊപ്പം നിരവധി തവണ യാത്ര ചെയ്തു. വിദ്യാർത്ഥികൾ അവരുടെ പഠനാനുഭവങ്ങൾ മറയില്ലാതെ പറയുന്നതും ഇത്തരം സന്ദർഭങ്ങളിലാണ്. കുട്ടികൾ മനസ്സ് തുറക്കുമ്പോഴാണ് പലപ്പോഴും അധ്യാപകർ അവരുടെ സ്വഭാവ വൈചിത്ര്യങ്ങൾ പലതും തിരിച്ചറിയുന്നത്. മൂന്ന് വർഷം ഒന്നായി പഠിച്ചിട്ടും മനസ്സ്കൊണ്ട് അടുക്കാത്ത കുട്ടികൾ അകൽച്ചയുടെ അതിർവരമ്പുകളെല്ലാം ഭേദിച്ച് പരസ്പരം ഇടപഴകുന്നത് പഠനയാത്രകളുടെ നേർസാക്ഷ്യങ്ങളത്രെ.

വാഴൂർ കോളേജ്, മഞ്ചേരി കോളേജ്, മട്ടന്നൂർ കോളേജ് എന്നീ മൂന്ന് കോളേജുകളിൽ പഠിപ്പിച്ചു. പഠനപ്രവർത്തനങ്ങളിൽ മാത്രമല്ല, പഠ്യേതര പ്രവർത്തങ്ങളിലും സക്രിയമായി. നാഷണൽ സർവീസ്സ് സ്കീം പ്രോഗ്രാം ഓഫീസറായും, മുതിർന്നവർക്ക് വേണ്ടിയുള്ള ദേശീയ ശിക്ഷണ പദ്ധതിയുടെ (N A E P) കോഓർഡിനേറ്റർ ആയും പ്രവർത്തിക്കാൻ അവസരമുണ്ടായി. പരീക്ഷകനായും പരീക്ഷാ ബോർഡ് ചെയർമാനായും, ബോർഡ് ഓഫ് സ്റ്റഡീസ് അംഗമായും ചെയർമാനായും, അക്കാദമിക് സമിതി അംഗമായും, ഗ്രേഡിംഗ് ടാസ്ക് ഫോഴ്സ് അംഗമായും, സംസ്ഥാന വിദ്യാഭ്യാസ ഗവേഷണ പരിശീലന കൗൺസിൽ (SCERT) പരിശീലകനായുമൊക്കെ പ്രവർത്തിക്കാൻ കഴിഞ്ഞത് ജന്തുശാസ്ത്ര അദ്ധ്യാപന പരിചയത്തിന്റെ അടിസ്ഥാനത്തിൽ തന്നെയാണ്. ആകാശവാണിയുടെ വിദ്യാഭ്യാസപരിപാടിയിൽ പൊതുതാൽപര്യമുള്ള ജന്തുശാസ്ത്ര വിഷയങ്ങൾ അവതരിപ്പിക്കാൻ ധാരാളം അവസരങ്ങളുണ്ടായി.

ജോലിചെയ്ത കോളേജുകളിലെ ജന്തുശാസ്ത്ര അദ്ധ്യാപകരുമായും കോഴിക്കോട് കണ്ണൂർ സർവ്വകലാശാലയിലെ ഇതര കോളേജുകളിലുള്ള ജന്തുശാസ്ത്ര അദ്ധാപകരുമായും നല്ല സുഹൃത്ത് ബന്ധം ഉണ്ടായിരുന്നു. കണ്ണൂർ സർവ്വകലാശാലയുടെ ജന്തുശാസ്ത്ര പാഠ്യപദ്ധതി നവീകരിക്കാനുള്ള ശ്രമത്തിൽ പങ്കാളിയാകാനും മറ്റ് കോളേജിലുള്ള നിരവധി അധ്യാപകരുമായി ഇടപെടാനും അവരുമായി അഭിപ്രായങ്ങൾ പങ്ക് വെക്കാനും പഠന ബോർഡ് അധ്യക്ഷനെന്ന നിലയിൽ അവസരമുണ്ടായി. ഡോ. ശിവശങ്കര പിള്ള, പ്രൊഫ. എ എൻ. ശിവരാമൻ നായർ എന്നീ വകുപ്പ് മേധാവികളും, പ്രൊഫ. എം. ഗോപകുമാർ, ഡോ. ടി. എൻ. വിജയകുമാർ, ഡോ. മഹേഷ്കുമാർ, ഡോ. ബാലാമണി, ഡോ.ബാലകൃഷ്ണൻ, ഡോ ശ്രീലത, ഡോ. ടി പി. രവീന്ദ്രൻ, ഡോ. വേണു ഗോപാല കൃഷ്ണ കുറുപ്പ് എന്നീ സഹപ്രവർത്തകരും സ്വന്തം ജൈവശാസ്ത്ര ബോധ്യങ്ങളെ രൂപപ്പെടുത്തുന്നതിലും തേച്ചുമിനുക്കുന്നതിലും നിസ്തുലമായ പങ്ക് വഹിച്ചിട്ടുണ്ട്. എല്ലായിടത്തുമുള്ള അധ്യാപകേതര ജീവനക്കാരുടെ സ്നേഹവും കരുതലും പ്രത്യേകം ഓർക്കുന്നു. ശിവശങ്കര പിള്ളയും, ശിവരാമൻ നായരും, ബാലാമണിയും, സുകുമാരനും ഈ ലോകം വിട്ടുപോയി. ഗവേഷകയായും അധ്യാപികയായും മുന്നേറാൻ ഏറെ ദൂരങ്ങൾ ബാക്കി വെച്ചാണ് ഇടശ്ശേരി കുടുംബാംഗമായ ബാലാമണി ജീവിത രംഗവേദി വിട്ടതെന്ന ദുഃഖം ഇപ്പോഴും ബാക്കിനിൽക്കുന്നു.

ആയിരക്കണക്കിന് വിദ്യാർത്ഥികൾ ശിഷ്യരായുണ്ട്. താൽപര്യങ്ങളിലും അഭിരുചികളിലും വ്യത്യസ്തരായവർ, ഗവേഷകർ, അധ്യാപകർ, രാഷ്ട്രീയനേതാക്കൾ, മറ്റ് ഉന്നത പദവികളിൽ എത്തിയവർ, ഇതര വ്യാപാരങ്ങളുമായി സ്വസ്ഥമായി ജീവിക്കുന്നവർ, കോളേജിനെയും ഡിപ്പാർട്മെന്റിനെയും സ്നേഹിക്കുന്നവർ, ബന്ധങ്ങൾ സൂക്ഷിക്കുന്നവർ, പൂർവ്വവിദ്യാർത്ഥി സംഗമങ്ങളിൽ കൃത്യമായി പങ്കെടുക്കുന്നവർ അങ്ങിനെ നീണ്ടുപോകുന്ന ശിഷ്യനിര. ഓർമ്മയിൽ തങ്ങിനിൽക്കുന്നവരും അപ്രതീക്ഷിതമായി കണ്ടുമുട്ടുമ്പോൾ ഓർമ്മയിൽ തെളിയുന്നവരും, പരിചയം പുതുക്കുമ്പോൾമാത്രം ഓർമ്മയിൽ വരുന്നവരും, മറവിയിൽ മാഞ്ഞുപോയവരും അക്കൂട്ടത്തിൽ പെടുന്നു. സ്വദേശത്തും വിദേശത്തും ജീവിതവൃത്തിയിൽ വ്യാപൃതരായി അവരൊക്കെ സുഖമായി കഴിയുകയായിരിക്കും.

ദീർഘകാലത്തെ അദ്ധ്യാപന ജീവിതത്തിൽ വിദ്യാർഥികളിലെ മാറ്റം നിരീക്ഷിക്കുന്നത് കൗതുകകരമാണ്. ഇന്നത്തെ വിദ്യാർത്ഥികൾ കൂടുതൽ ലക്ഷ്യോന്മുഖരാണെന്ന് തോന്നിയിട്ടുണ്ട്. പ്രായോഗിക ബുദ്ധിയിലും അവർ മുന്നിലാണ്. വികാരപരതയുടെ ഭാരം ചുമക്കാൻ പൊതുവിൽ അവർ സന്നദ്ധരല്ല. പഠനശാഖകളെ അറിയാനും

സാദ്ധ്യതകൾ തിരിച്ചറിയാനും അവർ താൽപ്പര്യപ്പെടുന്നു. വിവരസാങ്കേതികവിദ്യയിൽ മിക്കവർക്കും നല്ല പ്രാവീണ്യമുണ്ട്. പക്ഷേ ഭാഷ കൈകാര്യം ചെയ്യുന്നതിൽ വേണ്ടത്ര മികവില്ല. പഠനത്തോടൊപ്പമുള്ള നൈപുണ്യവികസനത്തിൽ നന്നായി ഭാഷ കൈകാര്യം ചെയ്യാനുള്ള പരിശീലനം ഉൾച്ചേർന്നത് ഈ പശ്ചാത്തലത്തിലാണ്. മത്സരത്തിന്റെ കാലമായതിനാൽ കൂടുതൽ മികവുള്ളവർക്ക്മാത്രമേ മാറുന്ന ലോകത്ത് പിടിച്ചുനിൽക്കാൻ കഴിയുകയുള്ളൂ എന്ന് വിദ്യാർത്ഥികൾ നന്നായി തിരിച്ചറിയുന്നുണ്ട്. അവധിദിവസങ്ങളിൽ ജോലി ചെയ്ത് വരുമാനമുണ്ടാക്കി പഠിക്കുന്ന കുട്ടികൾ അദ്ധ്വാനത്തിന്റെ മഹത്വം തിരിച്ചറിയുന്ന യുവതലമുറയുടെ പ്രതീകമാണ്.

അധ്യാപക വിദ്യാർത്ഥി ബന്ധത്തിലും വിദ്യാർത്ഥികൾ തമ്മിലുള്ള ബന്ധത്തിലും മാറ്റങ്ങൾ സംഭവിച്ചിട്ടുണ്ട്. പഴയത്പോലെ അധ്യാപകരോട് അതിര് കവിഞ്ഞ ആരാധനാ മനോഭാവം ഇന്ന് വിദ്യാർത്ഥികൾക്കില്ല എന്നാണ് തോന്നിയിട്ടുള്ളത്. കാലത്തിന്റെ മാറ്റം എല്ലാറ്റിനെയും അൽപ്പം ലഘുവായി കാണാൻ യുവതയെ ശീലിപ്പിച്ചപ്പോൾ കോളേജ് അദ്ധ്യാപകരോടുള്ള ആരാധനയും ഇല്ലാതായി എന്ന് തോന്നുന്നു. അദ്ധ്യാപനം ശ്രേഷ്ഠമായ തൊഴിലാണെങ്കിലും അതിന്റെ വൈശിഷ്ട്യത്തിന് കാലാന്തരത്തിൽ ഇടിവ് വന്നതും ഒരു കാരണമായിരിക്കും. താൽപര്യങ്ങളും അഭിരുചികളും വല്ലാതെ മാറിയപ്പോൾ ബന്ധങ്ങളെ ആരാധനയുടെ തലത്തിൽ നിർത്താൻ കുട്ടികൾ തയ്യാറല്ല എന്നതും ശരിയാണ്.

വിദ്യാർത്ഥികൾ തമ്മിലുള്ള സൗഹൃദവും ഇത്പോലെ മാറ്റങ്ങൾക്ക് വിധേയമായിട്ടുണ്ട്. കാര്യകാരണങ്ങളൊന്നുമില്ലാതെ പരസ്പരം തോന്നുന്ന നിഷ്കളങ്ക സൗഹൃദം പഴയതുപോലെ പ്രകടമല്ലെന്നാണ് തോന്നിയിട്ടുള്ളത്. സാമ്പത്തിക പ്രയാസങ്ങളും പരാധീനതകളും നിറഞ്ഞ ഒരു കഠിനകാലം വേട്ടയാടുന്നവരല്ലല്ലോ ഇന്നത്തെ കുട്ടികളിൽ ഭൂരിഭാഗവും. സങ്കടങ്ങളും സംഘർഷങ്ങളും ഒന്നായി പങ്കിടുമ്പോൾ മനുഷ്യർക്കിടയിലെ അകലം കുറയുകയും ആത്മബന്ധങ്ങൾ രൂപപ്പെടുകയും ചെയ്യും. ഇന്ന് അത്തരം സമ്മർദ്ദ സാഹചര്യങ്ങൾ കുറവാണ്. കൂടുതൽ പേർ സന്ധിക്കുന്ന കൂട്ടായ്മകളൊക്കെ വർദ്ധിച്ചെങ്കിലും വ്യക്തികൾക്കിടയിലെ ആഴമുള്ള സൗഹൃദം കുറവാണ്. കലയോടുള്ള ആഭിമുഖ്യം അല്ലെങ്കിൽ രാഷ്ട്രീയ വിശ്വാസ പൊരുത്തം അങ്ങിനെ ഏതെങ്കിലും പൊതു താൽപര്യങ്ങളുടെ പേരിൽ ദൃഢസൗഹൃദങ്ങൾ രൂപപ്പെടുന്നുണ്ടാകാം. അത്തരം സൗഹൃദക്കൂട്ടായ്മകൾ കേവല ലക്ഷ്യങ്ങൾക്കപ്പുറം പോകുന്ന അപൂർവ്വ സാഹചര്യങ്ങളും ഉണ്ടാകാം.

പ്രകടമായ ആൺ പെൺ സൗഹൃദങ്ങൾ കേമ്പസ്സിലെ സ്ഥിരം കാഴ്ചയാണ്. ഒരു മറയുമില്ലാതെ തുറന്നിടപെടാൻ കുട്ടികൾ ധൈര്യം കാണിക്കുന്നു. കേമ്പസ്സ് പ്രണയങ്ങളും വല്ലാതെ മാറിയിരിക്കുന്നു. താൽക്കാലികമായ ആകർഷണത്തിൽ അധിഷ്ഠിതമായ പല പ്രണയങ്ങളും കോളേജ് ജീവിതത്തിനിടയിൽ തന്നെ തകരുന്നു. അല്ലെങ്കിൽ കോളേജ് വിടുന്നതോടെ ഇല്ലാതാകുന്നു. ജീവിതപങ്കാളിത്തത്തിലേക്കെത്തുന്ന പ്രണയങ്ങൾ വളരെ വളരെ കുറവാണ് എന്ന് കാണാം.

വിദ്യർത്ഥികളുടെ സ്വഭാവത്തിലും പെരുമാറ്റത്തിലും സംഭവിച്ച മാറ്റങ്ങൾ കാലത്തിന്റെ മാറ്റങ്ങളുടെ പ്രതിഫലനമാണെന്ന് കരുതണം. സാമൂഹികമായും സാംസ്കാരികമായും സംഭവിക്കുന്ന മാറ്റങ്ങളും അപചയങ്ങളും അവരിലും വലിയ സ്വാധീനം ചെലുത്തുമല്ലോ. വാർത്താമാധ്യമങ്ങളും സമൂഹ മാധ്യമങ്ങളും അവരുടെ മുന്നിൽ തുറന്നിടുന്ന പുതിയൊരു ലോകക്രമത്തിന്റെ പിടിയിൽനിന്നും അവർക്ക്മാത്രം മോചനം സാധ്യവുമല്ല. പൊതുസമൂഹത്തിന്റെ വീക്ഷണവും കാഴ്ചപ്പാടും മാറുമ്പോൾ അതിന്റെ അനുരണനങ്ങൾ കുട്ടികളിലും ഉണ്ടാവാതെ തരമില്ലല്ലോ. അംഗീകരിക്കാനും അനുകരിക്കാനും പറ്റിയ നല്ല മാതൃകകൾ അവർക്ക് മുന്നിൽ അവതരിപ്പിക്കേണ്ടത് മുതിർന്ന തലമുറയാണ്. അസ്ഥിരമായ ലോകത്ത് മാറ്റങ്ങളുടെ കുത്തൊഴുക്കിൽ പെട്ടുപോകാതെ യാഥാർത്ഥ്യങ്ങൾ തിരിച്ചറിയാനും ശരിയുടെ പക്ഷത്ത് നിൽക്കാനും പുതുതലമുറയെ പ്രാപ്തമാക്കേണ്ട ബാദ്ധ്യത തങ്ങൾക്ക് കൂടിയാണെന്ന് അദ്ധ്യാപകരെല്ലാം തിരിച്ചറിയേണ്ടിയിരിക്കുന്നു.

പുതിയ നിയോഗം

2009 ഏപ്രിൽ 22. ജീവിതത്തിലെ അവിസ്മരണീയമായ ദിവസം. മട്ടന്നൂർ പഴശ്ശി രാജാ എൻ. എസ്. എസ്. കോളേജിൽ പ്രിൻസിപ്പലായി ചുമതലയേറ്റു. കോളേജിന്റെ വളർച്ച തീവ്രമായി ആഗ്ര ഹിക്കുന്ന അടുത്ത ചില സഹപ്രവർത്തകർക്കായിരുന്നു അതിയായ ആഹ്ലാദം. കാരണം അവർ കോളേജിനെ അത്രമേൽ സ്നേഹിച്ചിരുന്നു. കോളേജിന്റെ അഭ്യുദയം അത്രമേൽ കാംക്ഷിച്ചിരുന്നു. കോളേജിനെ അടിമുടി മാറ്റാനുള്ള മാന്ത്രികവടിയൊന്നും കയ്യിലില്ല എന്നെനിക്കും അവർക്കും നന്നായി അറിയാമായിരുന്നു. എങ്കിലും സ്ഥാപനത്തിന്റെ ഉന്നതി ലക്ഷ്യമാക്കി കഠിനമായി പ്രവർത്തിക്കുമെന്നും, സ്ഥാപനത്തി ന്റെ അപചയത്തിന് കരണമാകുന്നതൊന്നും ചെയ്യില്ല എന്നുമുള്ള വിശ്വാസം അവർക്കെല്ലാമുണ്ടായിരുന്നു.

വേനലവധിയാണെങ്കിലും വളരെ അടുത്ത സഹപ്രവർത്തകരെ ല്ലാം ചുമതലയേൽക്കുമ്പോൾ സന്നിഹിതരായി. ഒഴിവാക്കാനാവാത്ത കാരണം പറഞ്ഞ് ചിലർ മാറിനിന്നു. പക്ഷേ അത്ര നിഷ്കളങ്കമായ അസാ ന്നിധ്യമായിരുന്നില്ല അതെന്ന് അനുഭവത്തിന്റെ വെളിച്ചത്തിൽ പിന്നീട് തിരിച്ചറിഞ്ഞു. കോളേജ് ഓഫീസിലെ ജീവനക്കാരെല്ലാം ചടങ്ങിനെ ത്തി. ഓഫീസ് ഇനി മുതൽ പ്രിൻസിപ്പലിന്റെ കൂടി ഓഫീസ് ആകുന്നു. ഭരണകാര്യങ്ങൾക്കും സാമ്പത്തിക കാര്യങ്ങൾക്കുമെല്ലാം എനിക്ക് തുണയാകേണ്ട ലാവണം. ഇനി ഞാൻ ഏറ്റവും കൂടുതൽ സമയം ചിലവഴിക്കേണ്ടത് ഓഫീസിലെ സഹപ്രവർത്തകരുമൊത്താണ്.

വർഷങ്ങളായി ഞാൻ അറിയുന്ന എന്നെ അറിയുന്ന സഹപ്രവർത്തകർ. മിക്കവാറും എല്ലാവരും നാട്ടുകാരുമാണ്.

കോളേജിൽ നിന്നും ഒരു വിളിപ്പാടകലെയാണ് താമസം. നേരത്തെ കോളേജിലെത്താനും വൈകി തിരിച്ചുപോകാനുമൊക്കെ അത് സഹായകമായി. ഓഫീസ് ജോലികൾക്കുവേണ്ടി മണിക്കൂറുകൾ ചെലവഴിക്കേണ്ടതുണ്ടെന്ന് തുടക്കത്തിൽ തന്നെ തിരിച്ചറിഞ്ഞ കാര്യമായിരുന്നു. ശനിയാഴ്ചകളിൽ പകൽ മുഴുവൻ സമയവും കോളേജിൽ ചെലവഴിക്കാനും ഓഫീസ് ജോലികൾ പരിചയിക്കാനും അനിർണ്ണീതമായ പണികൾ തീർക്കാനും ആദ്യത്തെ വേനലവധിക്കാലം ഫലപ്രദമായി വിനിയോഗിച്ചുകൊണ്ടായിരുന്നു തുടക്കം. കോളേജിലെ പണത്തിന്റെ വിവിധങ്ങളായ സ്രോതസ്സും വിഹിതമായ രീതിയിൽ അത് ശക്തമാക്കുന്ന മാർഗ്ഗങ്ങളും നിലവിലെ സാമ്പത്തിക അവസ്ഥയുമൊക്കെ മനസ്സിലാക്കിയെടുക്കേണ്ടത് മുന്നോട്ടുള്ള യാത്രക്ക് അനുപേക്ഷണീയമായിരുന്നു. നാനാതരം അക്കൗണ്ടുകളും അവയിൽനിന്നുള്ള പണത്തിന്റെ വ്യവസ്ഥാപിതമായ വിനിയോഗങ്ങളും സൂക്ഷ്മമായി മനസ്സിലാക്കുക തുടക്കക്കാരനായ ഒരു പ്രിൻസിപ്പലിന്റെ ബാധ്യതയാണല്ലോ.

കോളേജിന്റെ സാമ്പത്തിക സ്ഥിതി അത്രയൊന്നും മെച്ചപ്പെട്ടതല്ല എന്ന് മനസ്സിലാക്കാൻ വിഷമമുണ്ടായില്ല. സ്ഥലം മാറ്റം, പുതിയ കോഴ്സുകൾ ഇവയ്ക്കൊന്നും വർഷങ്ങളായി പുതിയ അധ്യാപകർ നിയമിക്കപ്പെടാത്തത് വലിയൊരു പ്രതിസന്ധിയായിരുന്നു. പഠനം തടസ്സമില്ലാതെ മുന്നോട്ട് പോകാൻ അതിഥി അധ്യാപകരെ നിയമിക്കുകയല്ലാതെ വേറെ വഴിയില്ല. അവരുടെ വേതനം സർക്കാരിൽ നിന്ന് പല കാരണങ്ങളാലും സമയത്ത് കിട്ടുക പതിവില്ല. പി ടി എ അക്കൗണ്ടിൽനിന്ന് അതിഥി അധ്യാപകർക്ക് അത്യാവശ്യം വേണ്ട തുക നൽകുകയേ നിവൃത്തിയുണ്ടായിരുന്നുള്ളൂ. ഫലമോ പി ടി എ അക്കൗണ്ട് വർഷാവസാനമാകുമ്പോൾ ശൂഷ്കമാകും. അമിനിറ്റീസ് അക്കൗണ്ടിൽ മാനേജ്മെന്റിൽനിന്നല്ലാതെ വേറെ പണം വരാനുമില്ല. പ്രിൻസിപ്പലിന് കോളേജിലെ പ്രതീക്ഷിതവും അപ്രതീക്ഷിതവുമായ ആവശ്യങ്ങൾക്ക് ഈ രണ്ട് സ്രോതസ്സുകളിൽനിന്ന് മാത്രമേ പണം കണ്ടെത്താനാവുകയുള്ളൂ. സർക്കാർ ഫണ്ടുകൾ അവയുടെ നിയതമായ ആവശ്യങ്ങൾക്ക് വ്യവസ്ഥാപിതമായ രീതിയിലൂടെ ചെലവഴിക്കാനുള്ളതാണ്. ഭൗതിക സൗകര്യ വിപുലീകരണമുൾപ്പടെ ആവശ്യങ്ങളാണെങ്കിൽ വലിയൊരു മല പോലെ മുന്നിൽ നിൽക്കുന്നു. നാക് അംഗീകാരവുമായി ബന്ധപ്പെട്ട കാര്യങ്ങൾക്ക് ധാരാളം പണം വേറെയും കണ്ടെത്തണം. അടുത്ത വർഷത്തെ ബിരുദ പ്രവേശനത്തോടനുബന്ധിച്ച് മാത്രമേ പി ടി

എ അക്കൗണ്ടിൽ പണം വരികയുമുള്ളൂ. പരിചിതമുഖമായതിനാൽ സൗകര്യങ്ങളുടെ പോരായ്മയിൽ കുട്ടികൾ യാതൊരു ദാക്ഷിണ്യവും കാട്ടുകയില്ല. അവരെ കുറ്റം പറഞ്ഞിട്ട് കാര്യവുമില്ല. കാലമേറെയായല്ലോ അവർ അസൗകര്യങ്ങൾ സഹിക്കാൻതുടങ്ങിയിട്ട്. മുന്നോട്ടുള്ള യാത്ര മുൾ നിറഞ്ഞ വഴികളിലൂടെയാണെന്ന് ഉറപ്പായി. മാനേജ്മെന്റിൽ അഭയം പ്രാപിക്കുക മാത്രമാണ് മുന്നിലുള്ള ഏക പോംവഴി. നിലവിലുള്ള പ്രശ്നങ്ങൾ കഴിയുന്നത്ര ഗോപ്യമായിവെച്ചും ഭൗതികസൗകര്യവികസനം ഒരു അജണ്ടയായി അവതരിപ്പിക്കാതെയും ഒളിച്ചുകളി നടത്തിയ സ്ഥാപന മേധാവികളായിരുന്നല്ലോ മട്ടന്നൂർ കോളേജിൽ ഏറെക്കാലം 'ഭരണം' നടത്തിയത്. സൗകര്യപ്രദമായ സ്ഥലം മാറ്റത്തിന് വേണ്ടി നിവേദനവുമായി ചെല്ലുമ്പോൾ കോളേജിന്റെ നീറുന്ന പ്രശ്നങ്ങൾ വിസ്മരിക്കപ്പെട്ടുപോയതിൽ അത്ഭുതമില്ല. ആവശ്യങ്ങളുടെ പട്ടിക കാണുമ്പോൾ ഉത്തരവാദപ്പെട്ടവർ എങ്ങിനെ പ്രതികരിക്കും? അറിയില്ല. അവരുടെ മുന്നിൽ നിരവധി കോളേജുകളിൽനിന്ന് എപ്പോഴും ആവശ്യങ്ങളുടെ പെരുമഴയാണല്ലോ. എന്നാലും പരിശ്രമിക്കുകതന്നെ. ലക്ഷ്യം വ്യക്തവും ഉദ്ദേശം ശുദ്ധവുമെങ്കിൽ അദ്ധ്വാനം ഒരു ഭാരമായി മാറുകയില്ലെന്ന് വായിച്ചിട്ടുണ്ട്. സാവകാശം മുന്നോട്ട് പോകാം. വിജയത്തെ മൈലുകളിൽ അളന്നെടുക്കുക വ്യാമോഹമാണ്. ഇഞ്ചുകളിൽ മതി. അതാണ് പ്രയോഗികബുദ്ധി.

പുതിയ കലാലയ വർഷം തുടങ്ങുന്നതിനുമുമ്പായി വിദ്യാർത്ഥികൾക്ക് വേണ്ടിയുള്ള അത്യാവശ്യ സൗകര്യങ്ങളിൽ ചിലതെങ്കിലും പൂർത്തിയാക്കണമെന്ന് തീരുമാനിച്ചു. കൂടിയ മുൻഗണന കാന്റീനിൽ സൗകര്യങ്ങൾ വിപുലപ്പെടുത്തുക എന്നതിനാണെന്ന് തോന്നുകയാൽ മാനേജ്മെന്റ് അനുമതിയോടെ അതിന് മുന്നിട്ടിറങ്ങി. സ്വാതന്ത്ര്യത്തോടെ ഇടപെടാൻ പറ്റുന്ന ഏതാനും സഹപ്രവർത്തകർ ഉണ്ടെന്നുള്ളത് ഏത് വിഷമകരമായ ഉത്തരവാദിത്വമേറ്റെടുക്കുന്നതിനും ആത്മവിശ്വാസം പകർന്നിരുന്നു. കോമേഴ്സ് വിഭാഗത്തിലെ അബ്രഹാം ജോർജിന്റെ നേതൃത്വത്തിൽ പുതിയ അക്കാദമിക് വർഷം തുടങ്ങുമ്പോഴേക്കും കാന്റീൻ നവീകരണം പൂർത്തിയായി.

അക്കാദമിക്ക് പ്രവർത്തനങ്ങളുടെ സമ്പുഷ്ടീകരണം.

അക്കാദമിക്ക് പ്രവർത്തനങ്ങൾ ശക്തമാക്കുന്നതിനോടൊപ്പം നാക് അക്രെഡിറ്റേഷൻ പ്രക്രിയയും തുടങ്ങണമായിരുന്നു. ആദ്യം വേണ്ടത് കോളേജിന്റെ ഇതേവരെയുള്ള അക്കാദമികമായ യാത്ര ഒന്ന് രേഖപ്പെടുത്തുക എന്നതാണ്. കോളേജിന്റെ സ്ഥാപനോദ്ദേശം, ചരിത്രം, ലക്ഷ്യം, പ്രവർത്തന പുരോഗതി, പരിമിതികൾ, വെല്ലുവിളികൾ ഇവയൊക്കെ

ചേർത്തൊരു വിശദമായ പഠനം തയ്യാറാക്കാൻ ഡോ. രമാദേവി, ഡോ. രവീന്ദ്രൻ, ഡോ. ഹേമലത എന്നിവരെ ചുമതലപ്പെടുത്തി. കോളേജ് നിലവിൽ വന്നിട്ട് 45 വർഷങ്ങളായെങ്കിലും പാഠ്യ പഠ്യേതര പ്രവർത്തനങ്ങളുടെ സുതാര്യമായ രേഖീകരണം നടന്നിട്ടില്ലായിരുന്നു. വ്യക്തമായൊരു ലക്ഷ്യമോ ദർശനമോ ഒന്നും ഇതേവരെ രൂപപ്പെടുത്തിയിട്ടില്ല. അവിടെനിന്ന് തുടങ്ങണമായിരുന്നു. കൃത്യമായി നിർവ്വചിക്കപ്പെട്ടില്ലെങ്കിലും സാമൂഹികവും സാമ്പത്തികവുമായി പിന്നാക്കം നിൽക്കുന്ന കണ്ണൂർ ജില്ലയുടെ കിഴക്കൻ മേഖലയിലെ കുട്ടികളുടെ ഉന്നത വിദ്യാഭ്യാസ മോഹങ്ങളെ സാക്ഷാത്ക്കരിച്ചുകൊണ്ടും അവരുടെ ജീവിതത്തിന് ദിശാബോധം നൽകിക്കൊണ്ടും ജീവിക്കാനാവശ്യമായ തൊഴിൽ നേടാൻ അവരെ പ്രാപ്തരാക്കിക്കൊണ്ടും പഴശ്ശി രാജാ കോളേജ് പതിറ്റാണ്ടുകളായി അതിന്റെ നിയതമായ ദൗത്യം നിർവ്വഹിക്കുന്നുണ്ടായിരുന്നു. ഈ പശ്ചാത്തലം അഭിവ്യഞ്ജിപ്പിക്കുന്നൊരു വിഷൻ (Vision) ഞങ്ങൾ തയ്യാറാക്കി. പോയ വർഷങ്ങളിലെ പ്രവർത്തനങ്ങൾ ഈ ദർശനം സാക്ഷാത്ക്കരിക്കുന്നതിൽ എങ്ങിനെയൊക്കെ ബന്ധപ്പെട്ടിരുന്നു എന്ന ഒരു അന്വേഷണം വേണ്ടിവന്നു. ലക്ഷ്യവും പ്രവർത്തനങ്ങളും തമ്മിൽ വിടവുകളേറെയുണ്ടെന്ന് മനസ്സിലായി. നിരവധിയായ പ്രതികൂല ഘടകങ്ങളെ അവഗണിച്ച് അനുകൂലമായവയെ കണ്ടെത്തി ചേർത്തെടുത്ത് വേണമായിരുന്നു രേഖീകരണത്തിൽ പാരസ്പര്യവും നൈരന്തര്യവും സൃഷ്ടിക്കാൻ. പലയിടങ്ങളിലും ഞങ്ങൾക്ക് വഴിമുട്ടി. ശ്രമകരമെങ്കിലും മുന്നോട്ട് പോകാതെ നിവൃത്തിയില്ല. കോളേജ് പിന്നിട്ട നാഴികക്കല്ലുകൾ, അവ കുറവായിരുന്നുവെങ്കിലും അടയാളപ്പെടുത്തണമായിരുന്നു. സ്ഥാപനത്തിന്റെ ശക്തിയും ദൗർബ്ബല്യവും കണ്ടെത്തണമായിരുന്നു. അരികുവൽക്കരിക്കപ്പെട്ട വിഭാഗങ്ങളുടെ ഉയർച്ചക്ക് എന്തൊക്കെ ചെയ്തെന്നും ദൗർബല്യങ്ങൾ എങ്ങിനെ പരിമിതികളായെന്നും മറയില്ലാതെ പറയേണ്ടതായിവന്നു. ഒതുക്കിയും വിസ്തരിച്ചും കാര്യങ്ങൾ പറയുന്ന വൈദഗ്ധ്യം നന്നായി പരീക്ഷിക്കപ്പെട്ടു. ചുരുക്കത്തിൽ വളരെ സൂക്ഷ്മത വേണ്ട പണിയായിമാറി കോളേജിന്റെ അക്കാദമികമായ യാത്രയുടെ സംക്ഷിപ്ത വിവരണം തയ്യാറാക്കൽ.

മൂന്ന് വർഷം മുമ്പ് നാക് അംഗീകാരത്തിന് വേണ്ടിയുള്ള പ്രവർത്തനങ്ങൾക്ക് തുടക്കം കുറിച്ചിരുന്നുവെങ്കിലും ദൗർഭാഗ്യവശാൽ അത് നിലച്ചുപോയിരുന്നു. എങ്കിലും ഡിപ്പാർട്‌മെന്റ് പ്രവർത്തനങ്ങൾക്കൊരു മാർഗരേഖ അന്ന് തയ്യാറാക്കിയിരുന്നു. നാക് അംഗീകാരത്തിന് ആസ്പദമാകുന്ന മാനദണ്ഡങ്ങളുമായി അതിനെ കൂട്ടിയിണക്കി പരിഷ്ക്കരിക്കാനുള്ള ശ്രമങ്ങൾ തുടങ്ങി. ഇതിന്റെ അടിസ്ഥാനത്തിൽ ഓരോ വർഷവും

തുടക്കത്തിൽത്തന്നെ അക്കാദമിക്ക് കലണ്ടർ പ്രസിദ്ധീകരിക്കുക എന്ന രീതി അവലംബിക്കാനും കൗൺസിൽ തീരുമാനിച്ചു.

എല്ലാ ജൂൺ മാസത്തിലും മുൻ വർഷത്തെ പ്രവർത്തനങ്ങളെ ക്രോഡീകരിച്ച് ഒരു ന്യൂസ് ലെറ്റർ പ്രസിദ്ധീകരിക്കാനും തീരുമാനമായി. 'ഇമ്പ്രെഷൻസ് ('Impressions') എന്ന വാർഷിക വാർത്താപത്രിക യുടെ ഉദയം അങ്ങിനെയായിരുന്നു. വൈവിധ്യവൽക്കരിക്കപ്പെടുന്ന പഠന പ്രവർത്തനങ്ങളുടെ ചിത്രം കോളേജുമായി ബന്ധപ്പെടുന്ന എല്ലാ വിഭാഗങ്ങളിലേക്കുമെത്തിക്കാൻ ഇങ്ങിനെയൊരു പ്രസിദ്ധീകരണം ഉപയോഗപ്രദമായി. കോളേജിനെ അറിയാനാഗ്രഹിക്കുന്നവർക്ക് വാർത്താ പത്രിക ആശ്രയിക്കാവുന്നൊരു രേഖയായിമാറണം എന്ന തായിരുന്നു ഉദ്ദേശം.

ഡിപ്പാർട്ട്മെന്റുകൾ അവയുടെ ചരിത്രം, ദർശനം, ഏറ്റെടുത്ത പ്ര വർത്തനങ്ങൾ, എടുത്തുപറയേണ്ട നേട്ടങ്ങൾ, സെമിനാറുകൾ, ശിൽപ്പ ശാലകൾ, പൊതു സമൂഹവുമായി ചേർന്ന് നടത്തിയ സഹപ്രവർത്ത നങ്ങൾ, പൂർവ്വ വിദ്യാർത്ഥികളുടെ വിശദാംശങ്ങൾ എന്നിവയൊക്കെ ക്രോഡീകരിച്ച് ഫയലുകൾ ഉണ്ടാക്കുക എന്ന ജോലി സമയബന്ധി തമായി ചെയ്യണമെന്ന നിർദ്ദേശം നൽകി. സക്രിയമായി പ്രവർത്തി ക്കുന്ന ഡിപാർട്ട്മെന്റുകളാണേറെയെങ്കിലും ചുരുക്കം ചില വകുപ്പുകൾ ഒന്നുകൂടി സജീവമാകേണ്ടതുണ്ടായിരുന്നു. വ്യക്തികൾ തമ്മിലുള്ള യോജിപ്പും വിയോജിപ്പും വകുപ്പ് പ്രവർത്തനങ്ങളെ ബാധിക്കാൻ പാടില്ലാത്തതാണെങ്കിലും അങ്ങിനെ പലപ്പോഴും സംഭവിക്കുന്നു. ഇത്തരം വിഷയങ്ങൾ ഡിപ്പാർട്ട്മെന്റിന്റെ മൊത്തം പ്രവർത്തനത്തെ ബാധിക്കാതെ കൊണ്ടുപോകാൻ പരമാവധി ശ്രമിച്ചിരുന്നു. പെട്ടെന്ന് പ്രതീക്ഷിച്ച ഫലം ഉണ്ടായില്ലെങ്കിലും ശക്തമായി പ്രവർത്തിക്കുന്ന വിഭാഗങ്ങളുടെ ആവേശം കണ്ടിട്ടാവാം പിറകോട്ട് മാറിനിന്നവരും 'ശീതകാലനിദ്ര' (Hibernation) വിട്ടുണരാൻ നിർബന്ധിതരായി.

പഠനത്തിന്റെ ഉദ്ദേശ ലക്ഷ്യങ്ങളും ഉന്നതവിദ്യാഭ്യാസത്തിലൂടെ ആർജ്ജിക്കേണ്ട കഴിവുകളെക്കുറിച്ചുള്ള സങ്കൽപ്പനങ്ങളും മാറിവരുന്ന കാലത്ത് സിലബസ്സിനും പരീക്ഷക്കുമപ്പുറം അറിവുകൾ വിശകലനം ചെയ്യാനും, വിലയിരുത്താനും, പുതിയ അറിവുകൾ ഉൽപ്പാദിപ്പിക്കുവാ നും വിദ്യാർത്ഥികൾക്ക് കഴിയണമെങ്കിൽ സാമ്പ്രദായിക ബോധനരീതി യിൽനിന്നും വ്യത്യസ്തമായി അതത് വിഷയവുമായി ബന്ധപ്പെട്ട് വിപുലീ കരണ പ്രവർത്തനങ്ങളും പ്രൊജെക്റ്റുകളും ജീവിത സഹചര്യങ്ങളുമായി ഇണക്കിയുള്ള പ്രായോഗിക പ്രവർത്തനങ്ങളും ഏറ്റെടുക്കാൻ അവരെ പ്രാപ്തരാക്കേണ്ടതുണ്ട്. ഓരോ വിഭാഗത്തിലുമുള്ള അധ്യാപകർ കൂട്ടായി

ചർച്ചചെയ്ത് യോജ്യമായ ഹ്രസ്വകാല പദ്ധതികൾ രൂപകൽപ്പന ചെയ്യേണ്ടതുണ്ട്. ക്ലാസ് മുറിയിലെ പഠനം പ്രയോഗവൽക്കരിക്കാനുള്ള അവസരമുണ്ടാകുമ്പോഴാണ് പഠനം ആസ്വാദ്യകരമായ അനുഭവമായി മാറുന്നത്. അന്തിമ മൂല്യനിർണ്ണയത്തോടൊപ്പം നിരന്തര മൂല്യനിർണ്ണയ രീതികളും ഉൾച്ചേരുമ്പോൾ വിദ്യാർത്ഥികളുടെ അഭിരുചിയും കഴിവും കൃത്യമായി വിലയിരുത്താൻ സാധിക്കുന്നു. ക്ലാസ് മുറികളിലും പുറത്തും വിദ്യാർത്ഥികളുമായി കൂടുതൽ സമയം അധ്യാപകർ ചെലവഴിക്കേണ്ടിവരും. സ്വാഭാവികമായും ജോലിഭാരം കൂടുന്നു. ആകർഷകമായ ശമ്പളവും ആനുകൂല്യങ്ങളും പറ്റുമ്പോൾ ജോലിഭാരവും ഉത്തരവാദിത്വവും അതിന്റെ ഭാഗമായിവരും. പുതിയ പാഠ്യപദ്ധതിയും മൂല്യനിർണ്ണയ രീതിയുമൊക്കെ നടപ്പിലാകുന്ന കാലത്ത്തന്നെ നാക് അക്രെഡിറ്റേഷൻ ജോലികളും ഏറ്റെടുക്കേണ്ടിവന്നത് അദ്ധ്യാപക അനദ്ധ്യാപക ജീവനക്കാരെയും പ്രിൻസിപ്പലിനേയും ഒരുപോലെ സമ്മർദ്ദത്തിലാക്കുന്ന സ്ഥിതിയായി. എങ്കിലും കാര്യങ്ങൾ പുരോഗമിച്ചുകൊണ്ടിരുന്നു.

മാറുന്ന പാഠ്യ പദ്ധതി.

2009-2010 അക്കാദമിക് വർഷം കോളേജുകളിലെ ബിരുദതല പഠനം വലിയ മാറ്റങ്ങൾക്ക് വിധേയമായ കാലമായിരുന്നു. പാഠ്യപദ്ധതി പരിഷ്കരിക്കപ്പെടുന്നു. ബോധനരീതി മാറുന്നു. മുഖ്യവിഷയത്തോടൊപ്പം താൽപര്യമുള്ള വ്യത്യസ്തമായൊരു വിഷയത്തിന്റെ ഒരു ഭാഗം ഐച്ഛികമായി പഠിക്കാനുള്ള അവസരം ലഭിക്കുന്നു. പഠനം ക്രെഡിറ്റ് അടിസ്ഥാനത്തിലാവുന്നു. മൂല്യനിർണ്ണയരീതി ഗ്രേഡിങ്ങിലേക്ക് മാറുന്നു. വാർഷികരീതി മാറി സെമസ്റ്റർ സമ്പ്രദായം വരുന്നു. സമൂലവും വ്യത്യസ്തവുമായ ബിരുദ പഠനപദ്ധതി തുടങ്ങുകയായി. (Choice Based Course Credit Semester System). 2009 മുതൽ ഒരു അക്കാദമിക് വർഷം രണ്ട് സെമെസ്റ്ററുകളായി വിഭജിക്കപ്പെടുന്നു. അദ്ധ്യാപകർ പുതിയ പാഠ്യപദ്ധതിയുമായി പരിചയപ്പെട്ടു വരുന്ന കാലം. കേമ്പസ്സിലെ പ്രവർത്തനങ്ങൾ സെമസ്റ്റർ അനുസരിച്ച് പുനഃക്രമീകരിക്കേണ്ട സാഹചര്യമായി. യൂണിയൻ തിരഞ്ഞെടുപ്പും യൂണിയൻ പ്രവർത്തനങ്ങളും കായികപ്രവർത്തനങ്ങളുമെല്ലാം സെമസ്റ്റർ രീതിയോട് സമരസപ്പെടുത്തി സംഘടിപ്പിക്കണം. സെമസ്റ്റർ മൂല്യനിർണ്ണയം വരുമ്പോൾ പരീക്ഷാ ജോലികൾ ഇരട്ടിയാവുന്നു. അധ്യാപകരുടെയും അനധ്യാപകരുടെയും ജോലിഭാരം വർദ്ധിക്കുന്നു. എല്ലാം നിയന്ത്രിക്കുന്ന പ്രിൻസിപ്പലിന്റെ ജോലിയും ക്രമാതീതമായി കൂടുന്നു.

പഠനത്തെ കൂടുതൽ സഫലീകരിക്കാൻ മികച്ച സ്ഥാപനങ്ങളിലൊക്കെ ട്യൂട്ടോറിയൽ സിസ്റ്റം നിലവിലുണ്ട്. അധ്യാപകന് പഠിതാവിനെയും

പഠിതാവിന് അധ്യാപകനെയും അടുത്തറിയാൻ ഇത് ഏറെ സഹായിക്കുന്നു. പഠിതാവിന്റെ വ്യക്തിപരമായ വിവരങ്ങൾ ട്യൂട്ടർക്ക് ശേഖരിക്കാൻ കഴിയുന്നു. നിലവിലുള്ള ട്യൂട്ടോറിയൽ രീതി കൂടുതൽ ഫലപ്രദമായി നടപ്പാക്കേണ്ടതുണ്ടായിരുന്നു. ട്യൂട്ടോറിയൽ യോഗങ്ങൾ ചേരാൻ നിശ്ചിത സമയം ക്രമീകരിച്ചു. യോഗ തീരുമാനങ്ങൾ ക്രോഡീകരിക്കാനും അവ കൗൺസിലിൽ ചർച്ച ചെയ്യാനും തുടങ്ങി. പുതിയ പാഠ്യപദ്ധതിയുടെ സവിശേഷതയായി അന്തിമ മൂല്യനിർണ്ണയത്തോടൊപ്പം തുടർ മൂല്യനിർണ്ണയവും ചേരുന്നു എന്നതാണ്. തുടർ മൂല്യനിർണ്ണയ മാനദണ്ഡങ്ങളിൽ വിദ്യാർത്ഥിയുടെ ഹാജർ നില ഒരു ഘടകമാണ്. അത് കൃത്യമായി രേഖപ്പെടുത്തേണ്ടതുണ്ട്. ട്യൂട്ടർമാർ മാസംതോറും കുട്ടികളുടെ ഹാജർനില റിപ്പോർട്ട് ചെയ്യുന്ന രീതിയും നിലവിൽ വന്നു. ചുരുക്കത്തിൽ ട്യൂട്ടർമാർക്ക് രേഖീകരണജോലി നന്നായി ചെയ്യേണ്ടി വന്നു. ഇതിൽ സംഭവിക്കുന്ന അനവധാനതയും സമയവിളംബവും പരിഹരിക്കാൻ അദ്ധ്യാപകരുമായി നന്നായി ഇടയേണ്ടിവന്നിട്ടുണ്ട്. ഹാജർ നില സെമെസ്റ്റർതോറും പ്രസിദ്ധീകരിക്കുമ്പോഴാണ് വിദ്യാർത്ഥി നേതാക്കളുമായുള്ള യുദ്ധം തുടങ്ങുക. മെഡിക്കൽ സർട്ടിഫിക്കറ്റിനൊന്നും പരിഹരിക്കാൻ കഴിയുന്നതിനപ്പുറം പലർക്കും വേണ്ടത്ര ഹാജർ ഉണ്ടാവില്ല. പിന്നെ വിശദീകരണങ്ങൾ, കോളേജിലെ മറ്റ് പരിപാടികളിൽ പങ്കെടുത്തതിന്റെ രേഖ സമർപ്പിക്കാനുള്ള തത്രപ്പാട്, വാദപ്രതിവാദങ്ങൾ, അങ്ങിനെ മറ്റൊരു സമ്മർദ്ദകാലം. ഹാജർ കുറവ് അറിയിച്ചതിന്റെ പേരിൽ യൂണിവേഴ്സിറ്റി പരീക്ഷാ ഹാൾടിക്കറ്റ് തടയാൻ തുടങ്ങിയപ്പോൾ നേതാക്കളും ഒരു പരിധിവരെ വരുതിയിൽ വന്നു. എങ്കിലും നേതാക്കളുടെ ഹാജർ കുറവ് എന്നും എപ്പോഴും പ്രിൻസിപ്പൽമാരുടെ ഒരു തലവേദനയായിരുന്നു.

പ്രവേശന നടപടികൾ

ബിരുദ ബിരുദാനന്തര ക്ലാസ്സുകളിലേക്കുള്ള പ്രവേശനം ഏത് കോളേജിലും പ്രിൻസിപ്പൽമാരെ സംബന്ധിച്ചിടത്തോളം സമ്മർദ്ദമേറിയ കാലമാണ്. മട്ടന്നൂർ കോളേജിൽ പ്രിൻസിപ്പലിന് അതൊരു കഠിനകാലമാണ്. കോളേജിന്റെ ചരിത്രം തിരയുമ്പോൾ ചില വർഷങ്ങളിൽ പ്രവേശനവുമായി ബന്ധപ്പെട്ട് തരക്കേടില്ലാത്ത കുപ്രസിദ്ധിയുടെ കളങ്കവും ഈ സ്ഥാപനം പേറുന്നു. പ്രിൻസിപ്പൽ പദവിയുടെ മോഹത്തിന് പിന്നിൽ പ്രവേശനമുൾപ്പടെയുള്ള കാര്യങ്ങളിൽ കൃത്യതയും സുതാര്യതയും ഉറപ്പ് വരുത്തുക എന്ന ലക്ഷ്യവുമുണ്ടായിരുന്നു. കോളേജിൽ 80% സീറ്റുകളും മെറിറ്റ് വിഭാഗത്തിലാണല്ലോ. പ്രവേശന നടപടികളിൽ ഡിപ്പാർട്ട്മെൻ്റുകൾക്ക് പൂർണ്ണ സ്വാതന്ത്ര്യം

അനുവദിച്ചുകൊടുത്തു. വകുപ്പധ്യക്ഷന്മാരുടെ ശുപാർശയില്ലാതെ ഒരു പ്രവേശനവും നടത്തിയില്ല. മുന്നിലെത്തുന്ന ഓരോ അഡ്മിഷൻ ഫയലും ഓഫീസും പ്രിൻസിപ്പലും സൂക്ഷ്മമായി പരിശോധിച്ചു. മെറിറ്റിൽ യാതൊരു വിട്ടുവീഴ്ചയും സംഭവിക്കരുതെന്ന നിഷ്കർഷ ഉണ്ടായിരുന്നു. പക്ഷേ വലിയ സമ്മർദ്ദങ്ങളെ അതിജീവിക്കേണ്ടിവന്നു എന്നതാണ് യാഥാർത്ഥ്യം. പലരുടെയും പിണക്കവും അപ്രീതിയും സമ്പാദിക്കേണ്ടിയും വന്നു. കാൽ നൂറ്റാണ്ടുകാലം മട്ടന്നൂരിൽ താമസിച്ചുവന്നിരുന്ന ഒരാൾക്ക് വിപുലമായ ബന്ധങ്ങളും സൗഹൃദങ്ങളും സ്വാഭാവികമാണല്ലോ. പലരും അഡ്മിഷനുവേണ്ടി സമീപിക്കും. പ്രിൻസിപ്പലിന്റെ നിസ്സഹായത അവരെ ബോധ്യപ്പെടുത്തുക എളുപ്പമായിരുന്നില്ല. പ്രവേശനം ആഗ്രഹിക്കുന്നവരെ കുറ്റപ്പെടുത്താനാവില്ല. ആവശ്യമുന്നയിക്കുന്നവർ ഔചിത്യദീക്ഷയൊന്നും പാലിക്കില്ല. സമ്മർദ്ദങ്ങൾ പെരുകിവരുന്ന കാലത്ത് എല്ലാവരെയും ക്ഷമയോടെ കാര്യങ്ങൾ ബോധ്യപ്പെടുത്താൻ സാധിക്കാതെയും വന്നിട്ടുണ്ട്. മാനേജ്മെന്റ് സീറ്റുകൾ മാനേജ്മെന്റ് നിശ്ചയിക്കേണ്ടതാണല്ലോ. പരിമിതമായ സ്വാതന്ത്ര്യം എടുത്തുകൊണ്ട് കോളേജിന് ഒഴിവാക്കാനാവാത്ത വ്യക്തികൾക്കും സ്ഥാപനങ്ങൾക്കും മാനേജ്മെന്റ് അനുമതിയോടെ ചുരുങ്ങിയ സീറ്റുകൾ നീക്കിവെക്കാൻ കഴിയുന്നത് ഈ വിഭാഗത്തിലാണ്. അതിനും പരിമിതിയുണ്ട്. മുൻകാലങ്ങളിൽ നടന്ന പരിധിവിട്ട കീഴ്വഴക്കങ്ങൾ ശീലിച്ചവരെ പ്രതിരോധിക്കുന്നത് വളരെ ശ്രമകരമായിരുന്നു. പ്രവേശനം അവസാനിക്കുന്ന ആഴ്ചകളിൽ അനുഭവിക്കുന്ന മാനസിക സമ്മർദ്ദങ്ങൾക്ക് കണക്കില്ല. ആവശ്യപ്പെട്ട അഡ്മിഷൻ നടക്കില്ലെന്ന് വരുമ്പോൾ ഭീഷണിയുടെ സ്വരമുയർത്തുന്ന ചുരുക്കം ജനപ്രതിനിധികളെയും അഭിമുഖീകരിക്കേണ്ടി വന്നിട്ടുണ്ട്. മടിയിൽ കനമുള്ളവരെ ഭീഷണിപ്പെടുത്തി കാര്യം സാധിച്ച അനുഭവത്തിൽ അവർ സമ്മർദ്ദങ്ങൾ കൂട്ടുന്നതാവാം. പക്ഷേ യാതൊരു വിട്ടുവീഴ്ചയും സാധ്യമായിരുന്നില്ല. ചുരുക്കത്തിൽ ഒരു വർഷത്തെ പ്രവേശന നടപടികൾ പൂർത്തിയാകുമ്പോഴേക്കും പ്രിൻസിപ്പൽ പലർക്കും അനഭിമതനായി മാറിയിട്ടുണ്ടാകും. എന്തൊരു വൈപരീത്യം, അല്ലെ ? നാല് വർഷവും ഈ സമ്മർദ്ദങ്ങൾ ഏറ്റക്കുറച്ചിലോടെ സഹിക്കേണ്ടിവന്നു. പ്രവേശന നടപടികൾ തുടങ്ങിയാൽ പിന്നെ മൂന്ന് മാസം മറ്റൊരു കാര്യത്തിലും ശ്രദ്ധ പതിപ്പിക്കാൻ കഴിയില്ല. അഡ്മിഷനുമായി ബന്ധപ്പെട്ട സമ്മർദ്ദങ്ങൾ കൊട്ടിക്കയറുമ്പോഴും പതിവ് ജോലികളും സമ്മർദ്ദവും മാറ്റമില്ലാതെ തുടരും. ഇടിമിന്നലും പേമാരിയും ശക്തമായ കാറ്റും അവസാനിച്ചാൽ തോന്നുന്നൊരു ശാന്തതയുണ്ടല്ലോ, നാല് വർഷവും അഡ്മിഷൻ നടപടിക്രമങ്ങൾ അവസാനിക്കുന്ന ദിനാന്ത്യം

സത്യത്തിൽ അനുഭവിച്ചത് സമാനമായ സ്വാസ്ഥ്യവും ആശ്വാസവും ആയിരുന്നു..

വിദ്യാർത്ഥി സംഘടനകൾ

സ്വസ്ഥമായ ഒരു കേമ്പസ്സ് അന്തരീക്ഷത്തിൽ മാത്രമേ സാർത്ഥകമായ അക്കാദമിക് പ്രവർത്തനങ്ങൾ നടക്കുകയുള്ളൂ. പഠനപ്രവർത്തനങ്ങൾക്കൊപ്പം പാഠ്യ അനുബന്ധപ്രവർത്തനങ്ങളും നിശ്ചിത സമയക്രമത്തിൽ നടക്കേണ്ടതുണ്ട്. കേമ്പസ്സ് സ്വസ്ഥമാകണമെങ്കിൽ വിദ്യാർത്ഥി സംഘടനകൾ അവരുടെ പ്രവർത്തനങ്ങൾ നിയന്ത്രിതമായും അംഗീകൃതമായ മാനദണ്ഡങ്ങൾക്കനുസരിച്ചും നടത്താൻ തയ്യാറാവണം. പ്രീ ഡിഗ്രി കൊഴിഞ്ഞുപോയിട്ടും വിദ്യാർത്ഥികളുടെ എണ്ണം പകുതിയിലേറെ കുറഞ്ഞിട്ടും വിദ്യാർത്ഥി സംഘടനകളുടെ പ്രവർത്തനശൈലി ഏറെക്കുറെ പഴയത് തന്നെയായിരുന്നു.

ഏറ്റവും പ്രധാനമായി വേണ്ടത് എന്തിനുമേതിനും മത്സരിക്കാതെ പരസ്പരം മാനിച്ചും അംഗീകരിച്ചും പ്രവർത്തിക്കാനുള്ള മനോഭാവമാണ്. പിന്നെ നിയന്ത്രണങ്ങൾ അനുസരിച്ച് പ്രവർത്തിക്കാനുള്ള സന്നദ്ധതയും. പ്രിൻസിപ്പലായതിന്ശേഷം സംഘടനകളെ ഒറ്റക്കും കൂട്ടായും വിളിച്ച് സംസാരിച്ചത് ഈയൊരു കാര്യമായിരുന്നു. ഭാഗികമായി അംഗീകരിക്കാനുള്ള മനസ്സ്പോലും ആദ്യം അവർ കാണിച്ചില്ല. ഏറെക്കാലം തുടർന്നുവന്ന ഒരു ശീലം പെട്ടെന്ന് മാറ്റിയെടുക്കാനാവില്ലെന്ന് അറിയാമായിരുന്നു. എങ്കിലും യോഗങ്ങളും ചർച്ചകളും തുടർന്നുകൊണ്ടേയിരുന്നു. പ്രവർത്തിസമയങ്ങളിൽ സംഘടനാ പ്രവർത്തനം അനുവദിക്കാനാവില്ലെന്ന നിലപാടിൽ ഉറച്ചുനിന്നു. ഒഴിവ് സമയങ്ങളിൽ അംഗീകൃതമായ നിയന്ത്രണങ്ങളനുസരിച്ച് അവർക്ക് പ്രവർത്തിക്കാം. സംഘടിതമായ എതിർപ്പായിരുന്നു പ്രതികരണം. ചില കാര്യങ്ങളിൽ സമവായമുണ്ടായി. അധികാരികൾ അറിയാത്ത, അംഗീകരിക്കാത്ത പ്രവർത്തനങ്ങൾ അസാധ്യമെന്ന നിലപാടിൽ നിന്നുകൊണ്ടുതന്നെ ചർച്ചകൾ തുടരാമെന്ന ധാരണയിൽ ആദ്യ ശ്രമങ്ങൾ അവസാനിപ്പിച്ചു. പഴയ രീതി പതിയെ മാറ്റിയെടുക്കുകയാണ് ബുദ്ധി. കോളജ് യൂണിയൻ തെരഞ്ഞെടുപ്പ് അടുക്കുമ്പോൾ സംയമനം പാടെ നഷ്ടപ്പെടുകയാണ് പതിവ്. അതിന് മുമ്പായി സംഘടനകളുടെ മനോഭാവം അൽപ്പമെങ്കിലും മാറ്റിയെടുക്കണം.നിലവിലെ സ്ഥിതിയിൽ വളക്കാനല്ലാതെ ഒടിക്കാൻ കഴിയില്ലെന്ന് നന്നായി അറിയാമായിരുന്നു. മാത്രമല്ല, നാക് അക്രെഡിറ്റേഷനുമായി മുന്നോട്ട് പോകുമ്പോൾ സംഘടനകളെ അനുനയിപ്പിച്ച് കൂടെ നിർത്തിയേ മതിയാകൂ.

പി ടി എ

അധ്യാപക രക്ഷാകർതൃ സമിതി ശക്തമാകേണ്ടത് കോളേജിന്റെ സുഗമമായ പ്രവർത്തനത്തിന് അനിവാര്യമായിരുന്നു. കുട്ടികളുടെ പ്രവേശനവുമായി ബന്ധപ്പെട്ട് സ്വരൂപിക്കുന്ന പി ടി എ ഫണ്ട് കോളേജിന്റെ സുസ്ഥിരമായ ഒരു വിഭവ സ്രോതസ്സാണ്. വേതനം വൈകുമ്പോൾ അതിഥി അധ്യാപകർക്ക് മുൻകൂർ വേതനം ഭാഗികമായെങ്കിലും നൽകുവാനും വിദ്യാർത്ഥികളുടെ അധിക സൗകര്യങ്ങൾക്കായുള്ള നിർമ്മാണ പ്രവർത്തനങ്ങൾ ഏറ്റെടുക്കാനുമെല്ലാം ഈ ഫണ്ടാണ് പ്രയോജനപ്പെടാറുള്ളത്. ഫണ്ട് സ്വരൂപിക്കലും ഫണ്ട് ചെലവഴിക്കലും നിർബാധമായി നടക്കുമ്പോഴും വാർഷിക പി ടി എ യോഗങ്ങൾ കേവലം ചടങ്ങുകളായി മാറുകയും പുതിയ ഭാരവാഹികളെ തിരഞ്ഞെടുക്കാനുള്ള ഒരു കൂടിച്ചേരൽ മാത്രമായി ചുരുങ്ങുകയും ചെയ്യുന്നതാണ് പതിവ്. വിദ്യാർത്ഥികളുമായി ബന്ധപ്പെട്ട പ്രശ്നങ്ങൾ പരിഹരിക്കുന്നതിനുള്ള സമിതിയായി പി ടി എ എക്സിക്യൂട്ടീവ് കമ്മിറ്റി മാറുകയും ചെയ്യുന്നു. കോളേജിന്റെ പ്രവർത്തനങ്ങളിൽ സക്രിയമായി ഇടപെടാനും പൊതുസമൂഹവുമായി കോളേജിനെ ബന്ധിപ്പിക്കാനും പി ടി എ ക്ക് കഴിയണം. വിദ്യാർത്ഥികളുടെ പ്രാവീണ്യവും തൊഴിൽപരമായ ക്ഷമതയും പ്രചോദിപ്പിക്കുന്ന തരത്തിൽ പാഠ്യപദ്ധതി മാറുമ്പോൾ അതിനെ സ്വീകരിക്കാൻ പാകത്തിൽ കേമ്പസ്സിനെ മാറ്റുന്നതിൽ കോളേജിന് ശക്തമായ ഒരു താങ്ങായി പി ടി എ മാറേണ്ടതുണ്ട്. പൊതു പി ടി എ യോഗങ്ങളെക്കാൾ ഫലപ്രദമാവുക ക്ലാസ് അടിസ്ഥാനത്തിലുള്ള പി ടി എ യോഗങ്ങളാണെന്ന് അനുഭവത്തിൽനിന്നും മനസ്സിലായതാണ്. ക്ലാസ് പി ടി എ യോഗങ്ങൾ സംഘടിപ്പിക്കാനുള്ള ഉത്തരവാദിത്വം ട്യൂട്ടർമാർക്ക് നൽകി. കൃത്യമായ ഇടവേളകളിൽ ക്ലാസ് പി ടി എ യോഗങ്ങൾ ചേരാനുള്ള തീരുമാനമുണ്ടാവുകയും അവിടെ ഉന്നയിക്കപ്പെടുന്ന വിഷയങ്ങൾ ചർച്ച ചെയ്യാൻ ട്യൂട്ടർമാരുടെ യോഗവും പ്രത്യേക കൗൺസിൽ യോഗവും ചേരുക പതിവാക്കി. കൗൺസിൽ തീരുമാനങ്ങളും തുടർ നടപടികളും അടുത്ത പി ടി എ എക്സിക്യൂട്ടീവ് യോഗത്തിൽ വിശദീകരിക്കുവാൻ തുടങ്ങി. കോളേജിന്റെ പ്രവർത്തനങ്ങളിൽ അധ്യാപക രക്ഷാകർതൃ സമിതിയുടെ സജീവമായ ഇടപെടൽ ശക്തമായതോടെ വിദ്യാർത്ഥികളുമായി നേരിട്ട് ഇടപെടാനും അവരുടെ മനോഗതി മനസ്സിലാക്കാനും പറ്റുന്ന സംവിധാനമായി പി ടി എ മാറുകയായിരുന്നു. പെൺകുട്ടികൾക്ക് സൗകര്യപ്രദമായ ഒരു വിശ്രമമുറി ഇല്ലാത്തത് ഒരു പോരായ്മയായിരുന്നു. കോമേഴ്സ് വിഭാഗത്തിന് മുന്നിൽ അധ്യാപകമുറിക്കുവേണ്ടി നേരത്തെ പണിത് ഉപയോഗിക്കപ്പെടാതിരുന്ന ഒരു ഫൌണ്ടേഷൻ

ഉണ്ടായിരുന്നു. അവിടെ വിശ്രമമുറിയും അനുബന്ധ സൗകര്യങ്ങളും പണിയാൻ പി. ടി. എ മുന്നിട്ടിറങ്ങി. ആറ് മാസങ്ങൾക്കുള്ളിൽ പ്രസ്തുത നിർമ്മാണം പൂർത്തിയാക്കുന്നരീതിയിൽ പണികൾ മുന്നേറി. മുതിർന്ന വിദ്യാർത്ഥികൾ പഠിക്കുന്ന സ്ഥാപനമായാലും ഭൗതിക സൗകര്യ വികസനത്തിലും പഠ്യേതര പ്രവർത്തനങ്ങളിലുമൊക്കെ ശക്തമായ പിന്തുണ നൽകാൻ പി ടി എ ക്ക് കഴിയുമെന്ന് മറ്റ് കോളേജുകളുടെ അനുഭവങ്ങൾ തെളിയിക്കുന്നു. നാക് വിലയിരുത്തലിലും സക്രിയമായി പ്രവർത്തിക്കുന്ന പി ടി എ യുടെ പങ്ക് ശ്രദ്ധിക്കപ്പെട്ടുമെന്ന് ഉറച്ച വിശ്വാസമുണ്ടായിരുന്നു. വിദ്യാർത്ഥി രാഷ്ട്രീയത്തിന്റെ അസ്വാസ്ഥ്യങ്ങൾ നിലനിൽക്കുമ്പോഴും കോളേജിലെ പാഠ്യപ്രവർത്തനങ്ങളെക്കുറിച്ച് രക്ഷാകർത്താക്കൾക്ക് നല്ല മതിപ്പുണ്ടാവാനേ സാധ്യതയുള്ളൂ എന്നും ഏത് വേദിയിലും അവരത് പ്രകടിപ്പിക്കുമെന്നും നല്ല ബോധ്യമുണ്ടായിരുന്നു.

പൂർവ്വ വിദ്യാർത്ഥികൾ

പൂർവ്വ വിദ്യാർത്ഥികൾ ഏതൊരു കലാലയത്തിന്റെയും ശക്തിയാണ്, കരുത്താണ്. കലാലയം സൃഷ്ടിക്കുന്ന വിഭവസമ്പുഷ്ടമായ ജൈവ ഉൽപ്പന്നങ്ങളാണല്ലോ അവർ. തങ്ങളെ രൂപപ്പെടുത്തിയ കലാലയത്തെ സ്നേഹാദരങ്ങളോടെ ഓർക്കുന്ന പൂർവ്വ വിദ്യാർത്ഥികൾ ഒരു കലാലയത്തിന്റെ പുണ്യമാണ്. ജീവിതത്തിന്റെ വിവിധ ഘട്ടങ്ങളിൽ, പഠിച്ച കലാലയം അവരുടെ ഓർമ്മകളിൽ കടന്നുവരുന്നുവെങ്കിൽ ആ സ്വാധീനം ചെറുതല്ല. സമൂഹത്തിന്റെ വിവിധ തുറകളിൽ നിർണ്ണായകമായ പദവികളിൽ പൂർവ്വ വിദ്യാർത്ഥികൾ ഉണ്ടാവുക എന്നത് സ്ഥാപനത്തിന്റെ ഖ്യാതിയും മികവും സാക്ഷ്യപ്പെടുത്തുന്നു. 2000 ൽ പഴശ്ശി രാജാ പൂർവ്വ വിദ്യാർത്ഥി സമിതി ഔപചാരികമായി സാഘോഷം നിലവിൽ വന്നെങ്കിലും പ്രവർത്തനങ്ങൾ വേണ്ടത്ര മുന്നോട്ട്പോയില്ല. വാർഷിക പൊതു യോഗങ്ങൾ നടക്കുന്നു. പ്രസിദ്ധരായ ഉദ്ഘാടകനും മുഖ്യാതിഥിയും വേദി അലങ്കരിക്കുന്നു. പ്രഭാഷകർ പഴയ കാലം ഓർത്തെടുക്കുന്നു. പഴയ ചങ്ങാതിമാർ അവരുടെ സൗഹൃദ മധുരം പങ്കുവെക്കുന്നു. ഒന്നിച്ച് ഭക്ഷണം കഴിക്കുന്നു. പിരിയുന്നു. ഇതിനപ്പുറം പ്രഗത്ഭരായ പൂർവ്വ വിദ്യാർത്ഥികളുടെ പരിചയവും പ്രാവീണ്യവും അവർ പഠിച്ച വകുപ്പുകൾക്കോ സ്ഥാപനത്തിനോ പ്രയോജനപ്പെടുത്താൻ യാതൊരു ശ്രമവും ഉണ്ടാവാറില്ല. നിലവിലുള്ള വിദ്യാർത്ഥികളോട് അതേ വിഭാഗത്തിലെ അറിയപ്പെടുന്ന ഒരു പൂർവ്വ വിദ്യാർത്ഥി വന്ന് സംവദിക്കുന്നത് തന്നെ പഠിതാക്കൾക്ക് വലിയ ഒരു പ്രചോദനമായിരിക്കും. പഴയ കാലത്തെ അനുഭവങ്ങൾ പുതിയ കാലത്തെ കുട്ടികൾക്ക് നിശ്ചയമായും പാഠങ്ങളായിരിക്കും. തിരിച്ചറിവായിരിക്കും. ഇങ്ങിനെയൊക്കെ

സംഭവിക്കണമെങ്കിൽ വകുപ്പ് തല പൂർവ്വ വിദ്യാർത്ഥി സമിതികൾ ഉണ്ടാവണം. അതിനുള്ള ശ്രമങ്ങൾ 2005 ൽ തുടങ്ങിയെങ്കിലും തുടർച്ചയുണ്ടായില്ല. നിശ്ചിത സമയ പരിധിക്കുള്ളിൽ വകുപ്പ്തല പൂർവ്വ വിദ്യാർത്ഥി യോഗങ്ങൾ വിളിച്ചുചേർക്കാനും പ്രിൻസിപ്പലും നാക് കോർഡിനേറ്ററും യോഗങ്ങളിൽ പങ്കെടുക്കാനും തീരുമാനമായി. പല കാലങ്ങളിൽ വിരമിച്ച അധ്യാപകരെ യോഗത്തിൽ പങ്കെടുപ്പിക്കാനുള്ള ശ്രമങ്ങളും തുടങ്ങി. പൂർവ്വ അധ്യാപകരുടെ സാന്നിധ്യം നിശ്ചയമായും പൂർവ്വ വിദ്യാർത്ഥികൾക്ക് ഹൃദ്യമായ അനുഭവമായിരിക്കും. 2009ൽ തന്നെ ചുരുങ്ങിയത് രണ്ട് യോഗങ്ങളെങ്കിലും ഓരോ വിഭാഗത്തിലും ഇങ്ങിനെ നടന്നു. പൊതുയോഗങ്ങളിലുള്ളതിനേക്കാൾ കൂടിയ സാന്നിധ്യം ഇത്തരം യോഗങ്ങളിലുണ്ടായത് പ്രതീക്ഷിച്ചത് തന്നെയായിരുന്നു. പൂർവ്വ വിദ്യാർത്ഥികളുടെ ഭാഗത്ത്നിന്നും അക്കാദമിക് പ്രവർത്തനങ്ങൾക്ക് ശ്രദ്ധേയമായ പിൻതുണയാണ് വകുപ്പുകൾക്ക് ലഭിച്ചത്. വകുപ്പ്തല സമിതികളുടെ നേതൃത്വത്തിൽ വിവിധ വർഷങ്ങളിൽ പഠിച്ച് പുറത്തുപോയ ബാച്ചുകളുടെ സംഗമം നടന്നു. ഓരോ വിഭാഗത്തിലും പൂർവ്വ വിദ്യാർത്ഥികളുടെ സംപൂർണ്ണ റെജിസ്റ്റി തയ്യാറാക്കി. കോളേജിൽ നടക്കുന്ന സെമിനാറുകളിലും ശില്പശാലകളിലും പൂർവ്വ വിദ്യാർത്ഥികളുടെ സാന്നിധ്യവും സഹായവും വലിയ മുതൽക്കൂട്ടായി.

നാക് അക്രെഡിറ്റേഷൻ (NAAC Accreditation) പ്രക്രിയയുടെ തുടക്കം

ഇന്ത്യയിലെ ഉന്നത വിദ്യാഭ്യാസ സ്ഥാപനങ്ങളെ നിശ്ചിത മാന ദണ്ഡങ്ങൾക്കനുസരണമായി വർഗീകരിക്കുന്ന യു ജി സി യുടെ സ്വതന്ത്ര സ്ഥാപനമാണ് ബംഗളൂരു ആസ്ഥാനമായി പ്രവർത്തിക്കുന്ന നാക് (NAAC- National Assessment & Accreditation Council). 1986ലെ ദേശീയ വിദ്യാഭ്യാസ നയത്തിന്റെ അടിസ്ഥാനത്തിൽ 1994 ൽ ആണ് നാക് രൂപം കൊള്ളുന്നത്. മികവ് എന്നത് ഒരു സ്ഥാപനത്തി ന്റെ പ്രവർത്തന വിജയ സൂചികയാണെന്നും അത് കൈവരിക്കാനും നിലനിർത്താനും തുടർച്ചയായ ആഭ്യന്തര ബാഹ്യ വിലയിരുത്തലുകൾ അനിവാര്യമാണെന്നും നാക് വിശ്വസിക്കുന്നു. സമീകൃതമായ ഭൗതിക സൗകര്യങ്ങൾ, മികവാർന്ന പഠനം, മികവുറ്റ അദ്ധ്യാപകർ, ഫലപ്രാ പ്തിയുള്ള ഗവേഷണം ഇവയൊക്കെ ചേരുമ്പോഴാണ് ഒരു ഉന്നത വിദ്യാഭ്യാസ സ്ഥാപനം വിദ്യാർത്ഥികൾക്കും സമൂഹത്തിനും പ്രയോജ നകരമായ ഒരു സ്ഥാപനമായി മാറുന്നത്.

ഒരു സ്ഥാപനം വിലയിരുത്തലിന് (accreditation) തയ്യാറാണെ ങ്കിൽ അത് രേഖാമൂലം നൽകണം (Letter of Intend). അംഗീകൃത മാനദണ്ഡങ്ങൾക്കനുസരിച്ചുള്ള സ്വയം വിലയിരുത്തൽ രേഖ (Self Study Report) സമർപ്പിക്കണം. നിശ്ചിത ഫീസ് അടക്കണം. കേമ്പസ്സ് സന്ദർശനത്തിന് അനുയോജ്യമായ അനിശ്ചിത സമയം

അറിയിക്കണം. ഇവയൊക്കെ തൃപ്തികരമായി ചെയ്താൽ വിദഗ്ധ സമിതിയുടെ സന്ദർശന തീയതി നാക് അറിയിക്കും. പ്രതിനിധികൾ മൂന്നോ നാലോ ദിവസങ്ങൾ കോളേജിൽ തങ്ങി കോളേജിന്റെ എല്ലാ വിഭാഗങ്ങളുമായും ഇടപെട്ട്, കൊളേജിലെ പഠന പ്രക്രിയ സമഗ്രമായി വിലയിരുത്തും. പ്രാഥമിക വിലയിരുത്തൽ രേഖ പ്രിൻസിപ്പലിന് കൈമാറും. സ്ഥാപനത്തിന്റെ ഗ്രേഡ് പിന്നീട് ചേരുന്ന നാക് എക്സിക്യൂട്ടീവ് യോഗം തീരുമാനിക്കും. 5 വർഷമാണ് അക്രഡിറ്റേഷൻ കാലാവധി. അത് കഴിഞ്ഞാൽ പ്രക്രിയ വീണ്ടും തുടരണം. ഇതായിരുന്നു അന്നത്തെ രീതി.

ഇന്ന് ഇതിൽ ചില മാറ്റങ്ങളൊക്കെ വന്നിട്ടുണ്ട്. വിധേയ സമ്മതപത്രത്തിന് പകരം നിശ്ചിത വിവരങ്ങളടങ്ങിയ ഓൺലൈൻ അപേക്ഷയും, ഓൺലൈൻ ആയും പുസ്തകരൂപത്തിലുമുള്ള വിലയിരുത്തൽ രേഖാ സമർപ്പണവും, പ്രാഥമിക വിലയിരുത്തലും, സർവ്വേയുമൊക്കെ കഴിഞ്ഞ് നിശ്ചിത നിലവാരമുണ്ടെന്ന് ബോധ്യപ്പെട്ടതിന് ശേഷമാണ് നേരിട്ടുള്ള പരിശോധനയും സന്ദർശനവും ക്രമീകരിക്കുന്നത്.

സ്വയം വിലയിരുത്തൽ റിപ്പോർട്ട് വളരെ സൂക്ഷ്മമായി തയ്യാറാക്കേണ്ട രേഖയാണ്. അതിൽ സൂചിപ്പിക്കുന്ന എല്ലാ അക്കാദമിക് പ്രവർത്തനങ്ങളും ഫയലുകളുടെ പിൻബലത്തിൽ ആധികാരികമായിരിക്കണം. ആവശ്യപ്പെട്ടാൽ പരിശോധനക്ക് നൽകണം. ഏഴ് മാനദണ്ഡങ്ങളെ അടിസ്ഥാനമാക്കിയാണ് പ്രസ്തുത റിപ്പോർട്ട് രൂപപ്പെടുത്തേണ്ടത്. പാഠ്യപദ്ധതി, അദ്ധ്യാപനം - പഠനം-മൂല്യനിർണ്ണയം, ഗവേഷണം-നവീകരണം-പ്രയോഗവൽക്കരണം, ഭൗതിക സൗകര്യങ്ങൾ - വിഭവ സമീകരണം, പഠന പിൻതുണ - പഠിതാവിന്റെ വളർച്ച, ഭരണം-നേതൃത്വം- നടത്തിപ്പ് ഇവയുമായി ബന്ധപ്പെട്ട ചോദ്യങ്ങൾക്കും അന്വേഷണങ്ങൾക്കും സ്പഷ്ടമായ ഉത്തരവും വിശദീകരണവും നൽകണം.

പഠനത്തിൽ അനുവർത്തിക്കുന്ന തുല്യനീതിയും മികവും (Equity & Excellance) വസ്തുനിഷ്ഠമായി നാക് അക്രെഡിറ്റേഷൻ പ്രക്രിയയിൽ വിലയിരുത്തപ്പെടും. കോളേജ് ആത്യന്തികമായി പഠിതാക്കൾക്ക് വേണ്ടിയാണെങ്കിലും, രക്ഷാകർത്താക്കളും പൂർവ്വവിദ്യാർത്ഥികളും പൊതുസമൂഹവും സ്ഥാപനവുമായി ഏതൊക്കെ തരത്തിൽ ബന്ധപ്പെട്ടിരിക്കുന്നുവെന്നും അവർ സ്ഥാപനത്തെ എങ്ങിനെ കാണുന്നുവെന്നും നാക് വിദഗ്ധ സമിതി പരിശോധിക്കുന്ന ഘടകങ്ങളാണ്. വിദ്യാർത്ഥികൾ പാഠ്യ അനുബന്ധമായും പഠ്യേതരമായും നേടുന്ന അനൗപചാരിക വിദ്യാഭ്യാസം ഫലത്തിൽ സമൂഹവുമായി ഇടപെടുന്നതിന്റെ പരിണതിയാണല്ലോ.

ഒരു ഉന്നത വിദ്യാഭ്യാസ സ്ഥാപനം അതിന്റെ ബലവും ദൗർബ്ബല്യവും ശരിയായി തിരിച്ചറിഞ്ഞ് വേണം പഠനവും അനുബന്ധ പ്രവർത്തനങ്ങളും ഏറ്റെടുത്ത് നടത്താൻ. ഇതിന് കൃത്യമായ ആസൂത്രണവും ഫലപ്രദമായ നിർവ്വഹണവും അത്യാവശ്യമാണ്. ഈ ദൗത്യം ഏറ്റെടുക്കാൻ എല്ലാ സ്ഥാപനങ്ങളിലും സവിശേഷമായ ഘടനയോടെ ആഭ്യന്തര ക്വാളിറ്റി സെല്ലുകൾ (Internal Quality Assurance Cell-IQAC) പ്രവർത്തിക്കണമെന്ന് നാക് നിഷ്കർഷിക്കുന്നു. നേരത്തെതന്നെ കോളേജിൽ IQAC പ്രവർത്തിച്ചുതുടങ്ങിയിരുന്നു.

വിദ്യാർത്ഥികൾക്ക് അവർ നേരിടുന്ന പ്രയാസങ്ങൾ ഉന്നയിക്കാനും അവ യഥാസമയം പരിഹരിക്കാനും മുതിർന്ന അധ്യാപകരുൾപ്പെടുന്ന ഒരു സമിതി (Grievance Redress Forum) പ്രവർത്തിക്കേണ്ടത് നിയമപരമായ ഒരു ബാധ്യതയാണ്. റാഗിങ് സംബന്ധമായ പരാതികൾ കേൾക്കാനും യുക്തമായ നടപടികൾ എടുക്കാനും റാഗിങ് വിരുദ്ധ സമിതിയും (Anti Ragging Cell) നിർബന്ധമാണ്. ഇവയുടെയൊക്കെ പ്രവർത്തനങ്ങളെ സാധൂകരിക്കുന്ന ഫയലുകളും സൂക്ഷിക്കേണ്ടതുണ്ട്.

വിദ്യാർത്ഥികൾ അധ്യാപകരെ വിലയിരുത്തുന്നു.

അധ്യാപനം ഒരു കലയാണ്. കലാപരമായി പഠിപ്പിക്കുന്ന അധ്യാപകൻ വിദ്യാർത്ഥികളുടെ ആരാധനാപാത്രമാവുന്നു. അധ്യാപകർ എല്ലാം തികഞ്ഞവരല്ല. അവർക്ക് കുറ്റങ്ങളും കുറവുകളും കാണും. ഒരാൾക്ക് ഉള്ള കഴിവ് മറ്റൊരാളിൽ അതേ അളവിൽ ഉണ്ടാകണമെന്നില്ല. ഒരേ കാര്യം വ്യത്യസ്ത അധ്യാപകർ പഠിപ്പിക്കുകയാണെങ്കിൽ അത് വ്യത്യസ്ത രീതിയിലായിരിക്കും പഠിതാക്കൾക്ക് അനുഭവപ്പെടുക. വിദ്യാർത്ഥികളുമായി സ്വതന്ത്രമായി ഇടപെടുന്ന അധ്യാപകരുണ്ട്. ഗൗരവം നിലനിർത്തി ഇടപെടുന്നവരുമുണ്ട്. വിദ്യാർത്ഥികളെ സുഹൃത്തുക്കളായി കാണുന്നവരും ഉണ്ട്. എല്ലാറ്റിലും നിയതമായ നിയന്ത്രണരേഖ നിലനിർത്തുന്നതാണ് ഉചിതം എന്ന് തോന്നിയിട്ടുണ്ട്.

ട്യൂട്ടോറിയൽ സിസ്റ്റം നിലവിൽ വന്നതോടുകൂടി ട്യൂട്ടർക്ക് തന്റെ വിദ്യാർത്ഥികളെ കൂടുതൽ അടുത്തറിയാൻ അവസരം കൈവന്നു. സ്നേഹധനനായ മാർഗദർശിയായി അവരുടെ മനസ്സിൽ ഇടംനേടാൻ കഴിയുമ്പോൾ സ്വതന്ത്രമായി ഇടപെടാനും ഒരു പരിധിവരെ അവരിലെ അനാരോഗ്യകരമായ പ്രവണതകളെ തടയാനും ട്യൂട്ടർക്ക് സാധിക്കും. കോളേജിലെ അധ്യാപക വിദ്യാർത്ഥി ബന്ധം മെച്ചപ്പെടാൻ ട്യൂട്ടോറിയൽ രീതി വളരെ പ്രയോജനകരമാണ്.

വിദ്യാർത്ഥികൾ അധ്യാപകരെപ്പറ്റി നല്ലതും മോശവുമായ അഭിപ്രായങ്ങൾ സ്വകാര്യമായും ചിലപ്പോൾ മറയില്ലാതെയും പറയാറുണ്ട്. പക്ഷേ അവയൊന്നും അധ്യാപകർ അറിയണമെന്നില്ല. ചിലപ്പോൾ അറിഞ്ഞാലും പരസ്പരം പങ്കിടണമെന്നില്ല. അധ്യാപകന് തന്റെ വിദ്യാർത്ഥികൾ തന്നെ എങ്ങിനെ കാണുന്നു എന്ന അറിവ് ഒരു തിരിച്ചറിവായും കൂടുതൽ മെച്ചപ്പെടാനുള്ള പോഷകമായും മാറുന്നു എന്നതിന്റെ അടിസ്ഥാനത്തിലാണ് ഉന്നത വിദ്യാലയങ്ങളിൽ വിദ്യാർത്ഥികൾ അദ്ധ്യാപകരെ വിലയിരുത്തുന്ന രീതി നിലവിൽ വന്നത്. കൃത്യമായി രൂപപ്പെടുത്തിയ ചോദ്യങ്ങളിലൂടെ നിശ്ചിതമായ സ്കോറുകൾ നൽകി വിദ്യാർത്ഥി പ്രതികരിക്കുന്ന രീതിയാണിത്. സ്കോറുകൾ അപഗ്രഥിച്ച് സങ്കലനം ചെയ്ത് അധ്യാപകന്റെ മൊത്തത്തിലുള്ള പ്രകടന സൂചികയായി അതിനെ മാറ്റുന്നു.

നാക് അക്രെഡിറ്റേഷൻ പ്രവർത്തനത്തിന്റെ ഭാഗമായി മട്ടന്നൂർ കോളേജിൽ ആദ്യമായി വിദ്യാർത്ഥികൾ അധ്യാപകരെ വിലയിരുത്തുന്ന പ്രക്രിയക്ക് 2006 ൽ തുടക്കം കുറിച്ചിരുന്നു. അൽപ്പം വ്യത്യസ്തവും പക്ഷേ അംഗീകൃതവുമായ ഒരു ചോദ്യാവലിയാണ് നാക് കമ്മിറ്റി ഇത്തവണ ഉപയോഗിച്ചത്. വിഷയത്തിലുള്ള ജ്ഞാനം, അത് പകർന്നുകൊടുക്കാനുള്ള ഭാഷാപരമായ കഴിവ്, ബോധനസാമഗ്രികൾ രൂപപ്പെടുത്താനുള്ള കഴിവ്, പഠിതാക്കളുമായി ഇടപടാനുള്ള താൽപ്പര്യം, പഠിതാവിന്റെ കഴിവുകൾ കണ്ടെത്താനും അവ വളർത്താനുമുള്ള താൽപ്പര്യം, ജിജ്ഞാസ തൃഷ്ണയെ പരിപോഷിപ്പിക്കാനുള്ള വൈഭവം, കൃത്യത, ആത്മാർത്ഥത ഇവയോടൊക്കെ പ്രതികരിക്കാൻ കുട്ടികൾക്ക് കഴിയുന്ന രീതിയിലാണ് ചോദ്യാവലി തയ്യാറാക്കിയത്. ട്യൂട്ടർമാർ ഇത് ക്ലാസുകളിൽ നൽകി കുട്ടികൾക്ക് സ്വതന്ത്രമായി അവരുടെ അഭിപ്രായം രേഖപ്പെടുത്താൻ സൗകര്യം നൽകി.

വളരെ ക്രിയാത്മകമായും വസ്തുനിഷ്ഠമായും ഭൂരിഭാഗം വിദ്യാർത്ഥികളും പ്രതികരിച്ചു. പാഠഭാഗങ്ങൾ തീർക്കുന്ന കാര്യത്തിൽ ചെറിയ വിട്ടുവീഴ്ചകൾ കാണിക്കുന്ന അധ്യാപകരെ കുട്ടികൾ യഥാതഥമായി വിലയിരുത്തി. ചില ചോദ്യങ്ങളുടെ സത്ത വേണ്ടവണ്ണം മനസ്സിലാക്കാൻ കഴിയാതെ പോയതിന്റെ അവ്യക്തത വിലയിരുത്തലിൽ കാണാൻ കഴിഞ്ഞു. പഠിപ്പിക്കുന്ന വിഷയത്തിലുള്ള പ്രാഗൽഭ്യം ആഴത്തിൽ തിരിച്ചറിയാൻ ബിരുദ വിദ്യാർത്ഥികൾക്ക് പരിമിതിയുണ്ടെന്ന് മനസ്സിലായി. സ്കോർ ഷീറ്റുകൾ അപഗ്രഥിച്ച് ക്രോഡീകരിച്ച് കമ്മിറ്റി ഓരോ അധ്യാപകരുടെയും പ്രകടനസൂചികയായി അതിനെ മാറ്റി. പ്രസ്തുത വിലയിരുത്തൽ രേഖ അതത് അധ്യാപകർക്ക് നൽകി. എല്ലാവർക്കും അവരവരുടെ

ശക്തി ദൗർബ്ബല്യങ്ങൾ തിരിച്ചറിയാൻ അവസരമായി. സ്വയം മാറ്റങ്ങൾക്ക് വിധേയമാകാനും കൂടുതൽ മെച്ചപ്പെടാനും അദ്ധ്യാപകരിൽ തൃഷ്ണ വർധിപ്പിക്കുന്ന നടപടിയായി വിദ്യാർത്ഥികളുടെ വിലയിരുത്തൽ മാറി. വിദ്യാർത്ഥികളോടുള്ള സമീപനത്തിലും ഇടപെടലിലും പ്രകടമായ മാറ്റങ്ങൾ വരുത്താൻ ചില അധ്യാപകർ നിർബന്ധിതരായി. അധ്യാപകരെ വിലയിരുത്താനുള്ള തുറന്ന സമീപനം വിദ്യാർത്ഥികളിൽ അധ്യയനവുമായി ബന്ധപ്പെട്ട് അവരുടെ സ്വപ്നങ്ങളെയും സങ്കൽപ്പങ്ങളെയും ധ്വനിപ്പിക്കാനുള്ള നല്ല അവസരമായി മാറി എന്നതും പറയേണ്ടതുണ്ട്.

എല്ലാ വകുപ്പുകളിലും അതത് വിഷയവുമായി ബന്ധപ്പെട്ട് ക്ലബുകൾ (Subject Clubs) പ്രവർത്തിക്കുന്നുണ്ടായിരുന്നു. ക്ലബുകളുടെ പ്രവർത്തനം ഉർജ്ജിതമാക്കാൻ വകുപ്പ് തലവന്മാരുടെ യോഗം തീരുമാനിച്ചു. അത്യാവശ്യം വേണ്ട ആർത്ഥിക സഹായങ്ങൾ പ്രിൻസിപ്പൽ ഉറപ്പ് നൽകിയപ്പോൾ എല്ലാ ക്ലബുകളും സക്രിയമായി.

യു ജി സി സഹായത്തോടെ നടക്കുന്ന പഠനപ്രചോദിത പരിപാടി (Remedial Teaching), ന്യൂനപക്ഷ വിഭാഗത്തിലെ കുട്ടികൾക്കും ഷെഡ്യൂൾഡ് കാസ്റ്റ് / ട്രൈബ് വിഭാഗത്തിലെ കുട്ടികൾക്കും വേണ്ടി നടത്തുന്ന കോച്ചിങ്ങ് എന്നിവയുടെ സമയക്രമം ചിട്ടപ്പെടുത്തി, മേൽനോട്ടം ശക്തമാക്കിയപ്പോൾ പ്രവർത്തനങ്ങൾ കൂടുതൽ കാര്യക്ഷമമായിമാറി.

ഭൗതിക സൗകര്യ വികസനം.

എൻ എസ് എസ്സിന്റെ കോളേജുകളിൽ മിക്കതും കെട്ടിടസൗകര്യങ്ങളുടെ കാര്യത്തിൽ ഏറെ മുന്നിലാണെങ്കിലും മഞ്ചേരി കോളേജും മട്ടന്നൂർ കോളേജും ഏറെ വർഷങ്ങളോളം പിറകിൽ തന്നെയായിരുന്നു. മാനേജ്മെന്റിന്റെ താൽപര്യം കുറഞ്ഞുപോയത് ഒരു കാരണമാണെങ്കിലും ഫണ്ടുകൾ സമയാസമയങ്ങളിൽ വാങ്ങിച്ചെടുക്കാൻ കഴിയാതെപോയത് പ്രിൻസിപ്പൽമാരുടെയും കോളേജുകളുടെയും പരാജയമായിവേണം കാണാൻ. യു ജി സി യുടെ ഭൗതിക സൗകര്യ വികസന ഫണ്ടുകളും അതത് കാലങ്ങളിൽ വേണ്ടപോലെ സംഘടിപ്പിച്ചെടുക്കാൻ കഴിയാതെപോയത് മറ്റൊരു ദൗർഭാഗ്യം. സ്ഥാപന മേധാവികളുടെ താൽപ്പര്യരാഹിത്യവും ആന്തരികപ്രശ്നങ്ങളും കോളേജുകളുടെ വളർച്ചയെ സാരമായി ബാധിച്ചു. കെട്ടിടങ്ങളുടെ പ്രൗഢിയും സൗകര്യങ്ങളുടെ മികവും സ്ഥാപനങ്ങളുടെ മതിപ്പ് വർദ്ധിപ്പിക്കുന്ന ഘടകങ്ങളാണല്ലോ.

കോളേജിൽ പകുതിയിലധികം കെട്ടിടങ്ങളുടെയും മേൽക്കൂര അസ്ബസ്റ്റോസ് ഷീറ്റുകൾ മേഞ്ഞതായിരുന്നു. പരിസ്ഥിതിസൗഹൃദമല്ലാത്ത

അസ്ബസ്റ്റോസ് മേൽക്കൂര ഘട്ടം ഘട്ടമായി മാറ്റാനുള്ള പദ്ധതി നിർദ്ദേശം വർഷങ്ങളായി നിലവിലുണ്ടെങ്കിലും തീരുമാനമാവാതെ കിടക്കുകയായിരുന്നു. ഏതായാലും പെട്ടെന്ന് അവ മാറ്റുക സാധ്യമാകുന്ന കാര്യമല്ല. വേനൽക്കാലത്ത് മേൽക്കൂരയുടെ ചൂട് കുട്ടികളെ വല്ലാതെ ബുദ്ധിമുട്ടിക്കുന്നുണ്ടായിരുന്നു. വിഷയം പി ടി എ പല തവണ ചർച്ച ചെയ്തു. ലാബ് ഒഴികെയുള്ള ക്ലാസ് മുറികളിൽ ഫാൾസ് സീലിംഗ് ചെയ്യാനും ആവശ്യമായ ഫാനുകൾ പിടിപ്പിക്കാനും തീരുമാനമായി. അവധിദിവസങ്ങളിൽ ഇതുമായി ബന്ധപ്പെട്ട പണികൾ നടക്കുകയും മാസങ്ങൾക്കുള്ളിൽ പൂർത്തിയാവുകയും ചെയ്തപ്പോൾ കുട്ടികളുടെ പ്രയാസം ഒരു പരിധിവരെയെങ്കിലും പരിഹരിക്കാൻ കഴിഞ്ഞു. 2014 ൽ ഡോ. പ്രദീപ്കുമാർ പ്രിൻസിപ്പലായപ്പോൾ കോളേജ് വികസന സമിതിയുടെ നേതൃത്വത്തിൽ ആസ്ബസ്റ്റോസ് ഷീറ്റുകൾ മാറ്റി ജി ഐ ഷീറ്റുകൾ ഇട്ട് കെട്ടിടങ്ങളുടെയും മേൽക്കൂരയുടെയും രൂപമാറ്റം വരുത്തിയത് സ്വാഗതാർഹമായ കാര്യമായി എടുത്തുപറയേണ്ടതുണ്ട്.

നിലവിലുള്ള കമ്പ്യൂട്ടർ ലാബ് കൂടുതൽ സൗകര്യങ്ങളോടെ വികസിപ്പിക്കണമായിരുന്നു. എം പി ഫണ്ടും എം എൽ എ ഫണ്ടും ലഭ്യമാക്കാനുള്ള ശ്രമങ്ങൾ ആരംഭിച്ചു. കണ്ണൂർ എം പി ശ്രീ. കെ. സുധാകരനും, പൂർവ്വ വിദ്യാർത്ഥിനി കൂടിയായ പേരാവൂർ എംഎൽ എ ശ്രീമതി കെ. കെ. ശൈലജ ടീച്ചറും അനുകൂലമായ നിലപാടെടുത്തു. രണ്ടുമാസങ്ങൾക്കുള്ളിൽ കമ്പ്യൂട്ടർ ലാബ് സുസജ്ജമായി.

ഓഫീസ് ഓട്ടോമേഷൻ മറ്റൊരു അനിവാര്യതയായിരുന്നു. എല്ലാവർക്കും സിസ്റ്റം വേണം. ഇന്റർനെറ്റ് ലഭ്യത വേണം. സൗകര്യപ്രദമായ അനുബന്ധ സൗകര്യങ്ങളും വേണം. വിവിധ സ്രോതസ്സുകളിൽനിന്നും അതിനും ഫണ്ട് കണ്ടെത്തി. സ്ഥലപരിമിതി നിലനിൽക്കുമ്പോഴും ഓഫീസ് നവീകരിക്കാൻ കഴിഞ്ഞത് ഓഫീസിന്റെ കാര്യക്ഷമത വർദ്ധിപ്പിച്ചു. വിദ്യാർത്ഥികൾക്ക് നൽകുന്ന സേവനത്തിന്റെ മികവ് കൂട്ടാനും ഇത് സഹായിച്ചു.

നിലവിലുള്ള ലൈബ്രറിയുടെ സ്ഥലപരിമിതി പെട്ടെന്ന് പരിഹരിക്കാൻ കഴിയില്ലെങ്കിലും ലൈബ്രറി ഓട്ടോമേഷൻ സമയബന്ധിതമായി പൂർത്തിയാക്കാൻ കഴിഞ്ഞത് ലൈബ്രറിയുടെ പ്രവർത്തനം മെച്ചപ്പെടുത്തി. ഡിപ്പാർട്ട്മെന്റ് ലൈബ്രറികൾ ശക്തമാക്കാനുള്ള നടപടികൾ പൊതു ലൈബ്രറിയുടെ പോരായ്മകൾ പരിഹരിക്കാൻ ഒരു പരിധിവരെ സഹായകമായി. കൊമേഴ്സ് പി ജി വിഭാഗത്തിൽ പ്രത്യേകമായി പുസ്തകശേഖരവും വായനാമുറിയും സജ്ജമാക്കാൻ ധനസഹായം ലഭ്യമാക്കി. ചരിത്രവിഭാഗം പഴശ്ശിരാജയുടെ പേരിൽ ഒരു ചരിത്ര മ്യൂസിയം

സജ്ജീകരിച്ചു. സസ്യശാസ്ത്ര വിഭാഗം പുതിയ കെട്ടിടത്തിന് മുന്നിലായി ഒരു ഔഷധസസ്യോദ്യാനം രൂപപ്പെടുത്താനുള്ള ശ്രമങ്ങൾ തുടങ്ങി.

നാക് പരിശോധനക്കും സന്ദർശനത്തിനുമായുള്ള അപേക്ഷ നൽകി കഴിഞ്ഞു. നിശ്ചിത ഫീസ് അടച്ചു. 2009-10 പ്രവർത്തന വർഷം തന്നെ നാക് പ്രതിനിധികൾ കോളേജ് സന്ദർശിക്കും. സമയബന്ധിതമായി കാര്യങ്ങൾ ചെയ്തു തീർക്കേണ്ടതുണ്ട്. ഓരോ വിഭാഗങ്ങൾക്കും ആവശ്യങ്ങൾ പലതാണ്. എല്ലാം വേണ്ടതുമാണ്. പക്ഷേ ഫണ്ട് ലഭ്യതയുമായി പൊരുത്തപ്പെട്ട് പോകണമല്ലോ. വികസനപ്രവർത്തനങ്ങൾ ഒരേസമയത്ത് വേണ്ടിവന്നതിനാൽ വിഭവസമാഹരണം പ്രിൻസിപ്പലിന് നല്ല വെല്ലുവിളിയായി മാറി.

പദ്ധതികളുടെ രീതിയനുസരിച്ച് പണത്തിന്റെ തോതും വ്യത്യസ്തമാകുമല്ലോ. അനുവദിക്കുന്ന ഫണ്ടിന്റെ ഏറ്റക്കുറച്ചിലുകൾ പ്രിൻസിപ്പലിന് നേരെ വിമർശനങ്ങളുന്നയിക്കാൻ മതിയായ കാരണങ്ങളാകുന്നത് സ്വാഭാവികമാണ്. എല്ലാവരെയും തൃപ്തിപ്പെടുത്താൻ ഒരു സ്ഥാപന മേധാവിക്കും കഴിയില്ല. വിമർശനങ്ങളെ നേരിടാനുള്ള മനോഭാവം എന്നേ ആർജ്ജിച്ചതിനാൽ ക്രിയാത്മകമായത് ഉൾക്കൊണ്ടു. അല്ലാത്തത് അവഗണിച്ചു. എല്ലാവരെയും ചേർത്തുനിർത്താൻ എത്രതന്നെ ശ്രമിച്ചാലും എന്തൊക്കെ വിട്ടുവീഴ്ചകൾ ചെയ്താലും ചിലരെങ്കിലും വഴിതിമാറുമെന്ന് അനുഭവം നന്നായി പഠിപ്പിച്ചു. പക്ഷേ ഒരു വകുപ്പിനും പ്രക്രിയയിൽനിന്നും ഒഴിഞ്ഞുനിൽക്കാനാവില്ല എന്നത് യാഥാർത്ഥ്യം. തുടക്കത്തിൽ ആവേശമൊന്നും കാണിക്കാതിരുന്ന ചില വകുപ്പുകൾ പോകെ പോകെ സക്രിയമായി വന്നത് സന്തോഷത്തിന് വകനൽകി. ഒരു കൂട്ടയോട്ടത്തിൽ ഓടാതെ മാറിനിൽക്കാൻ ആർക്കും കഴിയില്ലല്ലോ. ഓടിക്കൊണ്ടിരിക്കുമ്പോൾ ഒപ്പമെത്താനുള്ള ആവേശവും കാണെക്കാണെ പ്രകടമാവുമല്ലോ. അതാണ് പിന്നീട് കണ്ടത്.

ഉദ്ദേശശുദ്ധിയോടെ കാര്യങ്ങൾ ഏറ്റെടുത്ത് ചടുലമായി മുന്നോട്ട് പോകുമ്പോഴും കുത്തുവാക്കുകളും വിമർശനങ്ങളും ഉയർന്നുവരിക സ്വാഭാവികമാണ്. വിമർശനങ്ങളെ ഭയന്നാൽ പക്ഷേ ഉദ്ദേശിച്ച കാര്യങ്ങൾ പലതും ചെയ്യാനാവില്ല. കോളേജിനെ സംബന്ധിച്ചിടത്തോളം ഈ അവസരം ലക്ഷ്യവേധിയായി ഉപയോഗിക്കണം. പരസ്പരം അത്ര ചേർച്ചയില്ലാത്ത വിവിധ വിഭാഗങ്ങളെ കൂട്ടിയിണക്കിവേണം ഇങ്ങിനെയൊരു ദൗത്യം നിറവേറ്റാൻ എന്ന് നേരത്തെ അറിയാമായിരുന്നു. അധ്യാപക സംഘടനകൾ തമ്മിൽ, വിദ്യാർത്ഥി സംഘടനകൾ തമ്മിൽ, അധ്യാപകരും അനധ്യാപകരും തമ്മിൽ വീക്ഷണത്തിലും നിലപാടിലും വലിയ അന്തരമുണ്ടല്ലോ. അഭിപ്രായവ്യത്യാസങ്ങൾക്കിടയിലും കോളേജിന്റെ

പൊതു ആവശ്യത്തിന് പരസ്പരം യോജിക്കാൻ തടസ്സങ്ങളൊന്നും നില വിലില്ല. പക്ഷേ മനസ്സ് വേണം. എല്ലാവരെയും യോജിപ്പിച്ച് കൊണ്ടു പോവുക വളരെ വളരെ ശ്രമകരമായ കാര്യമാണ്. പ്രതീക്ഷിക്കാത്ത സന്ദർഭങ്ങളിൽ ചില അസ്വാരസ്യങ്ങളും പിണക്കങ്ങളും ഉടലെടുക്കും. അവ പെട്ടെന്ന് പരിഹരിച്ചില്ലെങ്കിൽ തുടർ കാര്യങ്ങളെയും ബാധിക്കും. അപ്പോൾ ഒരു വാത് മധ്യസ്ഥന്റെ വേഷം പ്രിൻസിപ്പൽ കെട്ടേണ്ടിവരും. ഇനി ഇവർക്കെല്ലാം പ്രിൻസിപ്പലുമായും ചില ഭിന്നതകൾ കാണും. അവയുടെ കണക്കുകൾ തീർക്കാൻ കിട്ടുന്ന അവസരങ്ങൾ ഉപയോ ഗിക്കുന്നതിൽ ആരും മോശക്കാരല്ല.

അധ്യാപകസംഘടനയിൽ ഒരു കാലംവരെ സജീവമായി പ്ര വർത്തിച്ചിരുന്ന ആൾ അതേ കോളേജിൽ പ്രിൻസിപ്പലാകുമ്പോൾ പ്രതിസന്ധികൾ പലതാണ്. എതിർ സംഘടനയിലുള്ളവർക്ക് മുൻവി ധിയുണ്ടാകാം.അകൽച്ചയുണ്ടാകാം. നേരത്തെ പ്രവർത്തിച്ച സംഘടന യിലുള്ളവർക്ക് പ്രതീക്ഷ കൂടുതലായിരിക്കും. ആരോടെങ്കിലും കൂടുതൽ പരിഗണനയുള്ളതായി തോന്നാം. ചിലരോടുള്ള പരിഗണന പോരെന്ന് അഭിപ്രായമുയരാം. പണ്ട് എതിർത്തവരെ കൂടുതൽ പരിഗണിക്കുന്നുവെ ന്ന ആക്ഷേപം ഉയരാം. പണ്ട് എടുത്ത നിലപാടുകളുടെ ബാധ്യതയിൽനി ന്നും ഒഴിയാനാവില്ല. ഇതിനെല്ലാമിടയിൽ നിൽക്കുമ്പോൾ ഒരു പക്ഷവും പിടിക്കാതെ കോളേജിന് നല്ലതെന്ന് തോന്നുന്ന കാര്യങ്ങൾ സധൈര്യം ചെയ്യുക എന്നതേ വഴിയുള്ളൂ. അങ്ങനെ തന്നെയാണ് ചെയ്തത്. ചില്ലറ എതിർപ്പുകളൊക്കെ നിലനിന്നെങ്കിലും ലക്ഷ്യങ്ങളിൽനിന്നും മാർഗ്ഗങ്ങ ളിൽനിന്നും ഒട്ടും വ്യതിചലിച്ചില്ല. എങ്കിലും ജോലിഭാരത്തിന്റെ സമ്മർദ്ദ ങ്ങളുടെ കുത്തൊഴുക്കിൽ പിടിച്ചുനിൽക്കാൻ ശ്രമിക്കുമ്പോൾ സംയമനം കൈവിട്ടുപോയ ചുരുക്കം ചില സന്ദർഭങ്ങളുണ്ടായെന്ന് പറയാതെ വയ്യ. ഏതെങ്കിലും വ്യക്തിയുമായോ വിഭാഗവുമായോ ഇടച്ചിലുണ്ടാകുമ്പോൾ അല്ലെങ്കിൽ ഏതെങ്കിലും സാഹചര്യം പ്രതീക്ഷിക്കാതെ സങ്കീർണ്ണമാകു മ്പോൾ സ്ഥാപനത്തിന് ക്ഷീണമായാലും "പ്രിൻസിപ്പൽ അനുഭവിക്ക ട്ടെ" എന്ന് വിചാരിച്ചവരും പറഞ്ഞവരും ഉണ്ട്. കണ്ണുനീരിലും മഴവില്ല് കാണാൻ കൊതിക്കുന്ന മനുഷ്യ മനസ്സ്! അല്ലാതെന്ത് പറയാൻ.

കോളേജിന്റെ പ്രവർത്തനങ്ങൾ സമഗ്രമായി പ്രതിപാദിക്കുന്ന സ്വയം പഠന റിപ്പോർട്ട് (Self Study Report) തയ്യാറാക്കുന്ന ജോലികൾ നാക് കോഓർഡിനേഷൻ കമ്മിറ്റിയുടെ നേതൃത്വത്തിൽ പുരോഗമിച്ചു. നാക് മുന്നോട്ട് വെയ്ക്കുന്ന ഏഴ് മാനദണ്ഡങ്ങൾക്കനുസരി ച്ചുള്ള വിശദമായ റിപ്പോർട്ടാണ് തയ്യാറാക്കേണ്ടത്. റിപ്പോർട്ടിൽ പ്രതി പാദിക്കുന്ന എല്ലാ കാര്യങ്ങൾക്കും കൃത്യമായ രേഖകൾ ഫയലുകളായി

സൂക്ഷിക്കണം. സത്യസന്ധവും യഥാതഥവുമായ സമഗ്ര രേഖയായിരിക്കണം പ്രസ്തുത റിപ്പോർട്ട്. കോളേജിന്റെ ദർശനവും ദൗത്യവും സാക്ഷാത്ക്കരിക്കും വിധം പ്രവർത്തനങ്ങൾ ചിട്ടയായും ചടുലമായും നിർവഹിക്കപ്പെടുന്നുണ്ടെന്ന് റിപ്പോർട്ടിലൂടെ ബോധ്യപ്പെടുത്താൻ കഴിയണം. വളർച്ചയുടെ നാഴികക്കല്ലുകൾ അടയാളപ്പെടുത്തണം. ശക്തിദൗർബല്യങ്ങൾ തിരിച്ചറിയണം. അവസരങ്ങളും പരിമിതികളും തിരിച്ചറിയണം. ഇവയെല്ലാം റിപ്പോർട്ടിൽ പ്രതിഫലിക്കുകയും വേണം. ഇങ്ങിനെ സമർപ്പിക്കപ്പെടുന്ന റിപ്പോർട്ട് അടിസ്ഥാനപ്പെടുത്തിയായിരിക്കും നാക് പ്രതിനിധികൾ കോളേജിൽ അവരുടെ സന്ദർശനം ക്രമീകരിക്കുക.

ഡിപ്പാർട്മെന്റുകളിൽ പ്രവർത്തനങ്ങളുടെ രേഖകൾ ഏറെക്കുറെ പൂർത്തിയാവുകയും കോളേജിന്റെ സ്വയം പഠന റിപ്പോർട്ട് കരട് രൂപത്തിലാവുകയും ചെയ്തപ്പോൾ നായർ സെർവ്വീസ് സൊസൈറ്റി സെൻട്രൽ കമ്മിറ്റി സെക്രട്ടറി പ്രൊഫ. പ്രസന്നകുമാർ സാർ കോളേജ് സന്ദർശിച്ചു. എൻ എസ് എസ്സിന്റെ മിക്ക കോളേജുകളും നാക് അംഗീകാരം കരസ്ഥമാക്കിയത് പ്രസന്നകുമാർ സാറിന്റെ നേതൃത്വത്തിലാണ്. അദ്ദേഹത്തിന്റെ നിരവധി വർഷത്തെ അധ്യാപന പരിചയവും ഭരണ പരിചയവും അനുഭവസമ്പത്തും മികവിന്റെ അടയാളമുദ്ര നേടുന്നതിൽ കോളേജുകൾക്ക് വലിയ കരുത്തായിരുന്നു. ഡിപ്പാർട്മെൻടുകൾ സന്ദർശിച്ച് അദ്ദേഹം ആവശ്യമായ മാർഗ്ഗനിർദ്ദേശങ്ങൾ നൽകി, ഒപ്പം ആത്മവിശ്വാസവും. തല്ലും തലോടലും ചേർന്ന അദ്ദേഹത്തിന്റെ ഇടപെടൽ വിവിധ വിഭാഗങ്ങൾക്ക് ഒരേ സമയം പ്രോത്സാഹനവും തിരിച്ചറിവുമായി. മാനേജ്മെന്റ് ഏറ്റെടുത്ത് നടത്തുന്ന വിവിധ നിർമ്മാണ പ്രവർത്തനങ്ങളുടെ ഗതിവേഗം കൂട്ടാനും ഈ സന്ദർശനം ഉപകരിച്ചു. നാക് പ്രതിനിധികളുടെ സന്ദർശനവുമായി ബന്ധപ്പെട്ടുള്ള തയ്യാറെടുപ്പുകൾക്കായി ഒരു പ്രത്യേക ഫണ്ട് പ്രിൻസിപ്പലിന് അനുവദിക്കുകയും ചെയ്തു. സാധാരണ നടപടിക്രമങ്ങളൊന്നും പാലിക്കാതെ പണം ഉപയോഗിക്കാനുള്ള സ്വാതന്ത്ര്യവും സദയം അനുവദിച്ചുനൽകി.

കേമ്പസ്സിലെ നിർമ്മാണ പ്രവർത്തനങ്ങൾ പൂർത്തിയായപ്പോൾ നാഷണൽ സർവീസ് സ്കീം വോളൻടിയർമാരുടെയും എൻ സി സി കാഡറ്റുകളുടെയും നേതൃത്വത്തിൽ വിദ്യാർത്ഥികൾ കേമ്പസ്സ് വെടിപ്പാക്കുന്ന ജോലികൾ ആരംഭിച്ചു. ഖരമാലിന്യങ്ങളും പ്ലാസ്റ്റിക്ക് മാലിന്യങ്ങളും വേർതിരിച്ച് ശേഖരിക്കാനും ഫലപ്രദമായി അവ നിർമാർജ്ജനം ചെയ്യാനുമുള്ള സംവിധാനങ്ങൾ ഏർപ്പെടുത്തി. വിദ്യാർത്ഥികളുടെ വകുപ്പുതല യോഗങ്ങൾ ചേർന്നു. വിദ്യാർത്ഥി സംഘടനകളുടെ പ്രത്യേക

യോഗങ്ങൾ ചേർന്നു. നാക് പ്രതിനിധികളുടെ സന്ദർശനം കോളേജിനും പ്രതിനിധികൾക്കും ഒരുപോലെ ഹൃദ്യമായ അനുഭവമാക്കിമാറ്റാൻ കോളേജും വിദ്യാർത്ഥികളും വിദ്യാർത്ഥി സംഘടനകളും ആത്മാർത്ഥമായി പരിശ്രമിക്കണമെന്ന സന്ദേശം കൃത്യമായി വിദ്യാർത്ഥികളിലെത്തിച്ചു. നാക് അംഗീകാരത്തിന്റെ ആത്യന്തികമായ പ്രയോജനം വിദ്യാർത്ഥികൾക്കാണെന്ന് ബോധ്യമായതോടെ ഒത്തൊരുമയോടെ നാക് അംഗങ്ങളെ സ്വീകരിക്കാൻ എല്ലാവരും തയ്യാറായി.

നാക് പ്രതിനിധികൾ കോളേജിൽ എത്താൻ ഇനി ആഴ്ചകൾ മാത്രം ബാക്കി. രാത്രി ഒൻപതര മണി ആയിക്കാണും. പുറത്ത് സാമാന്യം നല്ല മഴ പെയ്യുന്നു. ഈ സമയത്ത് മഴ സാധാരണമല്ല. വേനൽ മഴയായിരിക്കും. മഴ പെട്ടെന്ന് കനം വെച്ചു. അകമ്പടിയായി ഇരമ്പലോടെ ശക്തമായ കാറ്റും. വൈദ്യുതി ബന്ധം നഷ്ടപ്പെട്ടു. മുക്കാൽ മണിക്കൂർ മഴ തകർത്ത് പെയ്തു. മൊബൈൽ ഫോൺ റിങ് ചെയ്യുന്നു. കോളേജിൽ നൈറ്റ് ഡ്യൂട്ടി ചെയ്യുന്ന ബാബു വിളിക്കുന്നു. വീട്ടിലായാലും കോളേജുമായി ബന്ധപ്പെട്ട ഫോൺ വിളികൾ നിരന്തരമുണ്ടായിരിക്കും. നൂറ് കണക്കിന് കാര്യങ്ങൾ ഏകോപിപ്പിക്കുന്നത് ഫോൺ സന്ദേശങ്ങൾ വഴിയാണല്ലോ. ഫോൺ എടുത്തപ്പോൾ കേട്ട വാർത്ത അപ്രതീക്ഷിതവും ഞെട്ടിപ്പിക്കുന്നതുമായിരുന്നു. ശക്തമായ കാറ്റിൽ പണി പൂർത്തിയായ പെൺകുട്ടികളുടെ വിശ്രമമുറിയുടെ ട്രെസ്സ് മേൽക്കൂരയും ഷീറ്റുകളും അപ്പാടെ പറന്നുപോയിരിക്കുന്നു. തൊട്ടടുത്തുള്ള പഴയ കെട്ടിടത്തിന്റെ മേൽക്കൂരക്കും ചെറിയ തകരാറ് സംഭവിച്ചിരിക്കുന്നു. കോളേജ് ഇരുട്ടിലാണ്. സാർ ഇപ്പോൾ വരേണ്ടതില്ല. നാളെ കാലത്ത് വന്നാൽ മതി. ഇതായിരുന്നു ബാബുവിന്റെ സന്ദേശം. അത് ഉറക്കമില്ലാത്ത രാത്രിയായിരുന്നു. നാക് പ്രതിനിധികൾ വരാൻ ചുരുങ്ങിയ ദിവസങ്ങൾമാത്രമേ അവശേഷിക്കുന്നുള്ളൂ. കോളേജിൽ തയ്യാറെടുപ്പുകളൊക്കെ പൂർത്തിയായി വരികയാണ്. പി ടി എ ധനസഹായത്തോടെ പൂർത്തീകരിച്ച കെട്ടിടമാണ് അകാരഭംഗിയൊക്കെ നഷ്ടപ്പെട്ട് ആകാശം മേൽക്കൂരയായി നിൽക്കുന്നത്. ട്രെസ്സ് മേൽക്കൂര ഒടിഞ്ഞുമടങ്ങി ഒരു വികൃത ജീവിയെപ്പോലെ ദൂരെ വീണു കിടക്കുന്നു. ഒരു വർഷത്തെ പ്രിൻസിപ്പൽ കാലാവധിക്കുള്ളിൽ മനസ്സ് ഇത്പോലെ പ്രക്ഷുബ്ധമായ സന്ദർഭമില്ല. പി ടി എ അക്കൗണ്ടിൽ സ്വരുക്കൂട്ടിവെച്ച പണം പാഴായിരിക്കുന്നു. കെട്ടിടം പുനർനിർമ്മിക്കാനുള്ള സമയം പരിമിതമാണ്. നാക് പ്രതിനിധികളുടെ വരവിന് മുൻപേ തകർന്ന നിർമ്മിതി മാറ്റി പുനർനിർമ്മിക്കാൻ കഴിയണം. ചുമരുകൾക്ക് സംപൂർണ്ണ കോൺക്രീറ്റ് ലിൻഡൽ കൊടുക്കാതെ ട്രെസ്സ് ഘടിപ്പിച്ച അനവധാനതക്ക്

സമാധാനം പറയണം. ചുറ്റും കെട്ടിടങ്ങളുള്ളതിനാൽ കാറ്റ് ഒരു ഭീഷണിയാവില്ലെന്നാണ് കണക്ക് കൂട്ടിയത്. ചുഴലിക്കാറ്റ് ഇങ്ങിനെ ഇറങ്ങി വീശി നാശം വിതയ്ക്കുമെന്ന് കരുതിയില്ല. ഇനി പറഞ്ഞിട്ട് കാര്യമില്ലല്ലോ. നേട്ടങ്ങൾക്കും വിജയങ്ങൾക്കും അവകാശികളേറെയുണ്ടാകും. വീഴ്ചകളും പരാജയങ്ങളും അനാഥരാണ്. ഉത്തരവാദിത്വമേൽക്കാൻ ആളുകൾ ചുരുങ്ങും. പി ടി എ എക്സിക്യൂട്ടീവ് കമ്മിറ്റിയുടെ നേതൃത്വത്തിലാണ് പണി നടന്നതെങ്കിലും പ്രിൻസിപ്പലിന് ഉത്തരവാദിത്വത്തിൽനിന്ന് ഒഴിയാനാവില്ല. കാറ്റും മഴയും പ്രകൃതിയുടെ പ്രതിഭാസമാണല്ലോ. അതിനെ അതിജീവിക്കാനുള്ള കരുതൽ വേണ്ടതായിരുന്നല്ലോ. എല്ലാ ഉത്തരവാദിത്വവുമേറ്റ് പ്രസന്നകുമാർ സാറിനെ വിളിച്ച് വിവരം പറഞ്ഞു. കാര്യങ്ങൾ വിശദീകരിച്ച് ഒരു റിപ്പോർട്ട് നൽകി. പ്രതിസന്ധികളിൽ എൻ എസ് എസ് മാനേജ്മെന്റ് പ്രിൻസിപ്പൽമാരുടെ കൂടെ നിന്ന ചരിത്രമേ ഉള്ളൂ. സ്വയം വരുത്തിവെച്ച വിനയാണെങ്കിൽപോലും പ്രിൻസിപ്പൽമാരെ കൈവെടിയുക വളരെ ചുരുക്കമാണ്. ഇവിടെ ഒരു കോളേജിന്റെ പ്രതിസന്ധിയാണ്. രണ്ടാഴ്ചക്കുള്ളിൽ മാനേജ്മെന്റ് ചെലവിൽ കെട്ടിടം പുനർനിർമ്മിക്കാമെന്നും നാക് അക്രെഡിറ്റേഷൻ നടപടികളുമായി ധൈര്യമായി മുന്നോട്ട് പോകാമെന്നും ജനറൽ സെക്രട്ടറി സമാധാനിപ്പിച്ചപ്പോൾ പറഞ്ഞറിയിക്കാനാവാത്ത ആശ്വാസം തോന്നി. അരക്ഷിതാവസ്ഥയിലെ ശക്തമായ കൈത്താങ്ങ്. യുദ്ധകാലാടിസ്ഥാനത്തിൽ പണികൾ പുരോഗമിച്ചു. നാക് സന്ദർശനത്തിന് മുമ്പ് പണികൾ ഏറെക്കുറെ പൂർത്തിയായി.

നാക് സന്ദർശനത്തിന് ഒരാഴ്ച മുമ്പ് ഡിപ്പാർട്ട്മെന്റുകളിൽ ഒരു മാതൃകാ സന്ദർശനം (Mock Visit) സംഘടിപ്പിക്കുന്നത് പ്രയോജനകരമായിരിക്കുമെന്ന നാക് കോർഡിനേറ്ററുടെ നിർദ്ദേശം സ്വാഗതാർഹമായി തോന്നി. ഉന്നത വിദ്യാഭ്യാസ കാര്യങ്ങളിൽ പ്രാവീണ്യവും ഭരണ പരിചയവുമുള്ള കണ്ണൂർ യൂണിവേഴ്സിറ്റി മുൻ പ്രൊ വൈസ് ചാൻസലറായിരുന്ന പ്രൊഫ. കെ. കുഞ്ഞികൃഷ്ണൻ സാറിനെ ബന്ധപ്പെട്ടപ്പോൾ അദ്ദേഹം ഞങ്ങളുടെ ക്ഷണം സസന്തോഷം സ്വീകരിച്ചു. അദ്ദേഹത്തിന്റെ സന്ദർശനം കോളേജിന് പൊതുവായും വകുപ്പുകൾക്ക് പ്രത്യേകിച്ചും പുതിയ ഉൾക്കാഴ്ച നൽകി. ഞങ്ങൾ പ്രതീക്ഷിക്കുന്ന നാക് ഗ്രേഡ് അത്ര എളുപ്പമല്ലെങ്കിലും ശ്രമസാധ്യമാണെന്ന് അദ്ദേഹം അഭിപ്രായപ്പെട്ടപ്പോൾ അത് എല്ലാവർക്കും കൂടുതൽ ആത്മവിശ്വാസത്തോടെ പ്രവർത്തിക്കാനുള്ള ഉർജ്ജസ്രോതസ്സായിമാറി.

നാക് (NAAC) സന്ദർശനം

2010 മാർച്ച് 26 മട്ടന്നൂർ കോളേജിനെ സംബന്ധിച്ച് ഓർമ്മിക്കപ്പെടേണ്ട ദിവസമാണ്. ഒരു വർഷത്തെ കഠിനമായ തയ്യാറെടുപ്പുകൾക്കൊടുവിൽ നാക് പ്രതിനിധിസംഘം മൂന്ന് ദിവസത്തെ സന്ദർശനത്തിന് കോളേജിൽ എത്തി. മൂന്ന് പേരടങ്ങിയ വിദഗ്ധ സംഘം മട്ടന്നൂരിൽ താമസിച്ച് കോളേജിന്റെ പ്രവർത്തനങ്ങൾ വിലയിരുത്തുക എന്നതാണ് കാര്യപരിപാടി. നാലര പതിറ്റാണ്ടുകൾക്കിടയിൽ കോളേജ് സ്വയം വിലയിരുത്തലിനും സ്വയം വിമർശനത്തിനും തയ്യാറായത് ചുരുക്കം സന്ദർഭങ്ങളിലാണ്. അപ്പോഴൊക്കെ മാറ്റങ്ങൾ ഉണ്ടായിട്ടുമുണ്ട്. ഇപ്പോഴിതാ വ്യത്യസ്തമായ സംവിധാനത്തിന്റെ ഭാഗമായ ഒരു സംഘം യാതൊരു മുൻവിധികളുമില്ലാതെ കോളേജിനെ വിലയിരുത്താൻപോകുന്നു. ഈ വിലയിരുത്തൽ കോളേജിന്റെ ഇനിയുള്ള വളർച്ചയിൽ പ്രകടമായ മാറ്റങ്ങൾ സൃഷ്ടിക്കാൻ പോകുന്നതായിരിക്കും. കലാലയത്തിന്റെ ഇനിയുള്ള യാത്ര വ്യത്യസ്തവും ഗതിവേഗം കൂടിയതുമായിരിക്കും. ഈ ദിശാസന്ധിയിൽ കോളേജിനെ നയിക്കാനുള്ള നിയോഗം ജീവിതത്തിലെ വിലയേറിയ അവസരമായി കാണുന്നു.

മാനേജ്മെന്റിനെ പ്രതിനിധീകരിച്ച് എൻ എസ് എസ് വൈസ് പ്രസിഡന്റ് അഡ്വക്കറ്റ് ഹരിദാസൻ നായരും സെക്രട്ടറി പ്രസന്നകുമാർ സാറും, യൂണിവേഴ്സിറ്റിയെ പ്രതിനിധീകരിച്ച് രജിസ്ട്രാർ പ്രൊഫ. അബ്ദുൽ റഷീദും നാക് പ്രതിനിധികളുമായി ആശയവിനിമയം നടത്താൻ കോളേജിൽ എത്തി. പ്രിൻസിപ്പലുമായുള്ള ഒരു മണിക്കൂർ

അഭിമുഖത്തോടെ നടപടികൾ സമാരംഭിച്ചു. മട്ടന്നൂർ പോലെയുള്ള വികസ്വരമായ ഒരു പ്രദേശത്ത് ഉന്നത വിദ്യാഭ്യാസമേഖലയിൽ കോളേജ് നടത്തിയ പ്രവർത്തനങ്ങൾ പ്രസ്തുത ചർച്ചയിൽ വിശദമായി സൂചിപ്പിച്ചു. സ്ഥിരം ഒഴിവുകളിൽ അധ്യാപകരില്ലാതെ താൽക്കാലികാടിസ്ഥാനത്തിൽ മിക്ക വിഭാഗങ്ങളിലും അതിഥി അധ്യാപകർ ജോലിചെയ്യുന്നതും പി ജി കോഴ്സുകളുടെ കുറവും പോരായ്മകളാണെന്ന് നാക് പ്രതിനിധികൾ സൂചിപ്പിച്ചു. കേരളത്തിലെ എയ്ഡഡ് കോളേജുകളിൽ വർഷങ്ങളായി തുടർന്നുവരുന്ന അവസ്ഥയാണ് ഇതെന്നും ഉയർന്ന യോഗ്യതകളുള്ള അതിഥി അധ്യാപകരെയാണ് നിയമിക്കുന്നതെന്നും വിശദീകരിച്ചു. പി.ജി കോഴ്സുകളുടെ കുറവ് ഒരു ന്യൂനതയായി അംഗീകരിക്കുകയേ നിർവ്വാഹമുണ്ടായിരുന്നുള്ളൂ. ഇത്രയും കാലമായിട്ടും പി.ജി കോഴ്സുകൾ കുറഞ്ഞുപോയത് ആരുടെ കുറ്റം കൊണ്ടായാലും അതൊരു ദൗർബല്യമായി സമ്മതിച്ചുകൊടുക്കുകയേ വഴിയുള്ളൂ. സ്ഥാപനവുമായി ബന്ധമില്ലാത്തവർ സൃഷ്ടിക്കുന്ന പാഠ്യപദ്ധതി അതേപടി ആശ്രയിക്കുന്ന വൈരുദ്ധ്യം വിമർശനവീര്യത്തോടെ മൂവരിലൊരാൾ ചൂണ്ടിക്കാണിക്കുകയുണ്ടായി. പാഠ്യപദ്ധതി രൂപീകരണം യൂണിവേഴ്സിറ്റിയുടെ പഠനബോർഡിന്റെ ചുമതലയിലാണെന്നും കോളേജിലെ അധ്യാപകരിൽ ചിലർ അതിൽ അംഗങ്ങളാണെന്നുമുള്ള മറുപടി അവർക്ക് അത്ര തൃപ്തികരമായി തോന്നിയില്ല. യൂണിവേഴ്സിറ്റി വകുപ്പുകളിലും സ്വതന്ത്ര ഭരണ സ്ഥാപനങ്ങളിലുമൊക്കെ (Autonomous Colleges) പ്രവർത്തിക്കുന്ന പ്രൊഫസ്സർമാർക്ക് ഒരു കോർപ്പറേറ്റ് മാനേജ്മെന്റിന് കീഴിൽ, അഫിലിയേറ്റഡ് സംവിധാനത്തിൽ പ്രവർത്തിക്കുന്ന സ്ഥാപനത്തിന്റെ പരിമിതികൾ മനസ്സിലാവുക എളുപ്പമല്ലായിരുന്നു. സ്വയം പഠന റിപ്പോർട്ടിൽ സൂചിപ്പിച്ച ചില കാര്യങ്ങളിൽ വ്യക്തത വരുത്താനും ഈ അഭിമുഖം പ്രയോജനപ്പെടുത്തി. നേരത്തെ നിശ്ചയിച്ച പ്രോഗ്രാം അനുസരിച്ച് കമ്മിറ്റി അംഗങ്ങൾ ഡിപ്പാർട്ട്മെന്റുകൾ സന്ദർശിച്ച് പ്രവർത്തനങ്ങൾ വിലയിരുത്തി. ലൈബ്രറി, ലാബുകൾ, കമ്പ്യൂട്ടർ ലാബ്, സ്റ്റോർ, മ്യൂസിയം, സെമിനാർ ഹാൾ, ആൺകുട്ടികളുടെ ഹോസ്റ്റൽ, പണി നടന്നുകൊണ്ടിരിക്കുന്ന പെൺകുട്ടികളുടെ ഹോസ്റ്റൽ, കാന്റീൻ അങ്ങിനെ എല്ലാ അനുബന്ധ സൗകര്യങ്ങളും അവർ സന്ദർശിച്ചു. കോളേജിലെ അക്കാദമിക്ക് പ്രവർത്തനങ്ങൾ നിയന്ത്രിക്കുന്ന ക്വാളിറ്റി അഷ്വറൻസ് സെല്ലുമായി (IQAC) അവർ വിശദമായ ചർച്ച നടത്തി. വിദ്യാർത്ഥികൾ, അദ്ധ്യാപകർ, അനദ്ധ്യാപകർ, പൂർവ്വ വിദ്യാർത്ഥികൾ, രക്ഷാകർത്താക്കൾ, മാനേജ്മെന്റ് പ്രതിനിധികൾ അങ്ങിനെ കോളേജുമായി ബന്ധപ്പെട്ടുന്ന എല്ലാ വിഭാഗക്കാരുമായും ഇടപെട്ട് അവർ വിവരങ്ങൾ ആരാഞ്ഞു.

ഭാഷാപരമായ പരിമിതികളൊക്കെ മറികടന്ന് വിദ്യാർത്ഥികൾ കാര്യങ്ങൾ തുറന്ന് സംസാരിച്ചത് അവരെ ആകർഷിച്ചു. കോളേജ് അവർക്ക് നൽകുന്നതെന്താണെന്ന് മനസ്സിൽത്തട്ടി വിദ്യാർത്ഥികൾ പറയുമ്പോൾ അതിലെ ആത്മാർത്ഥത അനിഷേധ്യമായിരുന്നു. നാഷണൽ സർവീസ് സ്കീം, എൻ സി സി, വിവിധ ക്ലബ്ബുകൾ, വിദ്യാർത്ഥി യൂണിയൻ എന്നിവയുടെ പ്രവർത്തനങ്ങളും പരിശോധനക്ക് വിധേയമായി. ആദ്യ ദിവസം വൈകിട്ട് മലയാള വിഭാഗം അധ്യക്ഷ ഡോ.സുമിത നായരുടെ നേതൃത്വത്തിൽ വിദ്യാർത്ഥികൾ അവതരിപ്പിച്ച നൃത്ത സന്ധ്യയും പ്രതിനിധികൾ നന്നായി ആസ്വദിച്ചു.

കോളേജിലെ പൂർവ്വ വിദ്യാർത്ഥിനി കൂടിയായായ സ്ഥലം എം എൽ എ ശ്രീമതി കെ. കെ. ശൈലജ ടീച്ചർ ഞങ്ങളുടെ ക്ഷണം സ്വീകരിച്ച് നേരിട്ട് വന്ന് നാക് പ്രതിനിധികളെ കണ്ട് കോളേജിന്റെ സവിശേഷതകൾ പങ്കിട്ടത് സ്ഥാപനത്തിന്റെ മതിപ്പ് വർദ്ധിപ്പിച്ചു. ഇരിട്ടി എം ജി കോളേജിന്റെ പ്രിൻസിപ്പൽ ഡോ. എം. ജെ. മാത്യുവും ശ്രീകണ്ഠാപുരം എസ് ഇ എസ് കോളേജ് പ്രിൻസിപ്പൽ ഡോ. എ. എം. മുരളീധരനും പൂർവ്വവിദ്യാർത്ഥി യോഗത്തിൽ കോളേജിന്റെ മേന്മകളെക്കുറിച്ച് സംസാരിച്ചതും ശ്രദ്ധിക്കപ്പെട്ടു. നാട്ടുകാരായ പൂർവ്വ അധ്യാപകരെല്ലാം കോളേജിന്റെ ക്ഷണം സ്വീകരിച്ച് നാക് പ്രതിനിധികളുമായി സംവദിച്ചു. വിദ്യാർത്ഥികൾ തികഞ്ഞ ഐക്യത്തോടെയും അച്ചടക്കത്തോടെയും വിദഗ്ധാംഗങ്ങളുമായി ഇടപെട്ടു. കുട്ടികളുടെ സാമൂഹ്യ സാമ്പത്തിക പശ്ചാത്തലം മനസ്സിലാക്കാൻ കുട്ടികളുമായി നേരിട്ടുള്ള സംവാദം സഹായിച്ചു. തുറന്ന അഭിപ്രായപ്രകടനങ്ങൾക്കും ചർച്ചകൾക്കും വഴിയൊരുക്കുന്നതിന്റെ ഭാഗമായി വിവിധ വിഭാഗങ്ങളുമായുള്ള ചർച്ചകളിലൊന്നും പ്രിൻസിപ്പൽ പങ്കെടുക്കാൻ പാടില്ല എന്നത് നാക് നിബന്ധനയാണ്. നാക് കോർഡിനേറ്റർ എല്ലാ ചർച്ചകളുടെയും ഭാഗമാണ്. സുതാര്യമായ പ്രവർത്തനത്തിന്റെ ആത്മവിശ്വാസത്തോടെ ഈ ചർച്ചകളും സംവാദങ്ങളും നടക്കുന്നതിനിടയിൽ പ്രിൻസിപ്പൽ കസേരയിൽ ഞാൻ സ്വസ്ഥശാന്തനായി ഇരുന്നു. പ്രിൻസിപ്പലുമായി നടന്ന രണ്ടാം അഭിമുഖത്തിൽ കോളേജിലെ വിവിധ വിഭാഗങ്ങളുമായി നടന്ന ചർച്ചകളുടെയും ഇടപെടലുകളുടെയും സത്ത പ്രതിനിധികൾ പങ്കുവെച്ചപ്പോൾ അവയെല്ലാം സാകൂതം കേട്ടിരുന്നു. നാക് സന്ദർശനത്തിൽ അവസാന പരിപാടി പ്രിൻസിപ്പലും കോളേജ് ജീവനക്കാരുമായുള്ള സംയുക്ത യോഗം ആയിരുന്നു (Exit Meeting.) നാക് പ്രതിനിധികൾ സമഗ്രമായ വിലയിരുത്തലിനെ അടിസ്ഥാനമാക്കി സ്ഥാപനത്തിന്റെ മേന്മകളും സവിശേഷതകളും ദൗർബല്യങ്ങളും പോരായ്മകളും അവസരങ്ങളും

സാധ്യതകളുമൊക്കെ എടുത്ത് പറയുന്ന സുപ്രധാനമായ യോഗമാണ് എക്സിറ്റ് മീറ്റിംഗ്.

കമ്മിറ്റി ചെയർമാൻ റിപ്പോർട്ട് സംക്ഷിപ്തമായി അവതരിപ്പിച്ചു. സാമൂഹികമായും സാമ്പത്തികമായും പിന്നാക്കം നിൽക്കുന്ന വിഭാഗങ്ങളിലെ കുട്ടികൾക്ക് ഉന്നതവിദ്യാഭ്യാസത്തിന്റെ അവസരങ്ങൾ തുറന്നുകൊടുക്കുന്നതിൽ സ്ഥാപനം വഹിച്ച പങ്ക് സ്തുത്യർഹമാണെന്ന് നാക് കമ്മിറ്റി വിലയിരുത്തി. ബിരുദങ്ങളും ബിരുദാനന്തര ബിരുദങ്ങളും നേടുന്നതിനൊപ്പം വിദ്യാർത്ഥികളുടെ വ്യക്തിത്വവികസനത്തിന് കൊടുക്കുന്ന ഊന്നൽ പ്രശംസനീയമാണ്. പഠന ബാഹ്യമായ പ്രവർത്തനത്തിലൂടെ വിദ്യാർത്ഥികളെ സമൂഹവുമായി ഇണക്കിനിർത്താൻ സ്ഥാപനത്തിന് കഴിയുന്നു എന്നതും ശ്രദ്ധേയമാണ്. യോഗ്യതയുടെയും ഗവേഷണ ബിരുദങ്ങളുടെയും കാര്യത്തിൽ അദ്ധ്യാപകർ മികച്ചുനിൽക്കുന്നു. കൂടുതൽ വിഷയങ്ങളിൽ ബിരുദാന്തര ബിരുദ കോഴ്സുകൾ തുടങ്ങേണ്ടതുണ്ട്. വകുപ്പുകൾ ഗവേഷണ കേന്ദ്രങ്ങളായി മാറേണ്ടതുമുണ്ട്. അദ്ധ്യാപകർ വലിയ ഗവേഷണ പദ്ധതികൾ ഏറ്റെടുക്കാൻ ശ്രമിക്കേണ്ടതുണ്ട്. നാട്ടിലെ പൊതുവിഷയങ്ങളിലും പാരിസ്ഥിതിക പ്രശ്നങ്ങളിലും കൂടുതൽ സക്രിയമായി ഇടപെട്ട് പൊതുസമൂഹവുമായി നിരന്തരം ബന്ധപ്പെടാൻ അദ്ധ്യാപകരും വിദ്യാർത്ഥികളും പരിശ്രമിക്കണം. തൊഴിലധിഷ്ഠിത കോഴ്സുകളിലൂടെ വിദ്യാർത്ഥികളുടെ തൊഴിൽ ക്ഷമത വർദ്ധിപ്പിക്കാനും തൊഴിൽ സ്ഥാപനങ്ങളുമായി ബന്ധം സ്ഥാപിച്ച് സഹപ്രവർത്തനം നടത്താനും പദ്ധതികൾ ഉണ്ടാവേണ്ടതുണ്ട്. സ്ഥാപനം ഗവേഷണത്തിലൂടെയും വിജ്ഞാനവിനിമയത്തിലൂടെയും സ്വന്തമായി വരുമാനമുണ്ടാക്കാൻ സുസ്ഥിരപദ്ധതികൾ കണ്ടെത്തി കൂടുതൽ കർമ്മശേഷി ആർജ്ജിക്കേണ്ടതുണ്ട്. വിലയിരുത്തലുകൾ ഞങ്ങൾ സശ്രദ്ധം കേട്ടു. പ്രതീക്ഷിച്ചതും പ്രതീക്ഷിക്കാത്തതുമായ മാനങ്ങൾ ഈ വിലയിരുത്തലിൽ അവർ തുറന്നുവെച്ചു. വിശദമായ വിലയിരുത്തൽ രേഖ പ്രിൻസിപ്പലിന് കൈമാറി. പ്രതിനിധികൾ സമർപ്പിക്കുന്ന റിപ്പോർട്ടനുസരിച്ച് സ്ഥാപനത്തിന്റെ നാക് ഗ്രേഡും ഗ്രേഡ് പോയിന്റും ബംഗളൂരിൽ ചേരുന്ന നാക് എക്സിക്യൂട്ടീവ് കൌൺസിൽ യോഗത്തിൽ മാത്രമേ തീരുമാനിക്കുകയുള്ളൂ. നടപടികൾ പൂർത്തിയായി കോളേജിന്റെ സ്നേഹത്തിനും ആതിഥ്യമര്യാദക്കും നന്ദി പറഞ്ഞ് നാക് പ്രതിനിധികൾ സന്തോഷത്തോടെ കൈ വീശി യാത്ര പറഞ്ഞ് പോകുമ്പോൾ മനസ്സ് ഒരു പക്ഷിത്തൂവൽപോലെ സ്വതന്ത്രവും ഭാരരഹിതവുമായനുഭവപ്പെട്ടു. ജീവിതത്തിൽ അനുഭവിച്ച ഏറ്റവും അമൂല്യമായ സുന്ദര മുഹൂർത്തമായിരുന്നു അത്.

കോളേജിൽ നാക് അക്രഡിറ്റേഷൻ പ്രക്രിയ വിജയകരമായി പൂർത്തിയാക്കുന്നതിൽ കോളേജിലെ നാക് സ്റ്റിയറിങ്ങ് കമ്മിറ്റിയിലെ രമാദേവിയും, രവീന്ദ്രനും, ഹേമലതയും ഭൗതിക സൗകര്യങ്ങൾ മെച്ചപ്പെടുത്താനുള്ള കമ്മിറ്റിയിലെ അബ്രഹാം ജോർജ്ജും വഹിച്ച പങ്ക് നിസ്തുലമാണ്. വകുപ്പധ്യക്ഷന്മാരുടെ പങ്ക് ശ്രദ്ധേയമാണെന്ന് സമ്മതിക്കുമ്പോഴും ഈ നാൽവർസംഘത്തിന്റെ സമർപ്പിതസേവനം എടുത്തുപറയാതെ വയ്യ. സമ്മർദ്ദങ്ങളുടെ ചുഴിയിൽ പെട്ടുലയുമ്പോഴും ഇവരുടെ സാന്നിദ്ധ്യവും സഹകരണവും പ്രിൻസിപ്പലിന് വലിയ ആശ്വാസമായിരുന്നു. താങ്ങായി സാന്ത്വനമായി ഇവർ എപ്പോഴും കൂടെനിന്നു. വ്യക്തിപരമായ അടുപ്പത്തിനപ്പുറം സ്ഥാപനത്തോടുള്ള അസാധാരണമായ കൂറ് കോളേജിന്റെ എല്ലാ കാര്യങ്ങളിലും എന്നും സക്രിയമായി ഇടപെടാൻ ഇവരെ പ്രചോദിതരാക്കിയിരുന്നു എന്നതാണ് സത്യം. ഉത്തരവാദിത്വനിർവ്വഹണത്തിലെ മികവ് തന്നെയാണ് കൂടുതൽ ഭാരിച്ച ചുമതലകൾ ഏൽക്കാൻ ഇവരെ പ്രാപ്തരാക്കിയത്. രമാദേവി പിന്നീട് ഒറ്റപ്പാലത്തും മട്ടന്നൂരിലും പ്രിൻസിപ്പലായി. രവീന്ദ്രൻ കാലടി സംസ്കൃത യൂണിവേഴ്സിറ്റിയിൽ റെജിസ്ട്രാറായി. പ്രവർത്തനത്തിലെ ആത്മാർത്ഥതയും മികവും ആത്യന്തികമായി അംഗീകരിക്കപ്പെട്ടുമെന്നതിന്റെ ഉത്തമ സാക്ഷ്യം.

നാക്ക് അക്രെഡിറ്റേഷൻ നടപടികളുടെ പ്രധാന ഘട്ടം കഴിഞ്ഞു. ഇനി കോളേജിന്റെ ഗ്രേഡാണറിയേണ്ടത്. അതിന് ചുരുങ്ങിയത് രണ്ട് മാസങ്ങൾ എടുക്കും. ഗ്രേഡ് ഏതായാലും കുഴപ്പമില്ല. അക്രെഡിറ്റേഷൻ പ്രവർത്തനങ്ങൾതന്നെ മികവ് ആർജ്ജിക്കാനും അത് നിലനിർത്താനുമുള്ള ഒരു പ്രക്രിയയാണ്. തുടങ്ങിവെച്ച പ്രവർത്തന മാതൃക തുടർന്ന് പൊയ്ക്കൊണ്ടിരിക്കും. ഡിപ്പാർട്ട്മെന്റുകൾ അതിന്റെ നല്ല വശങ്ങൾ സ്വാംശീകരിക്കും. സെമസ്റ്റർ ആരംഭത്തിലെ അക്കാദമിക്ക് ആസൂത്രണവും അതിന്റെ ഫലപ്രദമായ നിർവ്വഹണവും ആഭ്യന്തര ക്വാളിറ്റി സെല്ലിന്റെ നേതൃത്വത്തിൽ നടക്കും. അത് കോളേജിന്റെ സംസ്കാരത്തിന്റെ ഭാഗമായിമാറും. സ്ഥാപനമേധാവി മാറിയാലും വകുപ്പ് തലവന്മാർ മാറിയാലും അടിസ്ഥാനപരമായി വലിയ മാറ്റങ്ങളൊന്നും സംഭവിക്കില്ല. ഉത്തരവാദിത്വമേറ്റെടുത്ത് ഒരു വർഷത്തിനുള്ളിൽ മാനേജ്മെന്റിന്റെയും സഹപ്രവർത്തകരുടെയും സഹായത്തോടെ, ഏറ്റവും പ്രധാനപ്പെട്ട ദൗത്യം പൂർത്തിയാക്കാൻ കഴിഞ്ഞു എന്നത് വലിയ സന്തോഷത്തിന് വക നൽകി.

മറ്റൊരു ദൗത്യം

ഇനിയുള്ളത് യു ജി സി ധനസഹായം അനുവദിക്കപ്പെട്ട പെൺകുട്ടികളുടെ ഹോസ്റ്റൽ നിർമ്മാണമാണ്. 2006 ൽ അവസാനിക്കുന്ന ദശവാർഷിക പദ്ധതിയുടെ ഭാഗമായി അനുവദിക്കപ്പെട്ട ഫണ്ടായിരുന്നു ഇത്. വൈകി ലഭിച്ചതിനാൽ രണ്ട് വർഷത്തെ അതിരിക്ത കാലാവധി ഉണ്ടായത് സൗകര്യമായി. കോളേജിലെ പ്രത്യേക സാഹചര്യത്തിൽ വീണ്ടും രണ്ട് വർഷം കഴിഞ്ഞാണ് പണികൾ തുടങ്ങിയത്. ഇനി അധികം വൈകാതെ പണി പൂർത്തിയാക്കണം. 2009 മുതൽ പണികൾ തടസ്സമില്ലാതെ മുന്നേറുകയാണ്. 2006 മുതലുള്ള യു ജി സി യുടെ അടുത്ത ദശവർഷ പദ്ധതി നിലവിൽ വന്നുകഴിഞ്ഞു. പണികൾ പൂർത്തിയാകാൻ അധികം വൈകിയാൽ യു ജി സി രണ്ടാം ഗഡു കിട്ടിയില്ലെന്ന് വരും. അങ്ങിനെ സംഭവിച്ചാൽ സംഗതി ആകെ കുഴപ്പമാകും. കോളേജ് സമാധാനം പറയേണ്ടിവരും. സ്ഥാപനമേധാവിയുടെ ഗ്രാറ്റുവിറ്റി ഉൾപ്പെടെയുള്ള പെൻഷൻ ആനുകൂല്യങ്ങൾ തടയപ്പെടുകയും ചെയ്യും.

യു ജി സി സഹായം കൊണ്ട് മാത്രം പണികൾ പൂർത്തിയാവില്ല എന്നത് മറ്റൊരു പ്രശ്നമാണ്. യു ജി സി യിൽ നിന്ന് കിട്ടാനുള്ള രണ്ടാം ഗഡു തൽക്കാലം മാനേജ്മെന്റ് മുൻകൂർ സഹായമായി നൽകണം. പോരാത്ത തുകയും അനുവദിക്കണം. നാക് അക്രഡിറ്റേഷനുമായി ബന്ധപ്പെട്ട് സാമാന്യം നല്ലൊരു തുക കോളേജിന് ലഭിച്ചതാണ്. ഇനി പെട്ടെന്ന് വീണ്ടും വലിയൊരു തുക ആവശ്യപ്പെടുമ്പോൾ നിലപാട് എന്താകും. വലിയ ആശങ്കയോടെയാണ് ചങ്ങനാശ്ശേരിയിലെത്തി

ജനറൽ സെക്രട്ടറിയെ കണ്ടത്. തുടക്കത്തിൽ അത്ര അനുകൂല മനോഭാവമൊന്നുമായിരുന്നില്ല. യു ജി സി ധനസഹായംകൊണ്ട് പണി പൂർത്തീകരിക്കാൻ കഴിയില്ലെങ്കിൽ പിന്നെ എന്തിന് പദ്ധതി ഏറ്റെടുത്തു എന്ന ചോദ്യത്തിന് തൃപ്തികരമായ ഉത്തരം കൈവശമില്ലായിരുന്നു. അന്നത്തെ പ്രിൻസിപ്പൽ കോളേജ് വിഹിതം ഉറപ്പ് നൽകിക്കാണും എന്ന് പറയാൻ തോന്നിയില്ല. സെൻട്രൽ കമ്മിറ്റി സെക്രട്ടറി പ്രശ്നത്തിന്റെ ഗൗരവം വിശദീകരിച്ചപ്പോൾ അദ്ദേഹം അർദ്ധ സമ്മതം മൂളി. അധികസഹായമായി ഒരു തുക അനുവദിക്കാമെന്ന് സമ്മതിച്ചു. അതുതന്നെ വലിയ കാര്യം. ബാക്കി കോൺട്രാക്ടറോട് കടം പറയാം. ഇങ്ങിനെ സമാധാനിച്ച് തിരിച്ചുപോരുമ്പോൾ ആലോചിക്കുകയായിരുന്നു വെറുതെയല്ല മുൻ പ്രിൻസിപ്പൽമാർ ഹോസ്റ്റൽ ഫണ്ടിൽ കൈവെക്കാതിരുന്നതെന്ന്. പൊള്ളുമെന്നറിഞ്ഞിട്ടും പിൻവാങ്ങാതിരുന്ന താൻ പക്ഷേ വിഡ്ഢിയല്ല, ഈ നിയോഗംകൂടി പൂർത്തീകരിക്കാനുള്ള വിധി സ്വീകരിച്ചവനാണ്.

മാനേജ്മെന്റ് സഹായം ലഭിച്ചു. കോൺട്രാക്ടറുമായി ധാരണയിലെത്തി. പദ്ധതി നിർദ്ദേശത്തിൽ പറഞ്ഞതുപോലെ പണികൾ പൂർത്തിയാക്കി. 2011 ഒക്ടോബർ മാസം നാലാം തീയ്യതി സെൻട്രൽ കമ്മിറ്റി സെക്രട്ടറി ഹോസ്റ്റൽ ഔപചാരികമായി ഉൽഘാടനം ചെയ്തു. പ്രതിസന്ധികൾ മറികടന്ന് ഹോസ്റ്റൽ യാഥാർത്ഥ്യമാക്കിയതിൽ പ്രിൻസിപ്പലിനെ അദ്ദേഹം ഉദാരമായി അഭിനന്ദിച്ചു. സെക്രട്ടറിയുടെ സമയോചിതമായ ഇടപെടൽ നിർണായകമായിരുന്നുവെന്നും പ്രിൻസിപ്പൽ ഒരു ഉപകരണം മാത്രമായിരുന്നു എന്നും മറുപടിയായി പറഞ്ഞപ്പോൾ എഴുത്തുകാരനായ ആനന്ദിൻടെ വരികളായിരുന്നു മനസ്സിൽ "അനന്തമായ കാലത്തിന്റെ പ്രയാണത്തിൽ ചരിത്രത്തിന്റെ ആയുധങ്ങളാകാൻ വിധിക്കപ്പെട്ടവർ നമ്മൾ". ചെറിയ മനുഷ്യർക്കും വലിയ മനുഷ്യർക്കും ഇത് ഒരേപോലെ ബാധകമാണ്.

ഹോസ്റ്റൽ പണി നിശ്ചിതസമയത്തിനുള്ളിൽ പരിക്കുകളൊന്നുമില്ലാതെ പൂർത്തിയാക്കുന്നതിൽ ഓഫീസിൽ യു ജി സി കാര്യങ്ങൾ കൈകാര്യം ചെയ്യുന്ന ജയപ്രസാദിന്റെ പങ്ക് എടുത്തുപറയേണ്ടതാണ്. യു ജി സി നിബന്ധനകൾ കൃത്യമായി പഠിക്കാനും, സമയമെടുത്ത് നടപടിക്രമങ്ങൾ പൂർത്തിയാക്കാനും, സാമ്പത്തിക ഇടപാടുകളിൽ കൃത്യതയും വ്യക്തതയും ഉറപ്പാക്കി കണക്കുകൾ ഓഡിറ്റ്ചെയ്ത് സമർപ്പിക്കാനും, യു ജി സി യിൽനിന്നും ബാക്കിയുള്ള ഇൻസ്റ്റാൾമെന്റ് വാങ്ങിച്ചെടുക്കാനുമൊക്കെ ജെ പി നന്നായി പരിശ്രമിച്ചു. മട്ടന്നൂർ കോളേജിലെ ഓഫീസ് എല്ലാ പ്രിൻസിപ്പൽമാർക്കും തുണയായിട്ടുണ്ട്.

അഭിപ്രായവ്യത്യാസങ്ങൾ നിലനിൽക്കുമ്പോഴും പ്രിൻസിപ്പലിനും കോളേജിനും ദോഷകരമായി യാതൊന്നും ചെയ്യാൻ ആരും മുതിരില്ല. നാല് വർഷത്തെ കാലയളവിൽ പ്രവേശന നടപടികളിൽ, നാക് അക്രെഡിറ്റേഷൻ ഉൾപ്പടെയുള്ള പ്രവർത്തനങ്ങളിൽ, കോടിക്കണക്കിന് രൂപയുടെ സാമ്പത്തിക ഇടപാടുകളിലെല്ലാം സൂപ്രണ്ട് അടക്കമുള്ള ഓഫീസിലെ ജീവനക്കാർ നൽകിയ സഹകരണം വിലപ്പെട്ടതാണ്. അധ്യാപകരും ഓഫീസ് ജീവനക്കാരും പല കാര്യങ്ങളിലും വ്യത്യസ്ത വീക്ഷണം പുലർത്തുക സ്വാഭാവികമാണ്. തർക്കങ്ങളും പിണക്കങ്ങളും ഉണ്ടാകും. ഇടയിൽ മധ്യസ്ഥനായി നിൽക്കേണ്ടിവരും. എല്ലാവരെയും യോജിപ്പിച്ചുകൊണ്ടുപോവുക ശ്രമകരമായ കാര്യവുമാണ്. അധ്യാപകർക്കും അനധ്യാപകർക്കും പ്രിൻസിപ്പലിനോടും ചിലപ്പോൾ വിയോജിപ്പുകളുണ്ടാകാം. പക്ഷേ ഉദ്ദേശശുദ്ധിയിൽ സംശയമില്ലെങ്കിൽ, വ്യക്തിപരമായ യാതൊരു നേട്ടവും ആഗ്രഹിക്കുന്നില്ലെങ്കിൽ അതൊരു ബലമാണ്. ആ ബലത്തിലാണ് കോളേജിന്റെ മുൾക്കസേരയിൽ ദീർഘകാലം ഇരുന്നത്. ചിലപ്പോഴെങ്കിലും അമിതമായ ആത്മവിശ്വാസം വിനയായി മാറിയോ എന്ന് തോന്നാതിരുന്നിട്ടില്ല. മറ്റുള്ളവർക്ക് നമ്മളിൽ വിശ്വാസമുണ്ടാവണമെങ്കിൽ ആദ്യം നമ്മൾക്ക് നമ്മളിൽ വിശ്വാസം ഉണ്ടാവണം എന്ന് പറയാറില്ലേ. ആത്മവിശ്വാസപ്പെരുപ്പത്തെ അങ്ങിനെ കണക്കാക്കാം. പ്രശ്നങ്ങൾ തിരമാലകൾപോലെ വന്നും പോയുമിരുന്നു. ജോലി ഓരോ നിമിഷവും ആസ്വദിച്ച് തന്നെ മുമ്പോട്ട്പോയി. യോജിപ്പുകളെയും മാന്യമായ വിയോജിപ്പുകളെയും ഒരുപോലെ സ്വീകരിച്ചു. മുൻവിധിയോടെ മാറിനിന്നവരെ അവഗണിക്കുകയല്ലാതെ വേറെ വഴിയില്ലായിരുന്നു. നേർക്കുനേർ പോരടിക്കുമ്പോൾ ആത്യന്തികമായി ഒരു പര്യവസാനമുണ്ടാകും. മറിച്ചാകുമ്പോൾ വിരോധവും ശത്രുതയും ഉമിത്തീ പോലെയാണ്. അവസാനമില്ലാതെ അതങ്ങിനെ പുകഞ്ഞുകൊണ്ടേയിരിക്കും. അത് അണയ്ക്കാൻ ശ്രമിച്ചിട്ട് കാര്യമില്ല.

മട്ടന്നൂർ കോളേജ് നാക് അംഗീകാരനിറവിൽ

2010 സെപ്റ്റംബറിൽ നാക് മട്ടന്നൂർ കോളേജിന്റെ ഗ്രേഡ് പ്രഖ്യാപിച്ചു. B + ഗ്രേഡാണ് കോളേജിന് ലഭിച്ചത്. ഗ്രേഡ് പോയിന്റ് 2.61. ഗ്രേഡ് പ്രതീക്ഷിച്ചത് തന്നെ. പക്ഷേ ഗ്രേഡ് പോയിന്റ് അൽപ്പം കൂടി പ്രതീക്ഷിച്ചിരുന്നു. കോളേജിലെ നിലവിലുള്ള കോഴ്സുകളും അക്കാദമിക് അവസ്ഥയും ഭൗതിക സാഹചര്യങ്ങളും പരിഗണിക്കുമ്പോൾ നീതിപൂർവ്വകമായ വിലയിരുത്തലാണ് നടന്നിട്ടുള്ളത് എന്ന് കാണാം. ഇതൊരു ബെഞ്ച് മാർക്കാണ്. ഇതൊരു ബോധ്യപ്പെടുത്തലാണ്. ഇനി വേണം പരിമിതികളെയും പരാധീനതകളെയും മറികടന്ന് കൂടുതൽ ഉയരങ്ങളിലേക്ക് പോകാൻ. എന്തായാലും ദേശീയ ഉന്നത വിദ്യാഭ്യാസ ഭൂപടത്തിൽ മട്ടന്നൂർ കോളേജിനും ഒരു സ്ഥാനമുണ്ടായിരിക്കുന്നു. ഇനി പുതിയ ചക്രവാളങ്ങൾ തേടി പുതുനാമ്പുകളിൽ അറിവിന്റെയും തിരിച്ചറിവിന്റെയും തിരി തെളിയിച്ചുകൊണ്ട് പുതിയ സാധ്യതകൾതേടി കലാലയം അതിന്റെ യാത്ര അവിരാമം തുടരണം.

2011 ഏപ്രിലിൽ ബംഗ്ലൂരു നാക് കേന്ദ്രത്തിൽ സംഘടിപ്പിക്കപ്പെട്ട വിപുലമായ അവാർഡ് ദാന ചടങ്ങിൽ മട്ടന്നൂർ കോളേജിന്റെ നാക് അംഗീകാര സർട്ടിഫിക്കറ്റ് യു. ജി. സി. വൈസ് ചെയർമാൻ പ്രഫ. വേദപ്രകാശിൽനിന്നും ഏറ്റുവാങ്ങുമ്പോൾ അതൊരു അഭിമാന നിമിഷമായിരുന്നു. യൂണിവേഴ്സിറ്റി ഗ്രാന്റ്സ് കമ്മീഷൻ കെട്ടിട ഫണ്ട് ദുർവിനിയോഗത്തിന്റെപേരിൽ ഒരുകാലത്ത് കരിമ്പട്ടികയിൽ പെടുത്തിയ

ഒരു സ്ഥാപനം അതിന്റെ പഴയ കളങ്കങ്ങളെല്ലാം കുടഞ്ഞ്കളഞ്ഞ് മികവിന്റെ മുദ്രയുമായി യാത്ര തുടങ്ങുന്നതിന്റെ ശംഖൊലിയായി തോന്നി മട്ടന്നൂർ കോളേജിന്റെ പേർ ഉച്ചഭാഷിണിയിൽ മുഴങ്ങിയപ്പോൾ. ഒരുപാട് പേരുടെ അത്യദ്ധ്വാനത്തിന്റെ ഫലശ്രുതിയാണ് ഈ അംഗീകാരം. മധ്യവേനലവധിയും പരീക്ഷകളും ആയതിനാൽ ഈ മുഹൂർത്തം പങ്കിടാൻ കോളേജിൽനിന്നും ആരുമുണ്ടായില്ല.

മട്ടന്നൂർ കോളേജിന് നാക് അംഗീകാരം ലഭിച്ച വാർത്ത പത്രമാധ്യമങ്ങളുടെ ജില്ലാ പേജുകളിൽ നിറഞ്ഞുനിന്നു. കോളേജിന്റെ ദേശീയ അംഗീകാരം സാധാരണക്കാരായ വിദ്യാർത്ഥികളുടെ വളർച്ചയും സാധ്യതകളും വർദ്ധിപ്പിക്കുമെന്നതായിരുന്നു പത്രങ്ങളുടെ പ്രധാന ഊന്നൽ. കോളേജിലെ പാഠ്യ പഠ്യേതര പ്രവർത്തനങ്ങളുടെ മികവ് രക്ഷിതാക്കൾക്കും നാട്ടുകാർക്കും എന്നേ ബോധ്യമായ കാര്യമായിരുന്നു. ഇപ്പോൾ ഒരു ദേശീയ വിദ്യാഭ്യാസ മൂല്യനിർണ്ണയ സമിതി അത് അംഗീകരിച്ചിരിക്കുന്നു. നല്ല അധ്യയനം നടക്കുമ്പോഴും വിദ്യാർത്ഥി സംഘടനകൾതമ്മിലുള്ള ചില കയ്യാങ്കളികളുടെപേരിൽ വാർത്താമാധ്യമങ്ങളിൽ കയറിപ്പറ്റാറുള്ള കോളേജ് ഇപ്പോൾ നേട്ടത്തിന്റെയും അംഗീകാരത്തിന്റെയും നിറവിൽ എത്തിനിൽക്കുന്നു എന്നത് നാടിനും ശ്രേയസ്കരമായ കാര്യമാണല്ലോ.

കോളേജിൽ അക്കാദമികമായ കാര്യങ്ങളെല്ലാം ഭേദപ്പെട്ട നിലയിൽ നടക്കുന്നു. കോളേജിന് എടുത്തുപറയാവുന്ന ഒരു മേൽവിലാസമുണ്ടായിരിക്കുന്നു. പുതിയൊരു പ്രതിച്ഛായ ഉണ്ടായിരിക്കുന്നു. യു ജി തലത്തിൽ പുതുതായി ആവിഷ്കരിച്ച കോഴ്സ് ക്രെഡിറ്റ് സെമസ്റ്റർ സംവിധാനത്തിൽ ബിരുദം പൂർത്തിയാക്കിയ വിദ്യാർത്ഥികൾ മറ്റ് കോളേജുകളെ പുറംതള്ളി ചില വിഷയങ്ങളിൽ ഒന്നാം സ്ഥാനത്തും നിരവധി വിഷയങ്ങളിൽ രണ്ടാം സ്ഥാനത്തും എത്തിയിരിക്കുന്നു. മിക്ക വിഷയങ്ങളിലെയും വിജയം യൂണിവേഴ്സിറ്റി വിജയശതമാനത്തേക്കാൾ ഉയർന്ന തലത്തിൽ എത്തിയിരിക്കുന്നു. ബിരുദപ്രവേശനത്തിന് തിരക്ക് വർദ്ധിച്ചിരിക്കുന്നു. ഉയർന്ന മാർക്ക്/ ഗ്രേഡ് കിട്ടിയ വിദ്യാർത്ഥികൾ കൂടുതലായി പ്രവേശനം നേടുന്നു. ദേശീയ സെമിനാറുകളും ശിൽപ്പശാലകളും നിരന്തരം നടക്കുന്നു. യു ജി സി യുടെ വിവിധ ധനസഹായ പദ്ധതികൾ കോളേജിൽ നടപ്പിലാവുന്നു. അധ്യാപകരുടെ നിരവധി ഗവേഷണപദ്ധതികൾക്ക് അംഗീകാരം കിട്ടുന്നു. പൊതുസമൂഹം ഈ മാറ്റം തിരിച്ചറിഞ്ഞിരിക്കുന്നു. ഇത് കൂട്ടായ്മയുടെ വിജയമാണ്. കഠിനപ്രവർത്തനത്തിന്റെ വിജയമാണ്. ഈയൊരു അക്കാദമിക്ക് നിറവിൽവേണം കോളേജിന്റെ മുന്നോട്ടുള്ള യാത്ര. മികവ് (Quality)

കൈമുതലാക്കി മഹിമ (Excellence)കൈവരിക്കുന്ന അനുസ്യൂതമായ യാത്ര.

പ്രിൻസിപ്പലായി രണ്ടാം വർഷം അവസാനിക്കുന്ന 2011 മാർച്ചിൽ മുതിർന്ന മൂന്ന് അധ്യാപകരും ഒരു അനധ്യാപകനും സർവീസ്സിൽ നിന്ന് വിരമിച്ചു. ഏറെ വർഷം ഒന്നായി പ്രവർത്തിച്ചവർ, യോജിപ്പും വിയോജിപ്പും പങ്കിട്ടവർ, കോളേജിന്റെ വളർച്ചയിൽ സ്തുത്യർഹമായ പങ്ക് വഹിച്ചവർ, വിപുലമായ ശിഷ്യസമ്പത്തുള്ളവർ. മട്ടന്നൂർ കോളേജ് വളർച്ചയുടെ പടവുകൾ കയറുമ്പോൾ അവരുടെ സംഭാവനകൾ ഓർക്കപ്പെട്ടുകതന്നെ ചെയ്യും. മാർച്ച് മാസങ്ങൾ പൊതുവിൽ വേർപാടിന്റെ വിഹ്വലതകൾ പേറുന്ന കാലമാണ്. അവസാനവർഷ വിദ്യാർത്ഥികൾ വേദനയോടെ നിത്യഹരിതമായ കോളേജ് ജീവിതത്തോട് സുഹൃത്തുക്കളോട് അധ്യാപകരോട് വൈകാരികമായി വിട പറയുന്നതും വേനൽ കത്തിനിൽക്കുന്ന ഈ മാസങ്ങളിൽത്തന്നെയാവും.

അവസാന വർഷം

2012 മാർച്ചിൽ ഔദ്യോഗികമായി പിരിയേണ്ടതായിരുന്നു. അതിന് തയ്യാറെടുത്തുകൊണ്ടിരിക്കുമ്പോഴാണ് വിരമിക്കൽ പ്രായം 56 ആക്കി കേരള സർക്കാർ ഉത്തരവിറക്കുന്നത്. ഒരു വർഷംകൂടി തുടരാനാണ് നിയോഗം. സത്യത്തിൽ താൽപ്പര്യമുണ്ടായിരുന്നില്ല. മൂന്ന് വർഷം കഠിനമായി ജോലി ചെയ്യുകയായിരുന്നു. പിരിയാൻ മനസ്സ്കൊണ്ട് തയ്യാറെടുത്തിരുന്നു. 200ൽ കൂടുതൽ ആർജ്ജിത അവധി ബാക്കിയുണ്ട്. പക്ഷേ പ്രിൻസിപ്പൽ തസ്തികയിലിരുന്ന്കൊണ്ട് അവധിയെടുത്ത് വീട്ടിലിരിക്കാൻ മനസ്സ് അനുവദിച്ചില്ല. സ്വന്തം നിഴലിൽ മറ്റൊരാൾ എന്തിന് കഷ്ടപ്പെടണം? എന്തായാലും ഒരു വർഷം കൂടി തുടരുകതന്നെ. 2012 - 13 അക്കാദമിക്ക് വർഷം അങ്ങിനെ ഔദ്യോഗിക ജീവിതത്തിലെ അവസാന വർഷമായി മാറി.

മാനേജ്മെന്റ് ഏൽപ്പിച്ച രണ്ട് പ്രധാനപ്പെട്ട ദൗത്യങ്ങളും ഇതിനിടയിൽ പൂർത്തിയായിരിക്കുന്നു. നീട്ടിക്കിട്ടിയ വർഷം പഴയതുപോലെ ആസ്വദിച്ച് ജോലി ചെയ്യാൻ കഴിയുമോ എന്ന കാര്യത്തിൽ നേരിയ സംശയം തോന്നി. പ്രവൃത്തിയുടേതല്ല, ലക്ഷ്യത്തിന്റെ ഭാഗമാകുമ്പോഴാണ് ജോലിചെയ്യാൻ ആവേശമുണ്ടാവുക എന്ന് പറയാറുണ്ട്. എന്ത് ചെയ്യുന്നു എന്നത് മാത്രമല്ല, എന്തിന് ചെയ്യുന്നു എന്നതും പ്രധാനമാണ്. ശരിയാണ്. പ്രവൃത്തിയുടെ ഭാഗമാകുമ്പോൾ വേഗം മടുക്കും. ലക്ഷ്യത്തിന്റെ ഭാഗമാകുമ്പോൾ ലക്ഷ്യം പൂർത്തീകരിക്കുംവരെ ആവേശം നിലനിൽക്കും. അധ്യാപനമാകുമ്പോൾ ഇങ്ങിനെയൊരു

മടുപ്പ് തോന്നുകയില്ല. ഓരോ വർഷവും പുതിയ മുഖങ്ങൾ വരുന്നു. മാറി മാറി വരുന്ന പാഠ്യപദ്ധതിയിൽ അവരെ പഠിപ്പിക്കുന്നു. പുതിയ കാര്യങ്ങൾ പഠിക്കുന്നു. തിരക്കുകളൊഴിഞ്ഞ് മനസ്സ് സ്വസ്ഥമാകുന്ന ചില ദിനാന്ത്യങ്ങളിൽ അവസാനവർഷ ബിരുദവിദ്യാർത്ഥികൾക്ക് ക്ലാസ് എടുക്കുന്നത് ഏറെ സന്തോഷമുള്ള അനുഭവമായിരുന്നു. പക്ഷേ തുടർച്ചയില്ലാത്തതിന്റെ പ്രയാസങ്ങൾ അനുഭവപ്പെടുന്നുണ്ടായിരുന്നു. എങ്കിലും അധ്യാപനം എന്നും ആസ്വദിച്ച ജോലിയാണ്. തീവ്രമായി മോഹിച്ചതും. പക്ഷേ പ്രിൻസിപ്പലായതിന്ശേഷം വല്ലപ്പോഴുമേ ആസ്വദിച്ച് പഠിപ്പിക്കാൻ കഴിഞ്ഞുള്ളൂ.

പ്രിൻസിപ്പലിന് എന്നും എപ്പോഴും ജോലിയാണ്. ജോലിയുടെ കൂമ്പാരങ്ങൾക്കിടയിലാണ് ഏതുസമയവും കഴിയുന്നത്. വിദ്യാർത്ഥികൾ, അധ്യാപകർ, അനധ്യാപകർ ഇവരുമായി ബന്ധപ്പെട്ട നൂറുകണക്കിന് ഫയലുകളാണ് എന്നും മുന്നിലെത്തുന്നത്. വിദ്യാർത്ഥി പ്രവേശനം, യൂണിയൻ തിരഞ്ഞെടുപ്പ്, പരീക്ഷകൾ, എഴുത്ത്കുത്തുകൾ, നിർമ്മാണ പ്രവർത്തനങ്ങളുടെ മേൽനോട്ടം, ഫണ്ട് വിനിയോഗം, യോഗങ്ങൾ, ചടങ്ങുകൾ അങ്ങിനെ അങ്ങിനെ അവസാനിക്കാത്ത ജോലികൾ. ഇതിനിടയിൽ പരാതികൾ കൈകാര്യം ചെയ്യണം. സന്ദർശകരെ സ്വീകരിക്കണം. ഭരണ കാര്യങ്ങളിലേർപ്പെടുമ്പോൾ, സമ്മർദ്ദങ്ങളുടെ തീമഴയിൽ എന്നും നനയുമ്പോൾ, ശത്രുക്കൾ മിത്രങ്ങളാകുന്നതും മിത്രങ്ങൾ ശത്രുക്കളാകുന്നതും തുടർന്നുകൊണ്ടേയിരിക്കുമ്പോൾ, എത്ര ശ്രമിച്ചാലും എല്ലാവരെയും തൃപ്തിപ്പെടുത്താൻ കഴിയാതെവരുമ്പോൾ ചിലപ്പോൾ മടുക്കും. അങ്ങിനെയുള്ള ഒരു മടുപ്പായിരുന്നു അവസാന വർഷം അനുഭവിച്ചത്. എങ്കിലും ജോലിയിൽ ഒരു വിട്ടുവീഴ്ചയും കാണിച്ചില്ല. തീരെ ഒഴിച്ചുകൂടാനാവാത്ത വ്യക്തിപരമായ ആവശ്യങ്ങൾക്ക് മാത്രമേ കോളേജിൽ നിന്നും മാറിനിന്നുള്ളൂ.

ബി.ടെക് ബിരുദം കഴിഞ്ഞ മകൾ ഇന്ദു കണ്ണൂർ യൂണിവേഴ്സിറ്റി സെന്ററിൽ നിന്നും എം ബി എ ബിരുദം നേടി കോഴിക്കോട്ടുള്ള ഒരു എൻജിനീയറിങ് കോളേജിൽ അധ്യാപികയായി ജോലിക്ക് ചേർന്നു. അധ്യാപനം മകൾക്കും ഇഷ്ടപ്പെട്ട ജോലിയായിരുന്നു. 2011 സെപ്റ്റംബറിലായിരുന്നു മകളുടെ വിവാഹം. പ്രിൻസിപ്പലായതിന്ശേഷം ഒരാഴ്ച തുടർച്ചയായി കോളേജിൽനിന്നും മാറിനിന്നത് മകളുടെ വിവാഹസമയത്ത് മാത്രമായിരുന്നു. 2012 മാർച്ചിൽ ഇന്ദു ജീവിതപങ്കാളിയോടൊപ്പം ലണ്ടനിലേക്ക് ചേക്കേറിയപ്പോൾ ഉഷയും ഞാനും വീണ്ടും ജോലിയുടെ തിരക്കുകളിലേക്ക് മടങ്ങി.

കോളേജിലെ അക്കാദമിക് അന്തരീക്ഷം മെച്ചപ്പെട്ടതും നാക് അംഗീകാരം നേടിയതും, ബിരുദതല വിജയശതമാനം ഉയർന്നതും, ഭൗതിക സൗകര്യങ്ങൾ നന്നായതും കോളേജിന്റെ പ്രതിച്ഛായ വർദ്ധിപ്പിച്ചു എന്ന് പറയുമ്പോഴും നിഷേധിക്കാൻ പറ്റാത്ത മറ്റൊരു കാര്യമുണ്ട്. വിദ്യാർത്ഥികളുടെ സംഘടനാ പ്രവർത്തനങ്ങൾ പലപ്പോഴും അതിർ വിടുന്ന അവസ്ഥ തുടരുകതന്നെയായിരുന്നു. കേമ്പസുകൾ മാറുന്ന തനുസരിച്ച് പ്രതിലോമകരമായ അവരുടെ പ്രവർത്തന ശൈലിയും മാറേണ്ടതാണ്. സംഘടനകൾ തമ്മിലുള്ള അനാരോഗ്യകരമായ മത്സരവും വാശിയും പലപ്പോഴും കേമ്പസ് അശാന്തമാക്കിയിരുന്നു. ഭൂരിഭാഗം വിദ്യാർത്ഥികളും സംഘടനകൾ തമ്മിലുള്ള കിടമത്സരങ്ങളുടെ അടിസ്ഥാനം വീക്ഷണപരമോ ആശയപരമോ അല്ലെന്നും കേവലം അവരവരുടെ ശക്തി തെളിയിക്കാനുള്ള നിലവാരമില്ലാത്ത ചക്കളത്തിപോരാട്ടങ്ങളെന്നും തിരിച്ചറിയുന്നുണ്ടായിരുന്നു. പക്ഷേ ഭൂരിപക്ഷം അസംഘടിതരാണ്. അവർക്ക് പാർട്ടികളുടെ പിൻബലമില്ല. അതുകൊണ്ട്തന്നെ ന്യൂനപക്ഷത്തിന്റെ സംഘടിത ശേഷിക്ക് മുന്നിൽ അവർ നിസ്സഹായരാണ്.

സംഘടനകളുടെ കൊടിമരത്തിന്റെപേരിൽ, അംഗത്വപോഷണത്തിന്റെപേരിൽ, പോസ്റ്ററുകൾ പതിപ്പിക്കുന്നതിന്റെപേരിൽ, ഏതെങ്കിലും നേതാവ് ഏതെങ്കിലും വിദ്യാർത്ഥിയോട് ഉരിയാടിയ വാക്കുകളുടെപേരിൽ എന്നുവേണ്ട രാഷ്ട്രീയ എതിരാളിയെന്ന് കരുതുന്നവരെ ഒതുക്കാനെന്നമട്ടിൽ വാക്ക് തർക്കങ്ങളും കയ്യാങ്കളിയും നടത്താൻ ഒരു മടിയുമില്ലാത്ത വിപരീത രാഷ്ട്രീയ സംസ്കാരം. ഈ അവസ്ഥ മാറ്റിയെടുക്കാൻ എത്രയോ തവണ സംഘടനകളെ ഒറ്റയ്ക്കും കൂട്ടായും വിളിച്ചു സംസാരിച്ചു, മാതൃസംഘടനകളോടും പിന്തുണക്കുന്ന കക്ഷികളോടും സംസാരിച്ചു. പക്ഷേ ഫലം താൽക്കാലികം മാത്രം. യൂണിയൻ തെരഞ്ഞെടുപ്പ് വരുമ്പോൾ പരസ്പരം എതിർക്കുന്നതും വാശിയോടെ മത്സരിക്കുന്നതും മനസ്സിലാക്കാം. എന്നാൽ സംഘടനാ വിഷയങ്ങളിൽ എപ്പോഴും ശത്രുക്കളെപ്പോലെ പെരുമാറുന്ന രീതി തിരുത്താൻ എന്തേ ഇവർക്ക് കഴിയുന്നില്ല? ഉത്തരം വ്യക്തമാണ്. പുറത്തെ രാഷ്ട്രീയ സാഹചര്യം അങ്ങിനെയാണ്. അവർ പരിചയിക്കുന്ന രാഷ്ട്രീയപ്രവർത്തനം തീർത്തും പ്രതിലോമകരം തന്നെയാണ്. കണ്ണൂർ ജില്ലയിലെ പ്രശസ്തമായ പല കോളേജുകളിലും ഇതേ അവസ്ഥയാണ്. അത്കൊണ്ട് കാര്യമില്ലല്ലോ. മാറ്റം അനിവാര്യമല്ലേ. ആരോഗ്യകരമായി മത്സരിക്കുമ്പോഴും സഹവിദ്യാർത്ഥിയെ സുഹൃത്തായി കാണാൻ ഈ ചെറുപ്പക്കാർക്ക് കഴിയേണ്ടതല്ലേ. അക്രമവും ശാരീരികമായ ചെറുത്തുനിൽപ്പും വഴി

വിദ്യാർത്ഥികളുടെ ഏത് അവകാശങ്ങൾക്കായിട്ടാണ് ഇവർ പരസ്പരം പോരാടുന്നത്. സ്നേഹവും കരുതലും പ്രേരണയും ശക്തമായ നിലപാടുകളും കർശന നടപടികളുമെല്ലാം താൽകാലിക പരിഹാരമല്ലാതെ സ്ഥായിയായ ഫലം ചെയ്തില്ല. പക്ഷേ നിരാശയില്ല, മാറ്റാൻ കഴിയുമെന്ന് വിശ്വസിക്കുന്നവ മാറ്റാനുള്ള ധൈര്യം കാണിക്കുകയും മാറ്റാൻ കഴിയില്ലെന്ന് ബോധ്യമുള്ളവയുടെ പിറകെ പോകാതിരിക്കുകയും ചെയ്യുക എന്ന പ്രയോഗിക സമീപനമാണ് സ്വീകരിച്ചത്. മറിച്ചായിരുന്നുവെങ്കിൽ മഹാഭൂരിപക്ഷം വരുന്ന കുട്ടികളുടെ താൽപ്പര്യങ്ങൾ അരക്ഷിതമായിപ്പോവുമായിരുന്നു.

നല്ല കഴിവുള്ള വിദ്യാർത്ഥികളാണ് സംഘടനാ രാഷ്ട്രീയത്തിന്റെ ഇരകളായി പലപ്പോഴും പ്രശ്നഹാരികളായി മാറുന്നത്. ഏതെങ്കിലും തരത്തിലുള്ള വ്യക്തി ജീവിത അരക്ഷിതാവസ്ഥകളും ചിലരെ അനഭിലഷണീയ സംഘടനാ വഴികളിലെത്തിക്കുന്നു. ഒറ്റയ്ക്കൊറ്റക്ക് സംസാരിച്ചാൽ വളരെ മാന്യരായവർ, സ്വന്തം പിഴവുകൾ തിരിച്ചറിയുന്നവർ, സംഘങ്ങളായി മാറുമ്പോൾ സ്വയം നിയന്ത്രണശേഷി നഷ്ടപ്പെടുന്നവരായി മാറുന്നു. നാക് തയ്യാറെടുപ്പ് വേളയിൽ നിരന്തരമായ ഇടപെടലുകളിലൂടെയും പുറത്തുള്ള നേതാക്കളെ ഇടപെടുവിച്ചുകൊണ്ടും സംഘടനകളെ ഏറെക്കുറെ നിയന്ത്രിക്കാൻ സാധിച്ചുവെങ്കിലും അടുത്ത അക്കാദമിക് വർഷം മുതൽ ഇടയ്ക്കിടെ പ്രശ്നങ്ങൾ ഉണ്ടായിക്കൊണ്ടേയിരുന്നു. പഴയ ശൈലിയിൽനിന്നും സംഘടനകൾ തീരെ മാറിയില്ലെന്ന് പറയാനാവില്ല. സംയമനരാഷ്ട്രീയവും സഹപ്രവർത്തനവും പ്രകടമായ സന്ദർഭങ്ങളില്ലാതില്ല. എങ്കിലും പുറത്തെ സ്വാധീനത്തിൽനിന്നും മുക്തമായതും സ്ഥായിയായതുമായ മാറ്റം ഉണ്ടാക്കാനായില്ല എന്നത് യാഥാർത്ഥ്യം. സഹ അധ്യാപകരുമായിച്ചേർന്ന് നിരന്തരമായി പരിശ്രമിച്ചു. പക്ഷേ ഉദ്ദേശിച്ച ഫലം ഉണ്ടായില്ല. ആഗ്രഹിക്കുന്നപോലെ എല്ലാം അനുകൂലമായി വരില്ലല്ലോ.

വിദ്യാർത്ഥി രാഷ്ട്രീയം പൂർണ്ണമായും തടയപ്പെടേണ്ട ഒരു സംഗതിയാണെന്ന് വിശ്വസിക്കുന്നില്ല. അതിന്റെ അപചയം പക്ഷേ തിരിച്ചറിയപ്പെടേണ്ടതും തിരുത്തപ്പെടേണ്ടതുമാണ്. പ്രിൻസിപ്പലായിരുന്ന നാല് വർഷം സംഘർഷങ്ങളുടെ അന്തരീക്ഷം പലപ്പോഴുമുണ്ടായെങ്കിലും അവയെല്ലാം നിയന്ത്രണ വിധേയമായിരുന്നു. കോളേജിന്റെ പരിധിക്കുള്ളിൽനിന്നുകൊണ്ട് അവ കൈകാര്യം ചെയ്യപ്പെട്ടിരുന്നു. തൊട്ടടുത്ത വർഷങ്ങളിലും പ്രശ്നങ്ങൾ നിയന്ത്രണവിധേയമായിരുന്നു. പിന്നീട് സ്ഥിതിഗതികൾ കൈവിട്ട അവസ്ഥയിലെത്തുകയും മാനേജ്മെന്റ് ഹൈക്കോടതിയെ സമീപിക്കുകയും ഒടുവിൽ കേമ്പസ്സിൽ രാഷ്ട്രീയ

പ്രവർത്തനങ്ങൾ നിയമപരമായി വിലക്കപ്പെട്ടതും ചരിത്രം. (വിദ്യാർത്ഥി രാഷ്ട്രീയത്തിന്റെ ഇരയായി പ്രത്യക്ഷരാഷ്ട്രീയപ്രവർത്തനങ്ങൾ നിയമം വഴി വിലക്കപ്പെട്ട കലാലയങ്ങളുടെ പട്ടികയിൽ ഒടുവിൽ മട്ടന്നൂർ കോളേജും ഇടം കണ്ടെത്തി.)

സംഘടനാ രാഷ്ട്രീയത്തിന്റെ അസ്വാരസ്യങ്ങളും പടലപ്പിണക്കങ്ങളും ഇടയ്ക്കിടെ പ്രത്യക്ഷപ്പെട്ടുമെങ്കിലും കോളേജിൽ പാഠ്യ, പാഠ്യ അനുബന്ധ പ്രവർത്തനങ്ങൾ കൂടുതൽ മിഴിവോടെ നടന്നുകൊണ്ടിരുന്നു. കോളേജ് യൂണിയന്റെ നേതൃത്വത്തിൽ ശ്രദ്ധേയമായ പഠ്യേതര പ്രവർത്തനങ്ങളും നടക്കുന്നുണ്ടായിരുന്നു. യൂണിവേഴ്സിറ്റി കലോത്സവങ്ങളിൽ തിളക്കമാർന്ന പ്രകടനം കാഴ്ചവെക്കുകയും പുരസ്കാരങ്ങളും പ്രതിഭാപട്ടങ്ങളും നേടുന്നുമുണ്ടായിരുന്നു. നാഷണൽ സർവീസ്സ് സ്കീമും നാഷണൽ കേഡറ്റ് കോർപ്സും മികച്ച പ്രവർത്തനങ്ങളാൽ വാർത്താമാധ്യമങ്ങളിൽ നിറഞ്ഞുനിൽക്കുന്നുണ്ടായിരുന്നു. കണ്ണൂർ യൂണിവേഴ്സിറ്റിയിലെ മികച്ച കോളേജുകളിലൊന്നായി മട്ടന്നൂർ പഴശ്ശി രാജാ എൻ എസ് എസ് കോളേജ് ഉയർന്നുവരികയായിരുന്നു.

നായർ സർവീസ്സ് സൊസൈറ്റിയുടെ പ്രവർത്തനഫലമായി എൻ എസ് എസ് കരയോഗങ്ങളും യൂണിയനുകളും കൂടുതൽ ശക്തമായതോടെ പ്രാദേശിക ഘടകങ്ങൾക്ക് കോളേജിന്റെ വികസനകാര്യങ്ങളിൽ താൽപ്പര്യം വർദ്ധിച്ചുവന്നതിന്റെ പ്രതിഫലനങ്ങൾ മട്ടന്നൂർ കോളേജിലും പ്രകടമായിത്തുടങ്ങി. തലശ്ശേരി താലൂക്ക് യൂണിയൻ പ്രസിഡന്റ് ശ്രീ. എം പി ഉദയഭാനുവിന്റെ നേതൃത്വത്തിൽ കോളേജ് വികസന സമിതി (College Development Council) സക്രിയമായി വികസന പ്രവർത്തനങ്ങളിൽ ഇടപെടുകയും അറ്റകുറ്റപ്പണികളിൽ മേൽനോട്ടം നടത്തുകയും ചെയ്തു തുടങ്ങി. വളരെ ശുഭോദർക്കമായൊരു മാറ്റമായിവേണം ഇതിനെ കാണാൻ. നായർ സമുദായത്തിൻെറ സ്ഥാപനത്തിൽ സംഭവിക്കാൻ പാടില്ലാത്ത പലതും മുൻകാലങ്ങളിൽ അരങ്ങേറിയപ്പോൾ നിസ്സംഗമായി നിന്നുപോയതിന്റെ പ്രായശ്ചിത്തം എൻ എസ് എസ്സിന്റെ പ്രാദേശിക ഘടകങ്ങൾ വൈകിയാണെങ്കിലും നടത്തുന്നത് അഭികാമ്യമായ കാര്യമാണ്. വികസന മുരടിപ്പിലും സംഘർഷ മൂർച്ഛയിലും നഷ്ടപ്പെട്ട് കൈവിട്ടുപോയ പതിറ്റാണ്ടുകളുടെ ഓർമ്മകളുടെ ഭാരം ഇറക്കി വെയ്ക്കാം.

അധിക നൈപുണ്യ സമാർജ്ജന പദ്ധതി

(ASAP -Additional Skill Acquisition Programme)

വിദ്യാർത്ഥികളുടെ പഠനം വിഷയാധിഷ്ഠിതമായ അറിവ് സമ്പാദിക്കുകയും ബിരുദം നേടുകയും എന്ന കേവല ലക്ഷ്യങ്ങളിലൊതുങ്ങിപ്പോകുന്നത് മാറിവരുന്ന കാലത്ത് പുതിയ വെല്ലുവിളികൾ ഏറ്റെടുക്കാൻ അവരെ പ്രാപ്തരാക്കുകയില്ല എന്ന് വിദ്യാഭ്യാസ വിദഗ്ധരെല്ലാം സമ്മതിക്കുന്ന കാര്യമാണ്. ഭാഷകൾ നന്നായി കൈകാര്യം ചെയ്യാനുള്ള പാടവവും, ആളുകളുമായും സാഹചര്യങ്ങളുമായും ഫലപ്രദമായി ഇടപെടാനുള്ള കഴിവും, വിവരസാങ്കേതിക വിദ്യയിൽ അടിസ്ഥാന അറിവും, താൽപ്പര്യമുള്ള പ്രയോഗികമേഖലയിൽ നൈപുണ്യവും ഒക്കെ ചേരുമ്പോഴാണ് പഠിതാവ് തൊഴിൽപരമായ ക്ഷമത കൈവരിക്കുന്നതും ഉത്തരവാദപ്പെട്ട സമൂഹ ജീവിയായി മാറുന്നതും. പാഠ്യപദ്ധതിയിൽ നിശ്ചിത കാലങ്ങളിൽ വരുത്തുന്ന മാറ്റങ്ങൾ മേൽ സൂചിപ്പിച്ച സമഗ്രമായ വിദ്യാഭ്യാസലക്ഷ്യങ്ങൾ സാക്ഷാത്കരിക്കുന്നില്ല എന്നതാണ് വാസ്തവം.

പഠനകാലത്ത്തന്നെ കൂടുതൽ സമയം കണ്ടെത്തിയും ഒഴിവുകാലം പ്രയോജനപ്പെടുത്തിയും വിദ്യാർത്ഥികൾക്ക് നൈപുണ്യവികസനം സാധ്യമാക്കുക എന്ന ലക്ഷ്യത്തോടെ സംസ്ഥാന സർക്കാർ 2013

ൽ ആവിഷ്കരിച്ച പദ്ധതിയാണ് അസാപ് (ASAP). കോളേജിലെ അവസാന വർഷ ബിരുദ ബിരുദാനന്തര വിദ്യാർത്ഥികളെ തെരഞ്ഞെടുത്ത് അവർക്ക് സവിശേഷമായ മോഡ്യൂളുകളിൽ പരിശീലനം നൽകി പരിശീലകരാക്കി മാറ്റി, അവരെ അടുത്ത വർഷം സ്കൂളുകളിലും കോളേജുകളിലുമുള്ള ആദ്യ വർഷ വിദ്യാർത്ഥികൾക്ക് പരിശീലനം നൽകാൻ പ്രാപ്തരാക്കുക എന്ന പദ്ധതിയാണ് ആരംഭഘട്ടത്തിൽ അസാപ് ഏറ്റെടുത്തത്. ബിരുദ ബിരുദാനന്തര ബിരുദം കഴിഞ്ഞ് പുറത്ത്പോകുന്ന ഒരു പറ്റം ചെറുപ്പക്കാർക്ക് താൽക്കാലികമായെങ്കിലും ഒരു വരുമാനമാർഗ്ഗമൊരുക്കുക എന്ന പ്രയോജനവും ഈ പദ്ധതി വിഭാവനം ചെയ്യുന്നു.

യു ജി സി യുടെ സാമ്പത്തിക സഹായത്തിൽ പിന്നോക്ക വിഭാഗത്തിൽ പെടുന്ന കുട്ടികൾക്കും ന്യൂനപക്ഷവിഭാഗത്തിൽ പെടുന്ന കുട്ടികൾക്കും ഭാഷയിലും പഠിക്കുന്ന വിഷയത്തിലും പ്രാവീണ്യം വർദ്ധിപ്പിക്കാനുള്ള പരിശീലനപരിപാടികൾ കോളേജുകളിൽ ഉണ്ടെങ്കിലും എല്ലാ കുട്ടികൾക്കും പ്രയോജനകരമായ വിധത്തിലുള്ള ഒരു നൈപുണ്യ വികസന പദ്ധതി ഇതാദ്യമാണ്. സംസ്ഥാനതലത്തിലും ജില്ലാതലത്തിലും അസാപ്പിന് ഘടനാപരമായ സംവിധാനങ്ങൾ ഉടനെ നിലവിൽ വരുമെന്നും വിപുലമായൊരു പഠനശാക്തീകരണപദ്ധതിയായി ഇത് മാറുമെന്നും തോന്നി.

പൊതു വിദ്യാഭ്യാസ വകുപ്പിന്റെയും ഉന്നത വിദ്യാഭ്യാസ വകുപ്പിന്റെയും നേതൃത്വത്തിൽ ഇതുമായി ബന്ധപ്പെട്ട് പ്രിൻസിപ്പൽമാരുടെ ആദ്യയോഗം തിരുവനന്തപുരത്ത് വിളിച്ചപ്പോൾ ആവേശപൂർവ്വം അതിൽ പങ്കെടുത്തു. കേരളത്തിലെ കോളേജുകളിൽനിന്നും ഹയർ സെക്കണ്ടറി സ്ഥാപനങ്ങളിൽനിന്നും ഇതിൽ പങ്കെടുത്ത സ്ഥാപനമേധാവികളുടെ എണ്ണം പ്രായേണ കുറവായിരുന്നു. ആദ്യ യോഗമായത്കൊണ്ടാവാം. പദ്ധതി എന്താണെന്നും പ്രയോജനങ്ങൾ എന്തൊക്കെയാണെന്നും സ്ഥാപനങ്ങളുടെ പങ്ക് എന്താണെന്നും കൃത്യമായി ബോധ്യപ്പെട്ടു. അസാപ് അധികൃതർ വിളിച്ച രണ്ടാമത്തെ യോഗത്തിൽ ഇംഗ്ലീഷ് വിഭാഗത്തിലെ ഡോ. സുഗതയും പങ്കെടുത്തു. ഓരോ സ്ഥാപനവും പെട്ടെന്ന് ചെയ്യാനുള്ളത് തെരഞ്ഞെടുക്കപ്പെടുന്ന അവസാന വർഷ വിദ്യാർത്ഥികൾക്ക് 21 ദിവസം നീണ്ടുനിൽക്കുന്ന താമസ സൗകാര്യത്തോടെയുള്ള അവധിക്കാല പരിശീലന പദ്ധതിയുടെ വിശദമായ ഉപക്ഷേപം സമർപ്പിക്കുക എന്നതാണ്. 4 ലക്ഷം രൂപയാണ് തെരഞ്ഞെടുക്കപ്പെടുന്ന ഓരോ സ്ഥാപനത്തിനും (Training Partner Institution) ലഭിക്കുക. നാക് B

ഗ്രേയ്ഡെങ്കിലുമുള്ള സ്ഥാപനങ്ങളെ മാത്രമേ പരിഗണിക്കുകയുള്ളൂ. കോളേജിന് അതിൽ കൂടിയ ഗ്രേഡുണ്ടല്ലോ.

വിരമിക്കാനുള്ള സമയം അടുത്ത വരികയാണ്. അടുത്ത വർഷത്തെ പ്രിൻസിപ്പലായിരിക്കും പ്രസ്തുത പദ്ധതിയുമായി മുന്നോട്ട് പോകേണ്ടത്. എന്തുതന്നെയായാലും ഇത് നല്ലൊരു അവസരമാണെന്നും വിസ്തൃത മാനങ്ങളുള്ള ഒരു സർക്കാർ പരിശീലന പരിപാടിയുടെ പങ്കാളിയായി കോളേജ് മാറുന്നത് സ്ഥാപനത്തിന്റെ ഔന്നത്യം വർധിപ്പിക്കുമെന്നും തിരിച്ചറിഞ്ഞതിന്റെ തുടർച്ചയായി ആഭ്യന്തര ക്വാളിറ്റി സെല്ലും ഇംഗ്ലീഷ് വിഭാഗവുമായി ചേർന്ന് ഒരു പ്രൊപോസൽ തയ്യാറാക്കി അംഗീകാരത്തിന് അയച്ചു. സെൻട്രൽ കമ്മിറ്റി സെക്രട്ടറിയുടെ അംഗീകാരം നേരത്തെ വാങ്ങിയിരുന്നു. വിഷയം കോളേജ് കൗൺസിലിൽ അവതരിപ്പിക്കുകയും ചെയ്തു. പ്രൊപോസൽ അംഗീകരിക്കപ്പെടുകയും കോളേജ് ഒരു പരിശീലന പങ്കാളിയായി തെരഞ്ഞെടുക്കപ്പെടുകയും ചെയ്തു. ആദ്യമായാണ് ഒരു പരിശീലന പരിപാടിക്ക് ഇത്രയും വലിയ ഫണ്ട് കോളേജിന് ലഭിക്കുന്നത്. ഫണ്ട് ലഭിച്ചകാര്യവും അവധിക്കാലത്ത് ഏറ്റെടുക്കേണ്ട പരിശീലന പദ്ധതിയുടെ വിശദാംശങ്ങളും സെൻട്രൽ കമ്മിറ്റി സെക്രട്ടറിയെ അറിയിച്ചു. എൻ എസ് എസ് കോളേജുകളിൽ മട്ടന്നൂർ കോളേജിന് മാത്രമായിരുന്നു ആദ്യ വർഷം അസാപ് ഫണ്ട് ലഭിച്ചത്. പിന്നീടുള്ള വർഷങ്ങളിൽ പല കോളേജുകളും അസാപ് പദ്ധതിയിൽ ചേർന്ന് ട്രെയിനിങ്ങ് പാർട്ണർ ആയി മാറി.

വിരമിക്കുന്നു

വിരഹവും വേർപാടും നോവായി പടരുന്ന മാർച്ച് മാസം വീണ്ടുമെത്തി. നീളൻപുല്ലുകൾ മഞ്ഞപ്പരവതാനി വിരിച്ച കേമ്പസ്സിലെ പാറപ്പുറങ്ങൾക്ക് തീപിടിക്കുന്ന കൊടും വേനൽക്കാലം. ഒരു മിന്നായം പോലെ പെട്ടെന്ന് ജ്വലിച്ചുയർന്ന് കത്തിപ്പടരുന്ന തീ മാർച്ച് - ഏപ്രിൽ മാസങ്ങളിൽ കോളേജിനെന്നും ഭീഷണിയാണ്. തീ അണക്കാനുള്ള ഫയർ എൻജിനുകൾ സൈറൺ മുഴക്കി പാഞ്ഞുവരുന്ന നട്ടുച്ചനേരങ്ങൾ. ഒരു പൂർവ്വ വിദ്യാർത്ഥിയോഗം നടക്കുന്ന മധ്യാഹ്നത്തിൽ പുല്ലുകളിൽ പടർന്ന തീ കത്തിപ്പടർന്ന് അതിർത്തി ഭേദിച്ച് അയൽപ്രദേശങ്ങളിലേക്ക് വ്യാപിച്ചതുമായി ബന്ധപ്പെട്ട് കോളേജ് അധികൃതർ നടപടി സ്വീകരിച്ചില്ലെന്ന പരാതി ശരവേഗത്തിൽ ഹെഡ്ഡ് ഓഫീസിലെത്തുകയും പൂർവ്വ വിദ്യാർത്ഥി യോഗം പ്രതിയാവുകയും ചെയ്ത വേദനാജനകമായ അനുഭവം മറക്കാനാവുന്നതല്ല. തീ പിടിച്ചെന്നറിഞ്ഞപ്പോൾത്തന്നെ യോഗത്തിൽനിന്നിറങ്ങി സ്ഥലത്തെത്തി ഫയർ ഫോഴ്സിനെ വിവരമറിയിച്ചതും മിനിറ്റുകൾക്കുള്ളിൽ മട്ടന്നൂരിൽനിന്നും കൂത്തുപറമ്പിൽനിന്നും ഫയർ എൻജിനുകൾ ഓടിയെത്തിയതും ഒരു മണിക്കൂറിനുള്ളിൽ തീ അണച്ചതും സത്യം. ചില നാശ നഷ്ടങ്ങൾ ഉണ്ടായി എന്നത് നേരാണ്. ഇത് പലപ്പോഴും സംഭവിക്കുന്ന കാര്യം. പക്ഷേ ഇതൊരവസരമായി ചിലർ കണ്ടു. മാനേജ്മെന്റ് ക്വാട്ടയിൽ ബിരുദപ്രവേശനത്തിന് ശുപാർശ ചെയ്യപ്പെട്ട പ്രായം കൂടിയ ഒരു പ്രവേശനാർത്ഥിക്ക് പ്രവേശനം നിഷേധിച്ചതും തൊട്ടടുത്ത കരയോഗം

പിണങ്ങിയതും ചരിത്രം. പ്രവേശനാർത്ഥം സമീപിക്കുന്ന പലരെയും സഹായിക്കാൻ സാധിച്ചില്ലെന്നതും യാഥാർത്ഥ്യം. പ്രദേശവാസികളായ ചിലരുടെ അപ്രീതി സമ്പാദിക്കാൻ ഇതൊക്കെ മതിയല്ലോ. തീപിടുത്തം പ്രിൻസിപ്പലിനെതിരെ പ്രയോഗിക്കാൻ ഒരവസരമായി ഇക്കൂട്ടർ കണ്ടു. പൂർവ്വവിദ്യാർഥികളിൽ ചിലർ തീയിട്ടതാണെന്ന് പൊടിപ്പും തൊങ്ങലും വെച്ച വാർത്ത ചങ്ങനാശ്ശേരിയിലെത്തിച്ചു. പ്രിൻസിപ്പൽ ഉണർന്ന് പ്രവർത്തിച്ചില്ലെന്ന വ്യാജ പരാതിയും. സംഭവത്തെക്കുറിച്ച് വിശദമായ റിപ്പോർട്ട് അയച്ചുവെങ്കിലും ഇന്നും അറിയില്ല പൂർവ്വ വിദ്യാർത്ഥി പൊതുയോഗങ്ങൾ കോളേജുകളിൽ നിരോധിക്കാൻമാത്രം വലിയ പ്രകോപനമായി ഈ സംഭവം എങ്ങിനെ മാറി എന്ന്. കോളേജിനെ മനസ്സിൽ സൂക്ഷിക്കുന്നതിനാൽ ദൂരസ്ഥലങ്ങളിൽനിന്നും വന്ന് സൗഹൃദം പങ്കിടാൻ സ്വസ്ഥമായി ഒത്തുകൂടുകയായിരുന്ന പൂർവ്വ വിദ്യാർത്ഥികളെ ഇങ്ങിനെ സ്നേഹശൂന്യരും വിവേകശൂന്യന്യരുമായി ചിത്രീകരിക്കാൻ പരാതിക്കാർക്ക് എങ്ങിനെ കഴിഞ്ഞു? ഒരു കാരണവുമില്ലാതെ ഉണങ്ങികരിഞ്ഞ പുല്ലുകളിൽ തീ പടരുന്നത് മുമ്പും എത്ര തവണ സംഭവിച്ചു. ഉരുകിത്തിളക്കുന്ന പാറപ്പുറത്ത് സ്വാഭാവികമായി തീപടരാം. ആരെങ്കിലും തീപ്പെട്ടി കത്തിച്ചാലും സംഭവിക്കാം. കേമ്പസിലൂടെ വഴിനടന്നുപോകുന്നവർ എത്ര ആയിരങ്ങളാണ്. ഇങ്ങിനെയൊക്കെയാണല്ലോ മുമ്പും തീപടർന്നിട്ടുള്ളത്. എന്നിട്ടും പൂർവ്വ വിദ്യാർത്ഥികളെ പ്രതിയാക്കിയ കുബുദ്ധി ആരുടേതാണെന്ന് ഇന്നും അജ്ഞാതം. മാർച്ചിലെ കൊടും വേനലിന്റെ ചൂടിനൊപ്പം അന്നത്തെ നോവിന്റെ നീറ്റലും നിരാശയുടെ വേദനയും കലർന്നിരിക്കുന്നു.

തീവിഴുങ്ങിപ്പക്ഷികളാണ് പ്രിൻസിപ്പൽമാർ എന്ന് പൊതുവെ പറയാറുണ്ട്. അനുഭവം ഏറെക്കുറെ അത് ബോധ്യപ്പെടുത്തി. യൗവ്വനം തിളച്ചുമറിയുന്ന വിദ്യാർത്ഥികളുൾപ്പടെ പരസ്പര വിരുദ്ധമായ സമീപനം സ്വീകരിക്കുന്ന വ്യത്യസ്ത വിഭാഗങ്ങളുമായി നിരന്തരം ഇടപെടേണ്ടിവരുമ്പോൾ പിടിച്ചുനിൽക്കാൻ നല്ല മെയ്‌വഴക്കം വേണ്ടിവരും. നിലപാടുകളിൽ വിട്ടുവീഴ്ച ചെയ്തുകൊണ്ടുള്ള അഭ്യാസമല്ല ഉദ്ദേശിക്കുന്നത്. പൊതുവായ ലക്ഷ്യങ്ങൾ കൈവരിക്കണമെങ്കിൽ എല്ലാവരെയും യോജിപ്പിച്ചുകൊണ്ടുപോകേണ്ടിവരും. അപ്പോൾ നയവും തന്ത്രവുമൊക്കെ പ്രയോഗിക്കേണ്ടിയുംവരും. ഒരേസമയം വ്യത്യസ്ത സമ്മർദ്ദങ്ങൾ നേരിടേണ്ടിവരും. സംയമനം കൈവിട്ടുപോകുന്ന അവസരങ്ങൾ പലപ്പോഴുമുണ്ടാകാം. എങ്കിലും പിടിച്ചുനിൽക്കാതെ വഴിയില്ല. പ്രശ്നങ്ങളും സമ്മർദ്ദങ്ങളും ആത്യന്തികമായി പ്രിൻസിപ്പൽ എന്ന ഒരാൾ മാത്രം താങ്ങാൻ വിധിക്കപ്പെട്ടിരിക്കുന്നു. അതെല്ലാം അറിഞ്ഞുകൊണ്ടുതന്നെയാണല്ലോ ഉത്തരവാദിത്വം ഏറ്റെടുത്തത്.

ആരുടെയും മിത്രമല്ല, എന്നാൽ പ്രിൻസിപ്പൽ എല്ലാവരുടെയും ശത്രുവാണ്, ഒരിക്കലല്ലെങ്കിൽ മറ്റൊരിക്കൽ. ഇതായിരുന്നു അനുഭവച്ചുരുക്കം. സൗഹൃദം ഉള്ളിൽ സൂക്ഷിക്കുമ്പോഴും പരസ്പരം അത് പ്രകടിപ്പിക്കാൻ വയ്യാത്ത അവസ്ഥപോലുമുണ്ടായി. കൂടെയുണ്ടെന്ന് വിചാരിക്കുന്നവർപോലും ചില സന്ദർഭങ്ങളിൽ പരസ്യമായി വിമർശിച്ചു. ചില സൗഹൃദങ്ങൾ തകർന്നു. ചിലരുമായി മാനസികമായി അകന്നു. അധ്യാപകനായിമാത്രം തുടർന്നിരുന്നുവെങ്കിൽ സൗഹൃദത്തിന്റെ വലക്കണ്ണികൾ പൊട്ടിപ്പോവില്ലായിരുന്നു. പക്ഷേ അത് പറഞ്ഞിട്ട് കാര്യമില്ലല്ലോ. കാലത്തിന്റെ കാവ്യനീതിയെന്നപോൽ പ്രതീക്ഷിക്കാത്ത ചില കോണുകളിൽനിന്ന് സഹകരണവും പിന്തുണയുമുണ്ടായി. വ്യക്തിപരമായി പദവി ദുരുപയോഗം ചെയ്തില്ലെന്ന ധൈര്യത്തിൽ എല്ലാ വിമർശനങ്ങളെയും നേരിട്ടു. നാക് അക്രെഡിറ്റേഷൻ പോലെയുള്ള പുതിയ കാര്യങ്ങൾ ഏറ്റെടുത്തപ്പോൾ, കോളേജിന് ഭൗതികവും അക്കാദമികവുമായ ഒരു ഉണർവ്വ് ഉണ്ടായപ്പോൾ കോളേജിനെ സ്നേഹിക്കുന്നവർ സംഘടനാ വൈജാത്യങ്ങളൊക്കെ മറന്ന് കൂടെനിന്നു. വിദ്യാർത്ഥി സംഘടനകൾ വാശിയോടെ പലപ്പോഴും എതിർത്തെങ്കിലും ചില വിഷമസന്ധികളിൽ അവർ പ്രിൻസിപ്പലിനെ കൈവിട്ടില്ല. നാല് വർഷത്തെ കഠിനകാലം അവസാനിക്കുമ്പോൾ മനസ്ഥാപമേയില്ല. തെളിഞ്ഞ സന്തോഷവും നിറഞ്ഞ സംതൃപ്തിയും മാത്രം.

മാർച്ച് മാസങ്ങൾ വേർപിരിയലും തിരക്കും ബദ്ധപ്പാടും നിറഞ്ഞ മാസങ്ങളാണ്. പഠ്യേതര പരിപാടികളൊക്കെ വേഗം തീർക്കണം. പരീക്ഷകൾ അടുത്തു വരുന്നു. കോളേജ് ഫണ്ടുകൾ പരമാവധി വിനിയോഗിക്കണം. യൂണിവേഴ്സിറ്റിയിലേക്കും, എൻ എസ് എസ് ഹെഡ് ഓഫീസിലേക്കും റിപ്പോർട്ടുകൾ അയക്കണം. ഫണ്ടുകളുടെ വിനിയോഗപരിധി മെയ് മാസംവരെ ഉള്ളതിനാൽ അൽപ്പം സാവകാശം കൂടി എടുക്കാം. പക്ഷേ ഇത്തവണ അങ്ങിനെയൊരു സാവകാശത്തിന്റെ ഔദാര്യമെടുക്കാനാവില്ല. 2013 മാർച്ച് 31 ന് പടിയിറങ്ങണം. അതിന് മുമ്പ് സാമ്പത്തിക ഇടപാടുകളെല്ലാം കഴിയുന്നത്ര പൂർത്തിയാക്കണം. പ്രിൻസിപ്പൽ ഓഫീസിലെ കോളേജുമായി ബന്ധപ്പെട്ടുള്ള ഫയലുകളെല്ലാം അടുക്കി വെയ്ക്കണം. അവധിക്കാലത്തെ പരീക്ഷാ ജോലികളുടെ ഉത്തരവാദിത്വം നിശ്ചയിച്ചുകൊടുത്തു. ഓഫീസിലെ അനിർണ്ണീത ജോലികൾ സമയബന്ധിതമായി തീർക്കാനുള്ള ശ്രമങ്ങൾ തുടങ്ങി. നാല് വർഷത്തെ പ്രിൻസിപ്പൽ ജോലിയും 33 വർഷത്തെ ദീർഘമായ അധ്യാപനജീവിതവും അവസാനിക്കുന്നു. സക്രിയമായ ഔദ്യോഗിക ജീവിതത്തിന് തിരശീല വീഴുന്നു. മോഹിച്ച ജോലിയും മോഹിച്ച

പദവിയും തേടിവന്നതല്ല, പരിശ്രമിച്ച് നേടിയതാണ്. മറ്റൊരർത്ഥത്തിൽ അനാദിയായ കാലവും അമൂല്യമായ ജീവിതവും നൽകിയ അവസരങ്ങളാണ്. അവ നന്നായി നിർവ്വഹിച്ചു എന്നുതന്നെയാണ് വിശ്വാസം. കുറ്റങ്ങളും പിഴവുകളും സംഭവിച്ചിരിക്കാം. മനുഷ്യനല്ലേ. എങ്കിലും സ്ഥാപനത്തിന് അവമതിപ്പുണ്ടാക്കുന്ന ഒന്നും ചെയ്തിട്ടില്ല, ഒന്നിനും കൂട്ടുനിന്നില്ല എന്ന് ചങ്കുറപ്പോടെ പറയാൻ കഴിയും.

കോളേജ് ഡേ ആഘോഷമായി കഴിഞ്ഞു. വിരമിക്കുന്ന പ്രിൻസിപ്പലിനും രണ്ട് അധ്യാപികമാർക്കും കോളേജ് യൂണിയൻ ഉപചാരത്തോടെ യാത്രയയപ്പ് നൽകി. സ്വന്തം ലാവണമായ ജന്തുശാസ്ത്രവിഭാഗവും പൂർവ്വ വിദ്യാർത്ഥികളും സംയുക്തമായി നടത്തിയ ചടങ്ങ് അധ്യാപനത്തിന്റെ സുദീർഘമായ ഓർമ്മകളുടെ അടരുകളെ ഇളക്കി മറിക്കുവാൻ പോന്നതായിരുന്നു. ആയിരക്കണക്കിന് കുട്ടികൾക്ക് ജന്തുശാസ്ത്രത്തിന്റെ വിശാല വാതായനങ്ങൾ തുറന്ന്കൊടുക്കാൻ അവസരം ലഭിച്ചു. അതിൽ പലരും അധ്യാപകരായി, ഗവേഷകരായി, ശാസ്ത്രജ്ഞരായി, ജീവിതത്തിന്റെ വിവിധതുറകളിൽ സക്രിയരായി. അവരുടെയൊക്കെ പഴയ ഓർമ്മകളിൽ സ്വന്തം അധ്യാപകരുടെ മുഖങ്ങൾ എപ്പോഴെങ്കിലും മിന്നിമറഞ്ഞുപോകാതിരിക്കില്ല. അതൊരു ഭാഗ്യമല്ലേ.

അവസാന ദിവസം വിദ്യാർത്ഥികളും അധ്യാപകരും അനധ്യാപകരും എല്ലാവരും ചേർന്നുള്ള ഔപചാരികമായ യാത്രയയപ്പ് കഴിഞ്ഞതോടെ കോളേജുമായുള്ള ജൈവികവും ഔദ്യോഗികവുമായ ബന്ധങ്ങളെല്ലാം അവസാനിച്ചു. ഓഫീസ് ജോലികളെല്ലാം തീർത്ത് താൽക്കാലികമായ അധികാര കൈമാറ്റവും നടത്തി ഓഫീസിലെ സഹപ്രവർത്തകരോടൊക്കെ യാത്ര പറഞ്ഞ് ഏതാനും സുഹൃത്തുക്കളോടൊപ്പം മട്ടന്നൂർ കോളേജിന്റെ പടിയിറങ്ങുമ്പോൾ ദീർഘ സംവത്സരങ്ങളിലെ ഓർമ്മയുടെ അനേകം ചിത്രപടങ്ങൾ മനസ്സിൽ തെളിയുകയായിരുന്നു.

കർമ്മബഹുലമായ ഔദ്യോഗിക ജീവിതത്തിന്റെ രംഗവേദിയിൽനിന്നും പിൻവാങ്ങുന്നു. സ്നേഹവും ദ്വേഷവും, സൗഹൃദവും അകൽച്ചയും, യോജിപ്പും വിയോജിപ്പും, അനുഭവങ്ങളും അനുഭൂതികളും എല്ലാം സ്വന്തം ഭാണ്ഡത്തിൽ ഒതുക്കി പരിഭവങ്ങളൊന്നുമില്ലാതെ പടിയിറങ്ങുന്നു. കൂടുതൽ ഉയരങ്ങളിലേക്ക് സ്ഥാപനം അതിന്റെ ദീർഘ യാത്ര തുടരട്ടെ. രാജ്യത്തിന്റെ ഉന്നതവിദ്യാഭ്യാസ ഭൂപടത്തിൽ മട്ടന്നൂർ കോളേജിന്റെ പേരും എഴുതിച്ചേർത്തെന്ന ആത്മസംതൃപ്തിയോടെ മൂന്ന് പതിറ്റാണ്ട് ജീവിതത്തിന്റെ ഭാഗമായിരുന്ന കോളേജിനോട് വിടപറഞ്ഞു.

വീണ്ടുമൊരു നേതൃ നിയോഗം

ഔദ്യോഗികജീവിത വിരാമം വിശ്രമജീവിതത്തിലേക്കുള്ള ചുവടുമാറ്റമായി ഇന്ന് ആരും കാണാറില്ല. മനസ്സും ശരീരവും സക്രിയമായി നിൽക്കുന്നതാണല്ലോ ആരോഗ്യ പരിപാലനത്തിനും നല്ലത്. താൽപ്പര്യവും അഭിരുചിയും അനുസരിച്ച് വ്യാപരിക്കാനുള്ള മേഖലകൾ ഇന്ന് ഏറെയുണ്ട്. സ്വസ്ഥമായി ഇടപെടാനും പ്രവർത്തിക്കാനും അനുയോജ്യമായ പ്രവർത്തന മേഖലകൾ കണ്ടെത്തണം. അതെ, ജീവിതത്തിന്റെ മറ്റൊരു ഘട്ടത്തിലേക്ക് കടക്കാൻ സമയമായിരിക്കുന്നു. സമയബന്ധിതമായി പൂർത്തിയാക്കാൻ പ്രഖ്യാപിത ലക്ഷ്യങ്ങളൊന്നുമില്ല. സഹപ്രവർത്തകരുടെ മനോവ്യാപാരവും അഭീഷ്ടവും പരിഗണിച്ച് പ്രവർത്തിക്കേണ്ടതില്ല. നാല് വർഷത്തെ പ്രിൻസിപ്പൽ ജോലി അധ്യാപനത്തോടുള്ള താൽപ്പര്യം കവർന്നെടുത്തിരിക്കുന്നു. ആസ്വദിച്ച് ചെയ്യാവുന്ന കാര്യങ്ങൾ വേറെയുമുണ്ടല്ലോ. വായിക്കാം. എഴുതാം. മോഹിച്ചതും മാറ്റിവെച്ചതുമായ യാത്രകൾ ചെയ്യാം. ഇന്ത്യയെന്ന മഹാരാജ്യത്തെ അറിയാൻ ഒരു ആയുസ്സ്പോലും മതിയാവില്ല. സാഹചര്യസമ്മർദ്ദങ്ങളില്ലാതെ സ്വാതന്ത്ര്യത്തോടെ ഇനി യാത്ര ചെയ്യാം.

വിരമിച്ച ആഴ്ചയിൽ കണ്ണൂരിൽനിന്നും കന്യാകുമാരിയിലേക്ക് നടത്തിയ യാത്രയിൽ ചങ്ങനാശ്ശേരി എൻ എസ് എസ് ഹെഡ് ഓഫീസിലെത്തി ജനറൽ സെക്രട്ടറിയേയും സെൻട്രൽ കമ്മിറ്റി സെക്രട്ടറിയേയും സന്ദർശിച്ച് വിരമിക്കൽ ചടങ്ങ് യഥാവിധി പൂർത്തിയാക്കി. നായർ സർവ്വീസ്സ് സൊസൈറ്റി എന്ന പ്രസ്ഥാനമാണല്ലോ ജീവിതത്തിന്റെ ഗതി നിർണ്ണയിച്ചതും സൗഭാഗ്യങ്ങളെല്ലാം സദയം നൽകിയതും.

തിരിച്ചെത്തിയപ്പോഴാണ് പുതിയൊരു ഉത്തരവാദിത്വമേൽക്കാനുള്ള ക്ഷണം ലഭിക്കുന്നത്. മട്ടന്നൂരിനടുത്ത് ഒരു വിദ്യാഭ്യാസ ട്രസ്റ്റ് തുടങ്ങുന്ന ആർട്സ് & സയൻസ് കോളേജിൽ പ്രിൻസിപ്പലായി ചുമതലയേൽക്കാനുള്ള ക്ഷണം. അറിയപ്പെടുന്ന സംരംഭകർ ചേർന്നുള്ളൊരു കൂട്ടായ്മയാണ്. ശക്തമായ സാമ്പത്തിക പശ്ചാത്തലവും വലിയൊരു സമാന്തര വിദ്യാഭ്യാസ സ്ഥാപനം വളർത്തിയെടുത്ത അനുഭവത്തിന്റെ പിൻബലവുമുണ്ട്. 20 ഏക്കർ വിസ്തൃതിയുള്ള കേമ്പസ്സിൽ വ്യത്യസ്തങ്ങളായ വിദ്യാഭ്യാസ സ്ഥാപനങ്ങൾ പടുത്തുയർത്തുകയാണ് ലക്ഷ്യം. ഒരു സി ബി എസ് സി സ്കൂൾ പ്രവർത്തനം തുടങ്ങിയിട്ടുണ്ട്. കണ്ണൂർ യൂണിവേഴ്സിറ്റി ഒരു സ്വയം ധനസഹായകോളേജ് അനുവദിച്ചിരിക്കുന്നു. കോളേജ് കെട്ടിടനിർമ്മാണമൊക്കെ പുരോഗമിക്കുന്നു. തൽക്കാലം നിലവിലുള്ള പഴയ കെട്ടിടത്തിൽ കോളേജ് പ്രവർത്തിച്ചുതുടങ്ങണം. വലിയ പദ്ധതിയാണ്. വർഷങ്ങൾക്കുള്ളിൽ പൂർണ്ണ സജ്ജമായ ഒരു കേമ്പസ്സ് രൂപപ്പെടും. ഇങ്ങനെയൊക്കെയാണ് ട്രസ്റ്റ് ഭാരവാഹികൾ അറിയിച്ചത്. സ്വാശ്രയ മാനേജ്മെന്റ് സ്ഥാപനമാണ്. എയ്ഡഡ് കോളേജുകളിലെ രീതിയും സാഹചര്യവുമൊന്നുമാവില്ല അഭിമുഖീകരിക്കേണ്ടിവരിക. സാമ്പത്തിക കാര്യങ്ങൾ പൂർണ്ണമായും മാനേജ്മെന്റ് അധീനതയിലാണ്. അക്കാദമിക്ക് സ്വാതന്ത്ര്യം ഉണ്ടായിരിക്കുമെന്ന് പറയുന്നു. പുതിയ കോളേജിൽ പുതിയൊരു അക്കാദമിക്ക് സംസ്കാരം രൂപപ്പെടുത്താനും വ്യവസ്ഥാപിതമായി കാര്യങ്ങൾ ക്രമീകരിക്കാനും നേതൃത്വം നൽകണം. വാണിജ്യ താൽപര്യങ്ങളല്ല, ഭാവിയിൽ ബിരുദാനന്തര ബിരുദ കോഴ്സുകളും ഗവേഷണ സൗകര്യങ്ങളുമൊക്കെയുള്ള വിപുലമായ ഒരു ഉന്നത വിദ്യാഭ്യാസ സ്ഥാപനമാണ് സങ്കൽപ്പമെന്നും പറഞ്ഞപ്പോൾ ഉത്തരവാദിത്വമേൽക്കാമെന്ന് തീരുമാനിച്ചു. അങ്ങിനെ പുതിയ കോളേജിൽ പ്രിൻസിപ്പലായി ചുമതലയേറ്റു. എല്ലാം പൂജ്യത്തിൽനിന്ന് തുടങ്ങണം. അധ്യാപക നിയമനം, ബിരുദ പ്രവേശനം, ഓഫീസ് ക്രമീകരിക്കൽ, യൂണിവേഴ്സിറ്റി അഫിലിയേഷൻ അങ്ങിനെ ജോലികൾ പലതുമുണ്ട്. ഓരോന്നും ചിട്ടയോടെ പൂർത്തിയാക്കി. മുന്നോട്ട് വെച്ച നിർദ്ദേശങ്ങളും അഭിപ്രായങ്ങളും മാനേജ്മെന്റ് സ്വീകരിച്ചു.

സ്വാശ്രയ സ്ഥാപനമായതിനാൽ 50 ശതമാനം കുട്ടികളെ മാനേജ്മെന്റ് വിഭാഗത്തിൽ പ്രവേശിപ്പിക്കാം. അവിടെ മാർക്ക് ഒരു മാനദണ്ഡമല്ല. പരിഗണന എന്താണെന്ന് പറയേണ്ടതില്ലല്ലോ. പക്ഷേ മാനേജ്മെന്റ് യാഥാർത്ഥ്യബോധത്തോടെയുള്ള സമീപനമാണ് തുടക്കത്തിൽ സ്വീകരിച്ചത്. ഫീസ് നിജപ്പെടുത്തുന്ന കാര്യത്തിലുൾപ്പടെ ഇത്

പ്രകടമായിരുന്നു. മെറിറ്റ് അടിസ്ഥാനമാക്കിയുള്ള പ്രവേശനത്തിൽ കൊള്ളാവുന്ന കുട്ടികൾ വരണമെങ്കിൽ കോളേജിന് പേരും പ്രശസ്തിയും വേണം. എയ്ഡഡ് കോളേജിൽ സാധ്യതയില്ലെന്ന് ബോധ്യപ്പെടുമ്പോൾമാത്രമേ നല്ല ഗ്രേഡുള്ള കുട്ടികൾ കൂടുതൽ ഫീസ് ചുമത്തുന്ന സ്വാശ്രയ കോളേജുകൾ തേടി വരികയുള്ളൂ. ഫലത്തിൽ ബിരുദ വിദ്യാർത്ഥികൾ മികവിന്റെ കാര്യത്തിൽ പിറകിൽത്തന്നെയാണ്. അതൊരു പ്രശ്നമായി കാണേണ്ടതില്ല. നന്നായി പഠിപ്പിച്ചാൽ, പരിശീലിപ്പിച്ചാൽ അവരെ മിടുക്കന്മാരായി മാറ്റാവുന്നതേയുള്ളൂ. കോളേജിൽ അനുകൂല അന്തരീക്ഷമുണ്ടായാൽമതി. പക്ഷേ പഠന താൽപ്പര്യത്തിന്റെയും പെരുമാറ്റരീതിയുടെയും കാര്യത്തിൽ നല്ല ശതമാനം കുട്ടികളും പിറകിലാണെന്നതാണ് ഏറെ ബുദ്ധിമുട്ടിച്ചത്. വീടുകളിൽനിന്നും, പഠിച്ച സ്ഥാപനങ്ങളിൽനിന്നും നല്ല ശീലങ്ങൾ സ്വന്തമാക്കാൻ എന്തുകൊണ്ടോ കഴിയാതെപോയ കുറേ കുട്ടികൾ പ്രവേശനം നേടിയപ്പോൾ സത്യത്തിൽ അവരെ 'മേയ്ക്കുക' എന്നത് വളരെ പ്രയാസമേറിയ കാര്യമായി മാറി. പണത്തിന്റെ ധാരാളിത്തത്തിലും സൗകര്യങ്ങളുടെ തിളക്കത്തിലും വളരുന്ന കുട്ടികൾ. ഈ ഗണത്തിൽപെടുന്ന കുട്ടികളുടെ പിതാക്കന്മാർ ഗൾഫ് രാജ്യങ്ങളിലെവിടെയെങ്കിലും കുടുംബത്തിനു വേണ്ടി ജീവിക്കുകയാവും. വീട്ടിൽ മാതാവും സഹോദരങ്ങളും മാത്രം. പണത്തിന് പഞ്ഞമുണ്ടാവില്ല. ബൈക്കും കാറുമൊക്കെ ആവശ്യത്തിന് കാണും. വാഹനങ്ങൾ ഓടിക്കാൻ ലൈസെൻസ് വേണമെന്ന് ഇവർക്ക് യാതൊരു നിർബന്ധവുമില്ല. കുട്ടികളെ ശ്രദ്ധിക്കാനും നിയന്ത്രിക്കാനും ആരുമുണ്ടാവില്ല. കൂട്ടുകൂടി വഴിതെറ്റാൻ പറ്റിയ സാഹചര്യം. അഡ്മിഷൻ സമയത്ത് അകന്ന ബന്ധുക്കളോ അമ്മമാരോ ഒക്കെയാവും കൂടെ വരിക. പിന്നീടവരെ ബന്ധപ്പെടാൻപോലും പറ്റിയെന്ന് വരില്ല. പ്രശ്നങ്ങളിലകപ്പെട്ട കുട്ടികളുടെ രക്ഷിതാക്കളെ പ്രയാസപ്പെട്ട് വിവരമറിയിച്ചാൽ മുലകുടിമാറാത്ത ഇളയ കുഞ്ഞിനേയുമെടുത്താവും മാതാവ് പ്രത്യക്ഷപ്പെടുക. അവരുടെ ദൈനിക പ്രയാസ ബാഹുല്യത്തിനിടയിൽ മുതിർന്ന കുട്ടികളെ ശ്രദ്ധിക്കാൻ എവിടെ സമയം? ഇനി സമയമുണ്ടെങ്കിൽത്തന്നെ വീടിന് പുറത്ത് കുട്ടികളെ പിൻതുടരാൻ അവർക്കെങ്ങിനെ കഴിയും? സ്നേഹവും ശാസനയും കൊണ്ട് എളുപ്പത്തിൽ മാറ്റിയെടുക്കാൻ കഴിയുന്ന പ്രകൃതമായിരുന്നില്ല ചിലരുടേത്. എങ്കിലും കഠിനമായി ശ്രമിച്ചപ്പോൾ ചെറിയ മാറ്റങ്ങളുണ്ടായി. സാമൂഹിക വിദ്യാഭ്യാസ പശ്ചാത്തലം മെച്ചമായ രക്ഷിതാക്കളുടെ കുട്ടികൾ എവിടെയുമെന്നപോലെ ഇവിടെയും കോളേജിന് മുതൽക്കൂട്ടായി. പക്ഷേ എണ്ണത്തിൽ അവർ പകുതിയിൽ താഴെയെന്ന് മാത്രം.

അധ്യാപകർ കഴിവും വിദ്യാഭ്യാസ യോഗ്യതയും തികഞ്ഞവരായിരുന്നു. പക്ഷേ ഉന്നത വിദ്യാഭ്യാസത്തിന്റെ പുതിയ മേഖലകളിലേക്ക് പഠിതാക്കളെ അനുനയിക്കാൻവേണ്ട പരിചയം ഉള്ളവരായിരുന്നില്ല. പഠിപ്പിക്കുക പരീക്ഷയ്ക്കിരുത്തുക നല്ല ഗ്രേഡ് നേടിക്കൊടുക്കുക എന്ന പരിമിതവൃത്തത്തിലായിരുന്നു മിക്കവരുടെയും ശ്രദ്ധയും വൈഭവവും.. പഠിതാക്കളുടെ നൈസർഗികമായ സിദ്ധികൾ മെച്ചപ്പെടുത്തി, ജൈവികമായും ബൗദ്ധികമായും പരുവപ്പെടുത്തി, വ്യക്തിക്കും സമൂഹത്തിനും പ്രയോജനപ്പെടുന്നവരായി അവരെ മാറ്റാൻ പ്രാപ്തിയുള്ളവർ കുറവായിരുന്നു. ഉയർന്ന പരീക്ഷാഫലം മാത്രം മുഖ്യ അജണ്ടയായ സമാന്തര വിദ്യാഭ്യാസ സ്ഥാപനങ്ങളിൽ ഏറെക്കാലം ജോലിചെയ്തതിന്റെ സ്വാധീനം അവരിൽ രൂഢമൂലമായിരുന്നുതാനും. മറ്റ് കോളേജിൽനിന്നും വിരമിച്ച ചുരുക്കം അധ്യാപകരുണ്ടെങ്കിലും സമർപ്പിത മനസ്സോടെ ജോലിചെയ്യാൻ അവരും വിമുഖരായിരുന്നു. പഠന പദ്ധതിക്കപ്പുറം പാഠ്യ അനുബന്ധ പരിപാടികൾ നടത്താൻ വിഭവപരിമിതി നന്നായി നേരിട്ടു. പുതിയ കോളേജ് ആയതിനാലും കെട്ടിട നിർമ്മാണത്തിന് വലിയ മുതൽമുടക്ക് നടത്തിക്കൊണ്ടിരിക്കുന്നതിനാലും മാനേജ്മെന്റിന് അക്കാദമിക്ക് കാര്യങ്ങൾക്ക് പണം മുടക്കാൻ വൈമനസ്യമുണ്ടാവുക സ്വാഭാവികമാണ്.

നിലവിൽ 620 ൽ പരം സ്വാശ്രയ ആർട്സ് & സയൻസ് കോളേജുകളും, 135 ഓളം സാങ്കേതിക കോളേജുകളും, 23 ഓളം പോളിടെക്നിക്ക് സ്ഥാപനങ്ങളും സംസ്ഥാനത്ത് പ്രവർത്തിക്കുന്നു. കണ്ണൂർ യൂണിവേഴ്സിറ്റിയിൽത്തന്നെ 77 സ്ഥാപനങ്ങൾക്ക് അംഗീകാരമുണ്ട്. എല്ലാറ്റിലും കൂടി പഠിക്കുന്ന കുട്ടികളുടെ ബാഹുല്യം ഊഹിക്കാമല്ലോ. സ്വാശ്രയ സ്ഥാപനങ്ങൾ നേരിടുന്ന പ്രതിസന്ധികൾ പലതാണ്. ഭൗതികസൗകര്യങ്ങളുടെ ധാരാളിത്തത്തിൽ നിൽക്കുമ്പോഴും ഉന്നതമായ വിദ്യാഭ്യാസമൂല്യങ്ങൾ മുറുകെപ്പിടിച്ച് മികവുറ്റ പരിശീലനത്തിലൂടെ വ്യക്തിത്വവികാസം സാധ്യമാക്കുന്ന സ്ഥാപനങ്ങൾ ഈ മേഖലയിൽ കുറവാണെന്ന് വേണം പറയാൻ. അഫിലിയേഷൻ എന്ന കടമ്പ കഴിഞ്ഞാൽ കോളേജുകൾ എങ്ങിനെ പ്രവർത്തിക്കുന്നു എന്ന് പരിശോധിക്കാൻ യൂണിവേഴ്സിറ്റിക്ക് സംവിധാനങ്ങൾ കുറവാണ്. വ്യവസ്ഥകൾ കടലാസ്സിൽ കൃത്യമായിരിക്കും. അവയുടെ നിർവ്വഹണം നിരീക്ഷിക്കാൻ സംവിധാനമില്ല. അധ്യാപകരുടെ സേവന വേതന വ്യവസ്ഥകൾ നടപ്പിലാക്കാൻ കർശന വ്യവസ്ഥകൾ വേണം. പഠനത്തെ പരിപോഷിപ്പിക്കാൻ കൃത്യമായ പദ്ധതികൾ വേണം. സ്വാശ്രയസ്ഥാപനങ്ങളുടെ ഗുണനിലവാരം പരിശോധിക്കാൻ, അവ

പുനഃപരിശോധിക്കാൻ, നന്നായി പ്രവർത്തിക്കുന്നവയ്ക്ക് മികവിന്റെ അടിസ്ഥാനത്തിൽ പ്രോത്സാഹന സഹായം നൽകാൻ ഒക്കെ വ്യവസ്ഥകൾ വേണ്ടിയിരിക്കുന്നു. പ്രവർത്തനമികവിന്റെ അടിസ്ഥാനത്തിൽ സ്ഥിര അംഗീകാരം നൽകുന്ന രീതി നിലവിൽ വരേണ്ടതുണ്ട്. ഭാവിയിൽ ധനസഹായങ്ങൾ ലഭിക്കാൻ ഇത് ഉപകരിക്കും. കേവലം ഫീസ് പിരിച്ച് സിലബസ്സിൽ പറയുന്നത് മാത്രം പഠിപ്പിക്കുന്ന ബിരുദനിർമ്മാണശാലയായി ചില സ്ഥാപനങ്ങളെങ്കിലും തരംതാണുപോകുന്ന അവസ്ഥ കാണാതിരുന്നുകൂടാ. അവിടങ്ങളിൽ പഠിക്കുന്നവരും അവിടെനിന്ന് പൊതുസമൂഹത്തിലേക്ക് ഇറങ്ങുന്നവരും ഭാവിതലമുറയുടെ ഭാഗമാണല്ലോ. വിദ്യാഭ്യാസ സ്ഥാപനങ്ങൾ നടത്തുന്ന സംഘങ്ങൾക്ക് കാലത്തിന്റെ മാറ്റങ്ങളും മാറിവരുന്ന സാഹചര്യങ്ങളും തിരിച്ചറിയാനുള്ള കഴിവ് അനിവാര്യമാണ്. വിദ്യാഭ്യാസത്തിലെ മുതൽമുടക്ക് ഭാവിതലമുറയുടെ ഉൽകർഷത്തിനുള്ള സ്ഥിരനിക്ഷേപമാണല്ലോ. വലിയ മുതൽമുടക്ക് നടത്തി പെട്ടെന്ന് ലാഭം കൊയ്യാനുള്ള താൽപ്പര്യത്തോടെ നിരവധി പ്രാദേശിക സംഘങ്ങൾ ഈ രംഗത്തുണ്ട്. നല്ല നിലയിൽ പ്രവർത്തിക്കുന്ന കൊള്ളാവുന്ന സ്വാശ്രയസ്ഥാപനങ്ങളും ഇവിടെയുണ്ടെന്ന് അംഗീകരിക്കുമ്പോഴും ഏറിയ ശതമാനം അങ്ങിനെയല്ലെന്നതാണ് വാസ്തവം.

വിദ്യാർത്ഥി രാഷ്ട്രീയത്തിന്റെ നിബിഡഭൂമികയിൽനിന്നാണ് പുതിയ കോളേജിലേക്ക് വരുന്നത്. വിദ്യാർത്ഥി രാഷ്ട്രീയം തടയപ്പെടേണ്ടതാണെന്ന് ഒരിക്കലും തോന്നിയിട്ടില്ല. രാഷ്ട്രീയധാര ഏതായാലും രാഷ്ട്രീയത്തിൽ സജീവമായി ഇടപെടുന്ന കുട്ടികൾ പഠനത്തിലും പഠ്യേതര പ്രവർത്തനങ്ങളിലും ഒരുപോലെ കഴിവുറ്റവരാണെന്നാണ് അനുഭവം. പക്ഷേ അവരെ അവനവനും സ്ഥാപനത്തിനും ചേരാത്ത തരത്തിൽ മാറ്റിയെടുക്കാൻ രാഷ്ട്രീയകക്ഷികൾക്ക് എളുപ്പം കഴിയുന്നു. തിളയ്ക്കുന്ന പ്രായത്തിൽ ഈ കുട്ടികൾ അതിൽ പെട്ടുപോകുന്നു. വിദ്യാർത്ഥി രാഷ്ട്രീയത്തിലൂടെ രാഷ്ട്രീയ നേതൃനിരയിലെത്തുന്ന ചെറുപ്പക്കാരുണ്ടെന്നത് സത്യമാണ്. പക്ഷേ തുലോം കുറവാണ്. ഭൂരിപക്ഷവും പഠനത്തോടെ സജീവ രാഷ്ട്രീയം വിടുന്നു. സാഹചര്യം ഇങ്ങിനെയായതിനാൽ കോളേജിൽ രാഷ്ട്രീയ പ്രവർത്തനങ്ങൾക്ക് ശക്തമായ നിയന്ത്രണമേർപ്പെടുത്തി. രാഷ്ട്രീയം പാടില്ലെന്നല്ല, പക്ഷേ പഠനത്തിന്റെ ചെലവിലാകരുത്. വിദ്യാർത്ഥി യൂണിയന് എല്ലാ പിന്തുണയും നൽകി സക്രിയമായി നിലനിർത്തി. വളരെയധികം പരിശ്രമിക്കേണ്ടിവന്നു ഈവിധമൊരു കേമ്പസ്സ് അന്തരീക്ഷം രൂപപ്പെടുത്തിയെടുക്കാൻ. മാനേജ്മെന്റ് പിറകിലുണ്ടെങ്കിലും പ്രിൻസിപ്പൽ വേണമല്ലോ എല്ലാം പ്രത്യക്ഷമായി നേരിടാൻ. വിദ്യാർത്ഥി രാഷ്ട്രീയം നിയന്ത്രിക്കണമെന്ന്

പറയുമ്പോഴും വ്യക്തമായ ഒരു നയം മാനേജ്മെന്റിന് ഇല്ലെന്ന് തോന്നി യിട്ടുണ്ട്. വിദ്യാർത്ഥി സംഘടനാ നേതാക്കളുമായി പ്രിൻസിപ്പൽ യുദ്ധം ചെയ്യട്ടെ എന്നൊരു സമീപനമാണ് ഭാരവാഹികൾ എടുത്തത്. പക്ഷേ ഇക്കാര്യത്തിൽ അധ്യാപകരും അധ്യാപികമാരും പൂർണ്ണ മനസ്സോടെ കൂടെനിന്നു എന്ന് എടുത്ത് പറയേണ്ടതുണ്ട്.

പാഠ്യ പ്രവർത്തനങ്ങളും പഠ്യേതര പ്രവർത്തനങ്ങളും നന്നായി നടന്നു. സാമാന്യം തരക്കേടില്ലാത്തൊരു ലൈബ്രറി സ്ഥാപിച്ചു. ലഭ്യമായ അവസരങ്ങളിലെല്ലാം ഉന്നത വിദ്യാഭ്യാസമേഖലയിൽ സംഭവിച്ചുകൊണ്ടിരിക്കുന്ന മാറ്റങ്ങളെയും പരിഷ്കാരങ്ങളെയും കുറിച്ച് കുട്ടികളുമായി സംവദിച്ചു. പാഠ്യ അനുബന്ധ പ്രവർത്തനങ്ങൾ പരിമിത മായേ ഏറ്റെടുക്കാൻ സാധിച്ചുള്ളൂ. എങ്കിലും പരിസ്ഥിതി അവബോധം വളർത്താനും പൊതു വിഷയങ്ങളിൽ ഉൾക്കാഴ്ച ലഭിക്കാനും ഉതകുന്ന തരത്തിൽ സർക്കാർ സർക്കാരിതര സംവിധാനങ്ങളുമായിചേർന്ന് ബോധവൽക്കരണ പരിപാടികൾ സംഘടിപ്പിച്ചു. ആദ്യ വർഷത്തെ രണ്ട് സെമസ്റ്റർ പരീക്ഷകൾ കൂടി കഴിഞ്ഞപ്പോൾ കോളേജ് കൃത്യമായ പാതയിലേക്ക് വന്നു. പ്രശ്നക്കാരായ ചുരുക്കം വിദ്യാർത്ഥികൾ പുറംതിരി ഞ്ഞുനിന്നെങ്കിലും പൊതുവിൽ വിദ്യാർത്ഥികളെയും അദ്ധ്യാപകരെയും ചേർത്തുനിർത്തി സ്വസ്ഥമായ പഠനം നടക്കുന്ന സ്ഥാപനമെന്ന ഖ്യാതി ആദ്യവർഷംതന്നെ നേടിയെടുത്തു.

അങ്ങിനെ ആദ്യ വർഷം സാർത്ഥകമായി കടന്നുപോയി. ഫണ്ടുക ളുടെ അപര്യാപ്തത അക്കാദമികമായ വലിയ പരിപാടികൾ സംഘടി പ്പിക്കുന്നതിന് വിലങ്ങുതടിയായി മാറുന്നത് നിരാശ ജനിപ്പിക്കുന്നുണ്ടാ യിരുന്നു. ശ്രദ്ധേയമായ പരിപാടികൾ വിജയകരമായി നടത്തുമ്പോൾ ലഭിക്കുന്ന സംതൃപ്തി കൂടുതൽ സക്രിയമായി പ്രവർത്തിക്കാനുള്ള ഊർജ്ജമാണല്ലോ. സ്വന്തം വിഷയം ഇല്ലാതിരുന്നിട്ട് കൂടി പരിസ്ഥിതി ശാസ്ത്രവുമായി ബന്ധപ്പെട്ട മൊഡ്യൂളുകളിൽ ക്ലാസ് എടുക്കാൻ ആവേശം കാണിച്ചത് ജോലിയിൽ സക്രിയമാകാനായിരുന്നു. പ്രഖ്യാപിത ലക്ഷ്യ ങ്ങളുണ്ടാവുക അത് കൈവരിക്കാൻ കഠിനമായി പ്രവർത്തിക്കുക എന്ന ശൈലിയായിരുന്നല്ലോ നേരത്തെ പ്രവർത്തിച്ച കോളേജിൽ തുടർന്നു കൊണ്ടിരുന്നത്. ഇവിടെ പ്രവർത്തനങ്ങളിൽ വൈവിധ്യമെന്നൊന്നില്ല.

ക്ലാസുകൾ ക്രമീകരിക്കുക, കുട്ടികളെ പഠിപ്പിക്കുക, പരീക്ഷക്ക് തയ്യാ റാക്കുക ഉന്നതവിജയശതമാനം കരസ്ഥമാക്കുക, അതിന് പ്രചാരം നൽകുക ഇങ്ങിനെ സുനിശ്ചിതമായ കാര്യങ്ങൾ തന്നെയാണ് തുടർ വർഷങ്ങളിലും ചെയ്യാനുള്ളത്. ഒരേ കാര്യങ്ങൾ തുടരെ തുടരെ ചെയ്തു കൊണ്ടിരിക്കുമ്പോൾ ഒരു മടുപ്പ് അനുഭവപ്പെടുക സ്വാഭാവികമാണ്.

അങ്ങിനെയൊരു മട്ടുപ്പിന്റെ അവസ്ഥയിൽ ആവേശമൊക്കെ തണുത്തു. ഭൗതിക സൗകര്യങ്ങളുടെ വർധനയല്ലാതെ മികവിന്റെ പുതിയ മാനങ്ങൾ വലുതായി തുറക്കപ്പെടുകയില്ലെന്ന് തോന്നിത്തുടങ്ങി. ഈ സാഹചര്യത്തിൽ വ്യക്തിപരമായ താൽപ്പര്യങ്ങളും മുൻഗണനകളുമൊക്കെ മാറ്റിവെച്ച് കോളേജിന് വേണ്ടി സമയത്തിന്റെ സിംഹഭാഗവും വിനിയോഗിക്കുന്നതിൽ കാര്യമില്ലെന്ന് ബോധ്യമായി. പ്രിൻസിപ്പലായി ചുമതലയുള്ളപ്പോൾ ഇടയ്ക്കിടെ അവധിയെടുക്കുന്നതും ഉചിതമല്ലല്ലോ.

ഇതിനിടയിൽ ട്രസ്റ്റിലും മാറ്റങ്ങൾ വരികയായിരുന്നു. കൂട്ടായ ചർച്ചകളും പൊതുവായ തീരുമാനങ്ങളും കുറഞ്ഞുവരുന്ന അവസ്ഥ. ഏകപക്ഷീയമായ തീരുമാനങ്ങളും അധികാര കേന്ദ്രീകരണവും പ്രകടമായിത്തുടങ്ങി. കുറഞ്ഞ സമയത്തിനുള്ളിൽ പ്രതിച്ഛായ പർവ്വതീകരിച്ച് മെച്ചപ്പെട്ട 'ഫലം' കൊയ്യെടുക്കാൻ ബദ്ധപ്പെടുന്ന പുതിയ അവതാരങ്ങൾ വന്നുതുടങ്ങി. നിർണ്ണായക സന്ദർഭങ്ങളിൽ ഇടപെടാൻ പ്രാപ്തിയുണ്ടെന്ന് കരുതുന്ന ആൾ മാറിനിൽക്കുകയും, കാര്യങ്ങൾ ബോധ്യപ്പെടുത്താൻ എളുപ്പമല്ലാത്തവരുമായി സമ്പർക്കത്തിലേർപ്പെടേണ്ടിവരികയും ചെയ്യുക വളരെ ശ്രമകരമായി മാറി. സ്ഥാപനത്തിന്റെ സ്ഥായിയായ വളർച്ചക്ക് അനുഗുണമാകുന്ന നിർദ്ദേശങ്ങളിൽ തീരുമാനം വൈകുന്ന അവസ്ഥ. മുൻവിധിയില്ലാതെ കാര്യങ്ങൾ തുറന്ന് പറയുന്ന സ്വന്തം രീതി ഉത്തരവാദപ്പെട്ടവരുമായുള്ള ബന്ധങ്ങളിൽ ചെറിയ വിള്ളലുകൾ തീർക്കാൻ കാരണമായി. ശൈഥില്യം വളരാതെ നോക്കുന്നതാണ് നല്ലത്. സ്വരം നന്നായിരിക്കുമ്പോൾ പാട്ട് നിർത്തുകയാണ് ബുദ്ധി. അധ്യാപകരുടെ അവധിക്കാല വേതനം, ഇൻക്രിമെന്റ് എന്നീ വിഷയങ്ങളിൽ യഥാക്രമം മാനുഷികവും വ്യവസ്ഥാപിതവുമായ സമീപനം വേണമെന്ന അഭിപ്രായം ട്രസ്റ്റ് ഭാരവാഹികളുമായുള്ള ഭിന്നത വർധിപ്പിച്ചു. അധ്യാപകരുടെ പ്രയാസങ്ങൾ മനസ്സിലാക്കണമെന്നും അവരെ പ്രോത്സാഹിപ്പിക്കുന്ന നിലപാടെടുക്കണമെന്നും ആവശ്യപ്പെട്ടത് ഒരപരാധമായി തോന്നിയതേയില്ല. തീരുമാനം വൈകിപ്പിക്കുന്ന തന്ത്രം അംഗീകരിക്കാൻ പറ്റുമായിരുന്നില്ല. പ്രിൻസിപ്പൽ മാനേജ്മെന്റിനും കോളേജിനുമിടയിലുള്ള പാലമാണ്. ആശയങ്ങൾ കൈമാറാനും വിവരങ്ങൾ ശേഖരിക്കാനും നിക്ഷിപ്ത താൽപ്പര്യമുള്ള മറ്റ് ചിലരെ ആശ്രയിക്കുന്നുണ്ടോ എന്ന സംശയം ബലപ്പെട്ടു. പരസ്പരം കാര്യങ്ങൾ മനസ്സ് തുറന്ന് സംസാരിക്കാൻ വയ്യെന്ന് വന്നാൽ അവിടെ അകൽച്ച പൂർണ്ണമാകുന്നു. ഭരണ ചുമതലയിൽനിന്നും ഒഴിയാൻ സമയമായിരിക്കുന്നു. വഴി പിരിയാനുള്ള അവസരം വന്നുചേർന്നിരിക്കുന്നു എന്ന് ബോധ്യമായി. കോളേജ് വേരുറപ്പിക്കുന്നത്വരെ തുടരാം എന്ന വാക്ക്

പാലിച്ചതിന് ശേഷമാണ് ഈ പിന്മടക്കം. കോളേജ് നിയതമായ പാതയിൽ എത്തിക്കഴിഞ്ഞു. ഇനി മുന്നോട്ട് പോകാൻ പ്രയാസമില്ല. മാനേജ്മെന്റിനും അങ്ങിനെ തോന്നിയിരിക്കാം. പണി തീർന്നുകൊണ്ടിരിക്കുന്ന പുതിയ കെട്ടിടത്തിൽ കോളേജ് പ്രവർത്തിച്ചുകാണണമെന്ന മോഹം സഫലമാവാതെ പോകുന്നു. വിശദമായ രാജിക്കത്ത് നൽകി. പിന്മാറ്റം മാനേജ്മെന്റ് ആഗ്രഹിച്ചിരുന്നുവോ, കൂടെനിന്ന ആരെങ്കിലും അണിയറയിൽ പ്രവർത്തിച്ചുവോ, പ്രകോപനങ്ങൾ ആസൂത്രിതമായിരുന്നുവോ എന്നൊന്നും ആലോചിക്കാൻ താൽപ്പര്യപ്പെട്ടില്ല. രാജി പിൻവലിക്കണമെന്നുള്ള സാമ്പ്രദായികമായ ആവശ്യം സ്നേഹപൂർവ്വം നിരാകരിച്ച് മനസ്ഥാപമേതുമില്ലാതെ കോളേജിന്റെ പടിയിറങ്ങി. ജീവിതയാത്രയിൽ ആകസ്മികമായി എത്തിച്ചേർന്ന വഴിയമ്പലത്തിൽനിന്നും ഇറങ്ങുമ്പോൾ പിൻതിരിഞ്ഞു നോക്കേണ്ടതില്ല. ഒന്നും നേടിയില്ല, ഒന്നും നഷ്ടപ്പെട്ടുമില്ല. തങ്ങിയ സമയം ഫലപ്രദമായി വിനിയോഗിച്ചു. അത്രമാത്രം. അന്തേവാസികൾ എപ്പോഴെങ്കിലും ഈ ഏകാന്തപഥികനെ ഓർക്കുമോ. നിശ്ചയമില്ല. പക്ഷേ ഈ ദീർഘ യാത്രയിൽ ഓരോ വഴിയമ്പലവും നൽകിയ തണൽ യാത്രികന്റെ ഓർമ്മയിൽ മായാതെ നിൽക്കും.

ക്ഷയിക്കുന്ന സൗഹൃദ വലയം

33 വർഷത്തെ ഔദ്യോഗിക ജീവിതം കഴിഞ്ഞ് മട്ടന്നൂർ കോളേജിൽനിന്നും പിരിയുന്നതോടെ സുഹൃത് ബന്ധങ്ങളുടെ വ്യാപ്തി സ്വാഭാവികമായും ചുരുങ്ങാൻ തുടങ്ങി. അധ്യാപകനായും അധ്യാപക സംഘടനയുടെയും സാമൂഹ്യസംഘടനകളുടെയും ഭാരവാഹിയായും സ്ഥാപന മേധാവിയായും നീണ്ട ജീവിതവൃത്തിയിൽ സമൂഹത്തിന്റെ നാനാ തുറകളിൽപെട്ട നിരവധി ആളുകളുമായി ബന്ധപ്പെടാനും ഇടപഴകാനും സഹപ്രവർത്തനം നടത്താനും ധാരാളം അവസരമുണ്ടായി. കോളേജിലും പുറത്തുമായി സൗഹൃദത്തിന്റെ കണ്ണികൾ നീളുന്നു. വിദ്യാർത്ഥികൾ, അധ്യാപകർ, അനധ്യാപകർ, രക്ഷാകർത്താക്കൾ, താലൂക്ക് യൂണിയൻ ഭാരവാഹികൾ, പ്രാദേശിക ഭരണസമിതി അംഗങ്ങൾ, മാനേജ്മെന്റ് പ്രതിനിധികൾ, യൂണിവേഴ്സിറ്റി ഉദ്യോഗസ്ഥർ, സന്നദ്ധസംഘടനയുടെ ഭാരവാഹികൾ, രാഷ്ട്രീയ പാർട്ടി നേതാക്കന്മാർ അങ്ങിനെ നൂറുകണക്കിന് ആളുകളുമായി നിരന്തരം സമ്പർക്കത്തിലേർപ്പെടേണ്ടത് സ്വന്തം ജോലിയുടെ ഭാഗമാണെങ്കിൽ മറ്റുള്ളവരെ സംബന്ധിച്ച് വ്യത്യസ്തമായ ആവശ്യങ്ങളുമായി ബന്ധപ്പെട്ടായിരുന്നു ഇടപെടലുകൾ. ഫോൺ വിളികളും സന്ദർശനങ്ങളും ചർച്ചകളുമൊക്കെ എന്നും ജോലിയുടെ ഭാഗമായിരുന്നു. ജോലിയിൽനിന്നും പിരിയുന്നതോടെ പരസ്പരം ബന്ധപ്പെടേണ്ട ആവശ്യമില്ലാതെയായി. അടുത്ത സൗഹൃദമുള്ളവർ മാത്രം വല്ലപ്പോഴും വിളിക്കും. തിരിച്ചും അങ്ങിനെതന്നെ. എങ്കിലും പഠിപ്പിച്ച വിദ്യാർത്ഥികളിൽ ചിലർ ബന്ധം അന്നുമിന്നും നിലനിർത്തുന്നു.

ഒന്നര വർഷം മാത്രം പ്രവർത്തിച്ച സ്വാശ്രയ കോളേജിലെ ബന്ധങ്ങൾക്ക് ഇഴയടുപ്പം തീരെ കുറവായിരുന്നു. ജോലിയുടെ ഭാഗമായുള്ള അതത് സമയത്തെ പരസ്പര ഇടപെടൽ മാത്രമായി അത് ഒതുങ്ങി. മനസ്സും ശരീരവും അർപ്പിച്ചുകൊണ്ടുള്ള പ്രവർത്തനമായിരുന്നില്ല സത്യത്തിൽ അവിടെ നടന്നത്. തുടക്കത്തിൽ അങ്ങിനെയായിരുന്നില്ലെങ്കിലും. ജൈവികമല്ലാത്ത ബന്ധം യാന്ത്രികമായി മാറുന്നത് സ്വാഭാവികമെന്ന് തിരിച്ചറിഞ്ഞു.

ജോലിയിൽനിന്നും വിരമിക്കുന്ന ഏതൊരാളുടെയും സൗഹൃദ വലയം ചുരുങ്ങുന്നത് സാധാരണമാണ്. ബഹുതരമായ സമ്പർക്കത്തിലേർപ്പെടുന്ന പ്രിൻസിപ്പൽ പദവിയിൽ നിന്നാകുമ്പോൾ അത് നന്നായി അനുഭവപ്പെടും എന്നേ ഉള്ളൂ. ഈ സാഹചര്യവുമായി പൊരുത്തപ്പെടാൻ മനസ്സിനെ എന്നേ പരുവപ്പെടുത്തിയിരുന്നു. ചില ചുമതലയിൽ മിത്രങ്ങൾ കുറവും ശത്രുക്കൾ കൂടുതലുമെന്നത് വിധിയാണ്. സ്ഥാപനത്തിന്റെ ഉത്തമതാൽപ്പര്യങ്ങൾക്കുവേണ്ടി നിലപാടുകൾ സ്വീകരിക്കുമ്പോൾ അവ പലപ്പോഴും എല്ലാവർക്കും ഒരുപോലെ ഹിതകരമായിരിക്കണമെന്നില്ല. വ്യക്തിഗതമായ മുൻഗണനകളും സംഘടനാപരമായ താൽപര്യങ്ങളും അവയുമായി ഒത്തുപോകണമെന്നില്ല. ശരിയെന്ന് തോന്നുന്ന കാര്യങ്ങളിൽ ഉറച്ചുനിന്നില്ലെങ്കിൽ മുന്നോട്ട് പോകാനാവില്ല. ആരുടെയെങ്കിലും പ്രീതി ആർജ്ജിക്കാൻവേണ്ടി നിലപാടുകൾ മയപ്പെടുത്താനുമാവില്ല. പല സന്ദർഭങ്ങളിലും ശക്തമായ വിയോജിപ്പും ചെറുത്ത് നിൽപ്പും ഭീഷണിയും നേരിടേണ്ടിവന്നിട്ടുണ്ട്. വ്യക്തിബന്ധങ്ങൾ ഉലയുന്നതും സൗഹൃദങ്ങൾ തകരുന്നതും മൗനമായി സഹിക്കേണ്ടിവന്നു. സ്ഥാപനത്തിന്റെ മാറ്റത്തിനും ഉയർച്ചക്കും വേണ്ടിയുള്ള പ്രയത്നവും സഹനവും തിരിച്ചറിയാനുള്ള വിവേകം വിയോജിപ്പിന്റെ പാരമ്യത്തിൽ പലർക്കുമുണ്ടാകാതെപോയി. പ്രശ്നങ്ങളിലും 'നിഴൽ യുദ്ധ'ങ്ങളിലുമൊക്കെ നേരിട്ട് ഉൾപ്പെട്ട ആളുകളുടെ മനോവ്യാപാരങ്ങൾ പിന്നെയും മനസ്സിലാക്കാൻ കഴിയും. ഭരണപരമായ കാര്യങ്ങളിൽ സ്വീകരിച്ച ചില നിലപാടുകൾ ദുർവ്യാഖ്യാനം ചെയ്യപ്പെട്ട് വ്യത്യസ്ത കോളേജുകളിലേക്ക് സ്ഥലം മാറിപ്പോയ പഴയ സുഹൃത്തുക്കൾപോലും അകലം പാലിക്കുന്നു എന്ന് പിന്നീടാണ് തിരിച്ചറിഞ്ഞത്. വാദിയുടെയും പ്രതിയുടെയും ഭാഗം കേൾക്കാതെ ഒരു കോടതിയും വിധിന്യായമെഴുതാറില്ല. ഇവിടെ അതും സംഭവിക്കുന്നു. ഔദ്യോഗിക ജോലി വിരാമം ജീവിതത്തിന്റെ ഒരു ഘട്ടമാണ്. സ്വന്തം ഇഷ്ടങ്ങളും താൽപ്പര്യങ്ങളും കൂടുതൽ മാനിച്ച് ഇനി മുന്നോട്ട് പോകാം. ജീവിതം ഒരു വരദാനമാണ്. അതിന്റെ ഭിന്നരുചികൾ, അവസ്ഥാന്തരങ്ങൾ എല്ലാം അനുഭവിച്ചറിയണം.

ഫെയിസ് ബുക്ക്, വാട്ട്സ് ആപ്പ് കൂട്ടായ്മകളിൽ സൗഹൃദം പൂക്കുകയും തളിർക്കുകയും ചെയ്യുന്ന കാലമാണ്. 'ഓൺലൈൻ പ്ലാറ്റ്ഫോമെന്ന വിശാല ആകാശത്ത്' കുഞ്ഞുചിറകുകളിൽ പാറിപ്പറക്കാൻ ശ്രമിക്കുമ്പോൾ എന്തായാലും പറയാനുള്ളത് പറയാനും അഭിപ്രായങ്ങൾ പങ്ക് വെയ്ക്കാനും സാധിക്കും. ക്ഷതമേൽക്കാത്ത ബന്ധങ്ങൾ നിലനിർത്താനും കഴിയും.

എൽ ഐ സി യിൽ (LIC) ഒരു ഉത്തരവാദിത്വം

അടയാള ചിഹ്നത്തിൽ ദേവനാഗരി ലിപിയിൽ രേഖപ്പെടുത്തിയിരിക്കുന്ന "ലോകക്ഷേമം വഹാമ്യഹം" എന്ന ആപ്തവാക്യം അക്ഷരാർത്ഥത്തിൽ പ്രവർത്തനപഥത്തിൽ കൊണ്ടുവരുന്നതിൽ വിജയിച്ച പൊതുമേഖലയിലെ ഇൻഷുറൻസ് കമ്പനിയാണ് എൽ ഐ സി. രാജ്യത്ത് മൂന്നിൽ രണ്ടിലേറെ വിപണിവിഹിതവും 38 ലക്ഷം കോടിയിലേറെ ആസ്തിമൂല്യവുമുള്ള പൊതു മേഖലാ സ്ഥാപനമത്രെ എൽ ഐ സി. 1956 ൽ 245 ഓളം ഇൻഷുറൻസ് കമ്പനികളെ ലയിപ്പിച്ച് കേന്ദ്രസർക്കാർ 5 കോടി രൂപ മുതൽമുടക്കി സ്ഥാപിച്ച ലൈഫ് ഇൻഷുറൻസ് കോർപറേഷൻ ഇൻഷുറൻസ് മേഖലയിൽ നൂതനവും വൈവിധ്യവുമാർന്ന പോളിസികൾ വിപണിയിലെത്തിക്കുന്നതിൽ എന്നും മുന്നിലാണ്. രാജ്യമാകെ 8 മേഖലാ ഓഫീസുകൾ, 114 ഡിവിഷൻ ഓഫീസുകൾ, 2048 ഓളം ബ്രാഞ്ചുകൾ, 1330 ഉപഗ്രഹ ഓഫീസുകൾ, 29358 പ്രീമിയം അടവ് കേന്ദ്രങ്ങൾ, 114000 ഉദ്യോഗസ്ഥർ, 13 ലക്ഷത്തിലേറെ ഏജന്റുകൾ ഇത്രയും വിപുലമായ ഘടന എൽ ഐ സി യുടെ സവിശേഷതയാണ്.

സേവനങ്ങൾ കൂടുതൽ ഉപഭോക്തൃ സൗഹൃദമാക്കുന്നതിന്റെ ഭാഗമായി വിവരസാങ്കേതിക സാദ്ധ്യതകൾ പരമാവധി ഉപയോഗപ്പെടുത്താൻ എൽ ഐ സി ക്ക് വളരെ നേരത്തേ കഴിഞ്ഞു എന്നത് എടുത്തു പറയേണ്ട മേന്മയാണ്. അതിവിപുലമായ ഓൺലൈൻ സേവനങ്ങൾ, അപ്ലിക്കേഷനുകൾ, വിവിധ പോർട്ടലുകൾ, നിയമനവുമായി ബന്ധപ്പെട്ട എൽ ഐ സി എ എ ഒ എന്നീ വൈവിധ്യമാർന്ന ഈ-സേവന

സംവിധാനങ്ങൾ എൽ ഐ സി യെ ജനപ്രിയമാക്കുന്നു.

മട്ടന്നൂർ കോളേജിൽനിന്നും വിരമിച്ച് സ്വാശ്രയകോളേജിൽ പ്രവർത്തിക്കുന്ന കാലത്താണ് രാജ്യത്തെ ഏറ്റവും വലിയ ഇൻഷ്വറൻസ് കമ്പനിയുടെ 2013-2015 കാലയളവിലെ ദക്ഷിണമേഖല ഉപദേശക സമിതിയിലേക്ക് നാമനിർദ്ദേശം ചെയ്യപ്പെടുന്നത്. മട്ടന്നൂർ എൽ ഐ സിയിലെ ഷിറോസ് കാരിയിൽ ഉൾപ്പടെയുള്ള അടുത്ത ചില സുഹൃത്തുക്കളുടെ പ്രേരണയിലാണ് ബയോഡാറ്റ മേഖലാ ഓഫീസിലേക്ക് 2013 തുടക്കത്തിൽ അയച്ചത്. അത് അംഗീകരിക്കപ്പെടുകയായിരുന്നു. സമൂഹത്തിന്റെ വ്യത്യസ്തമേഖലകളിൽ പ്രവർത്തിക്കുന്ന 10 പേരാണ് സമിതിയിലെ അംഗങ്ങൾ. ഉപഭോക്താക്കളുടെ പ്രശ്നങ്ങളും പരാതികളും മനസ്സിലാക്കി നിർദ്ദേശങ്ങൾ വെയ്ക്കുക, ബ്രാഞ്ചുകളുടെ പ്രവർത്തനങ്ങളെ വിലയിരുത്തുക, പോളിസി സംബന്ധമായ ഉപഭോക്താക്കളുടെ പ്രായോഗിക പ്രയാസങ്ങൾ അവതരിപ്പിക്കുക എന്നിവയൊക്കെ ഉപദേശക സമിതിയുടെ ചുമതലകളിൽ പെടുന്നു.

ജോലിയിൽ തുടരുന്ന കാലത്ത് എൽ ഐ സി പോളിസികൾ എടുത്തിരുന്നുവെങ്കിലും, എൽ ഐ സി എന്ന പൊതുമേഖലാ സ്ഥാപനത്തെ അറിയാനും പഠിക്കാനും, പോളിസികളെ വിലയിരുത്താനുമൊക്കെ അവസരമുണ്ടായത് ഉപദേശക സമിതിയിൽ ഉൾപ്പെട്ടപ്പോഴാണ്. സാധാരണക്കാരുടെ പക്ഷത്ത്നിന്ന്കൊണ്ട് എൽ ഐ സി യുടെ പ്രവർത്തനങ്ങളെ വിലയിരുത്താൻ ഈ ഉത്തരവാദിത്വം നന്നായി സഹായിച്ചു. സമിതിയിലെ സാമ്പത്തികശാസ്ത്ര വിദഗ്ധരായ അംഗങ്ങളുമായുള്ള ചർച്ചകൾ വിവിധ കമ്പനികളുടെ നിലവിലുള്ള പോളിസികളെ താരതമ്യം ചെയ്യാനും അവയുടെ വിപണിമൂല്യം കൃത്യമായി മനസ്സിലാക്കാനും സഹായിച്ചു. എറണാകുളം, തിരുവനന്തപുരം, ചെന്നൈ എന്നിവിടങ്ങളിലായിരുന്നു യോഗങ്ങൾ നടന്നിരുന്നത്. ചെന്നൈയിലെ ദക്ഷിണ മേഖലാ സ്റ്റാഫ് ട്രെയിനിങ് കോളേജ് സന്ദർശിക്കാനും എൽ ഐ സി യുടെ പരിശീലനപരിപാടികളെക്കുറിച്ച് മനസ്സിലാക്കാനും അവസരമുണ്ടായി. മികച്ച തൊഴിൽ സംസ്കാരം നിലനിൽക്കുന്ന എൽ ഐ സി യുടെ ഉപദേശക സമിതിയിലെ അംഗത്വം മാറുന്ന കാലത്ത് ഇൻഷ്വറൻസ് മേഖലയിൽ എന്തൊക്കെ മാറ്റങ്ങൾ വരാനിരിക്കുന്നു എന്ന് മനസ്സിലാക്കാനും ഈ മേഖലയിലെ ഉന്നത അധികാരികളുമായി ഇത്തരം കാര്യങ്ങളെക്കുറിച്ച് സംവദിക്കാനും നല്ലൊരു അവസരമായി മാറി. ഇതഃപര്യന്തം പരിചയിച്ച മേഖലയിൽനിന്നും തീർത്തും വ്യത്യസ്തമായ ഒരു പ്രവത്തനമേഖലയെ അറിയാനും അതിന്റെ സ്ഥാപനവൽകൃത സംസ്കാരം മനസ്സിലാക്കാനും ഉപദേശക സമിതിയിലെ പ്രാതിനിധ്യം ഉപകരിച്ചു എന്നും എടുത്ത് പറയേണ്ടതുണ്ട്.

സ്വപ്ന സഞ്ചാരങ്ങളിലേക്ക്

ഉദ്യോഗപർവ്വം കഴിഞ്ഞു. ഉത്തരവാദിത്വങ്ങളെല്ലാം ഒഴിഞ്ഞു. വിശ്രാന്തിയുടെ പുഴയോരത്ത് സായന്തനത്തിന്റെ കാറ്റേറ്റ് വെറുതെയിരിക്കാൻ ഏതായാലും ഉദ്ദേശമില്ല. "പറക്കാൻ ചിറകുകൾ വേണമെന്നില്ല. ഉള്ളിൽ ഒരു ആകാശം ഉണ്ടായാലും മതി" എത്ര ശരിയാണ്. ശുഭ്ര മേഘങ്ങൾ നിറഞ്ഞ മോഹാകാശം ഉള്ളിൽ വിശാലമായി കിടക്കുന്നു. സ്വസ്ഥമായി വായിക്കാം. എഴുതാം. മാറ്റിവെച്ച ആഗ്രഹങ്ങൾക്ക് പിറകെ പോകാം. യാത്രക്കൊരുങ്ങാം. ഇന്ത്യയെന്ന മഹാവിസ്മയം മനസ്സ് നിറയെ കാണണം, അനുഭവിക്കണം. ദേശാതിർത്തികൾ കടന്ന് മഹാസാഗരങ്ങൾ താണ്ടി യാത്രചെയ്യാനും ഇന്ന് സാധ്യതകളേറെയാണ്. ജോലിയിൽനിന്നും വിരമിച്ച നിരവധി ആളുകൾ പെൻഷൻ വരുമാനമുപയോഗിച്ച് ഇന്ന് യാത്രകൾ ചെയ്യുന്നു. പെൻഷൻ ഒരു സൗഭാഗ്യമാണ്. ഇന്നത്തെ രീതിയിൽ ഈ സൗഭാഗ്യവും സുരക്ഷയും അനുഭവിക്കാനുള്ള യോഗം വരും തലമുറക്ക് ഉണ്ടാകാനിടയില്ല. പങ്കാളിത്ത പെൻഷൻ പദ്ധതിയുടെ അവസ്ഥാന്തരങ്ങൾ പ്രവചനാതീതമാണ്.

ജീവിത പങ്കാളിയും ജോലിയിൽനിന്ന് സ്വയം വിരമിക്കാമെന്ന് ചിന്തിക്കുന്നു. ബേങ്ക് ജോലിയുടെ സമ്മർദ്ദം കൂടിവരുന്നു. സ്ഥാനക്കയറ്റം അസൗകര്യ സ്ഥലംമാറ്റത്തിലേക്ക് നയിച്ചില്ലെങ്കിലും ജോലിഭാരം ഇരട്ടിയായി. പ്രവർത്തനസമയം അനിശ്ചിതമായി. മട്ടന്നൂരിൽനിന്നും താമസം കണ്ണൂരിലേക്ക് മാറിയപ്പോൾ ദൂരവും കൂടി. ഇതിനെല്ലാമുപരി അത്യാവശ്യത്തിന് അവധിയെടുക്കണമെന്ന് വിചാരിച്ചാൽ അതും നടക്കില്ല. യാത്ര ചെയ്യാൻ ഏറെ ആഗ്രഹിക്കുകയും യാത്രയിൽ അഭിരമിക്കുകയും ചെയ്യുന്ന പ്രകൃതവുമാണ്. ജോലിയിൽ തുടർന്നുകൊണ്ട്

ഒരു യാത്രയും സാധ്യമല്ല. മുൻപ് യു കെ യിൽ പോകാൻ നേരിടേണ്ടി വന്ന സാഹസങ്ങൾ മറക്കാവതല്ല. ഏറെ മോഹിച്ച സിക്കിം ഭൂട്ടാൻ യാത്രയിൽ പങ്ക് ചേരാനായില്ല. ഒരാൾ സ്വതന്ത്രനാവുകയും മറ്റൊരാൾ കെട്ടിയിടപ്പെടുകയും എന്ന അവസ്ഥയിൽ യാത്രാ മോഹങ്ങൾ കേവലം സ്വപ്നങ്ങളായി അവശേഷിക്കും. കൂട്ടുതലായി ഒന്നും ആലോചിച്ചില്ല. ആറ് വർഷം പിന്നിലുപേക്ഷിച്ച് ജോലിയിൽനിന്നും സ്വയം പിൻവാങ്ങാൻ അപേക്ഷ നൽകി.

2015 ജൂണിൽ ബാങ്കിൽനിന്നും ഉഷ വിരമിച്ചതോടെ എല്ലാ കെട്ടുപാടുകളിൽനിന്നും ഞങ്ങൾ മോചിതരായി. ബന്ധപ്പാടുകൾക്കിടയിൽ നടക്കാതെപോയ കാര്യങ്ങൾക്കെല്ലാം സമയം കണ്ടെത്താനിനി വിഷമമില്ല. ചിറകുകൾ വിരിച്ച് കാറ്റിന്റെ ഇംഗിതത്തിന് വഴങ്ങിക്കൊടുക്കുന്ന പക്ഷിയെപ്പോലെ മുന്നിൽ വരുന്ന സാഹചര്യങ്ങൾക്കനുസരിച്ച് സഞ്ചരിക്കാം. നാടിന്റെ സ്പന്ദവും നാട്ടുകാരുടെ വൈവിധ്യവും തേടി ആസൂത്രിതമായും അല്ലാതെയും ഇനി യാത്ര ചെയ്യാം. ജോലിയിൽ തുടർന്നിരുന്ന കാലം കേരളത്തിന്റെ വിവിധ ജില്ലകളിൽ താമസിച്ചു. ഇപ്പോൾ, പഠിച്ചതും ഏറെക്കാലം ജോലിചെയ്തതുമായ കണ്ണൂർ ജില്ലയിലാണ്. ഒടുവിൽ കോഴിക്കോട് ജില്ലയിൽ പയ്യോളിയിൽ എത്തിച്ചേരാം. വ്യക്തിയെ സംബന്ധിച്ചാണെങ്കിൽ സ്ഥിതസ്വത്വം പ്രധാനമാണ്. ജീവിതമാകുമ്പോൾ ബന്ധങ്ങളും സൗഹൃദങ്ങളും ഭൗതിക സമ്പാദ്യങ്ങളുമെല്ലാം മാറിക്കൊണ്ടേയിരിക്കും. അതിനൊരു സൗന്ദര്യമുണ്ട്. അപ്പോൾ ഒരു സ്ഥിരതാമസത്തിന് വലിയ പ്രസക്തിയൊന്നുമില്ല. വ്യത്യസ്തമായി ചിന്തിക്കുന്നവരും കാണും. ഞങ്ങൾ പക്ഷേ മാറ്റങ്ങൾ കൊതിച്ചു. മാറ്റങ്ങളിൽ അഭിരമിച്ചു. അവയുടെ ഗുണദോഷഫലങ്ങൾ നന്നായി ആസ്വദിച്ചു.

തുടർന്നുള്ള അഞ്ച് വർഷങ്ങൾ യാത്രകളുടെയും കാഴ്ചകളുടെയും അനുഭവ സമ്പന്നമായ കാലമായിരുന്നു. ഓരോ യാത്രയും മുൻ ബോധ്യങ്ങളെ മാറ്റിമറിച്ചു. മറ്റ് രാജ്യങ്ങളെക്കുറിച്ചുള്ള ധാരണകൾ പലതും തെറ്റാണെന്ന് ബോധ്യപ്പെടുത്തി. യാത്രകളിലൂടെ വിപുലമായൊരു സൗഹൃദ വലയമുണ്ടായി. ഒരു യാത്രയിൽ പരിചയപ്പെടുന്നവരും അടുത്ത യാത്രകളിൽ സഹയാത്രികരായി. യാത്രയുടെ വിശ്രമവേളകളിൽ പരസ്പരം അനുഭവങ്ങൾ പങ്കിട്ടു. സമകാലിക വിഷയങ്ങൾ ചർച്ചകളായി. വ്യത്യസ്തവും അതേസമയം മൗലികവുമായ അഭിപ്രായങ്ങളും വാദഗതികളും ബോധ്യങ്ങളെ പൊലിപ്പിച്ചു. വിവരസാങ്കേതിക വിദ്യയുടെ സാധ്യതകൾ സൗഹൃദക്കൂട്ടായ്മകളെ വ്യത്യസ്തമാനങ്ങളിൽ നിലനിർത്തി.

കൃത്യമായ ആസൂത്രണം നടത്തി യാത്രകൾ ചെയ്യാം. അല്ലാതെയുമാവാം. വാഹനം സ്വയം ഓടിച്ചുപോകുന്ന യാത്രക്ക് ഒരു സുഖമുണ്ട്.

ആഗ്രഹിക്കുന്നിടത്തിറങ്ങി ആഗ്രഹിക്കുന്നപോലെ ആളുകളുമായി ഇടപെടാം. സ്വകാര്യതയുടെ സൗന്ദര്യവും ആസ്വദിക്കാം. രണ്ടുപേർ മാത്രമായും കൂടുതൽ ആളുകളോടൊത്തും യാത്ര ചെയ്യാം. ഓരോന്നും വ്യത്യസ്തമായ അനുഭവങ്ങളായിരിക്കും. ഇന്ത്യക്കകത്തുള്ള യാത്രകൾക്ക് വലിയ തയ്യാറെടുപ്പുകൾ വേണമെന്നില്ല. പക്ഷേ വിദേശ യാത്രകൾ മുൻകൂട്ടി തയ്യാറാക്കിയ പദ്ധതിയനുസരിച്ചേ സാധ്യമാകൂ. ചെറിയ കൂട്ടങ്ങളായി പോകുന്നതാണ് സുരക്ഷിതം. എങ്ങിനെയാണെങ്കിലും യാത്ര സ്വയം തിരിച്ചറിയലും ചുറ്റുപാടുകളെയും ദേശസംസ്കൃതിയെയും അറിയുന്ന അനുഭവവുമാകുന്നു. അപരിചിതരായ ആളുകളെ, ആചാരങ്ങളെ, ഭക്ഷണരീതിയെ, ചരിത്രത്തെ ഒക്കെ പരിചയപ്പെടാൻ യാത്ര നമ്മെ സഹായിക്കുന്നു. യാത്ര അനുഭവജ്ഞാനത്തിന്റെയും പങ്കാളിത്ത പഠനത്തിന്റെയും തീവ്ര മാർഗ്ഗമാണ് എന്നും പറയാറുണ്ട്.. സന്തോഷം യാത്രയുടെ ലക്ഷ്യമാവരുത്, വഴി തന്നെയാവണം. അപ്പോൾ മാത്രമേ യാത്ര പൂർണ്ണമായി ആസ്വദിക്കാൻ കഴിയൂ. "നിങ്ങൾ എത്രവരെ പഠിച്ചുവെന്ന് പറയേണ്ടതില്ല, എത്ര യാത്ര ചെയ്തിട്ടുണ്ടെന്ന് പറയൂ." മുഹമ്മദ് നബിയുടെ വചനങ്ങളിൽ യാത്രയുടെ മാഹാത്മ്യം തെളിയുന്നു. പണമുണ്ടായാൽമാത്രം യാത്ര നടക്കണമെന്നില്ല. സമയവും സാഹചര്യവും അനുകൂലമായിവരണം. മനസ്സുണ്ടെങ്കിൽ താൽപര്യമുണ്ടെങ്കിൽ മുൻചൊന്ന മൂന്നും ഏറെക്കുറെ അനുകൂലമാക്കിയെടുക്കാൻ കഴിയും.

ദൈവത്തിന്റെ സ്വന്തം നാട് വൈവിധ്യത്താൽ അത്ഭുതപ്പെടുത്തിയിട്ടുണ്ട്. പ്രകൃതി കനിഞ്ഞനുഗ്രഹിച്ച ഇടങ്ങളും അവയുടെ സാദ്ധ്യതകളും വേണ്ടപോലെ പ്രയോജനപ്പെടുത്തിയിട്ടില്ല എന്ന നിരാശയുമുണ്ട്. പദ്ധതികളിലെല്ലാം രാഷ്ട്രീയം കലരുമ്പോൾ അവ ഭംഗിയായി നിലനിർത്തുന്നതിൽ തൊഴിൽപരമായ മികവ് പലപ്പോഴും ഇല്ലാതെപോകുന്ന ദുരവസ്ഥ വിനോദസഞ്ചാരമേഖലയെ ബാധിക്കുന്നു എന്നതൊരു യാഥാർഥ്യമാണ്. ആഘോഷമായി തുടങ്ങിയ പല വിനോദസഞ്ചാര കേന്ദ്രങ്ങളുടെയും നിലവിലെ സ്ഥിതി പരിതാപകരമാണ്. വൃത്തിയുടെയും സൗകര്യങ്ങളുടെയും കാര്യത്തിൽ വളരെയേറെ മെച്ചപ്പെടാനുണ്ട് പലയിടങ്ങളും. വിനോദസഞ്ചാരികളോടുള്ള സമീപനവും മാറ്റങ്ങൾക്ക് വിധേയമാകേണ്ടതുണ്ട്. വൻ ഭീഷണി ഉയർത്തുന്ന അഗ്നിപർവ്വതങ്ങൾ പൊട്ടിയൊഴുകി രൂപപ്പെടുന്ന തടാകങ്ങളും അനുബന്ധ ജലശേഖരങ്ങൾപോലും വൻ ടൂറിസം സാധ്യതകൾക്കുപയോഗിക്കുന്ന ഭാവന നേരിൽ കണ്ടപ്പോൾ വ്യത്യസ്തമായ എന്തെന്ത് സാധ്യതകളാണ് പ്രകൃതി സ്വാഭാവികമായി നമുക്കൊരുക്കിത്തന്നിരിക്കുന്നതെന്ന് ഓർത്തുപോയിട്ടുണ്ട്. എന്നിട്ടും അവ പ്രയോജനപ്പെടുത്തുന്നതിൽ

നാം വേണ്ടത്ര വിജയിച്ചിട്ടില്ല എന്ന സത്യം നിലനിൽക്കുന്നു. നമ്മുടെ കായലും കടലോരവുമൊക്കെ തുറന്നിടുന്ന വിനോദസഞ്ചാര സാധ്യതകളെ എത്ര വികലമായാണ് നാം കൈകാര്യം ചെയ്തതെന്ന് സമാന മേഖലയിൽ മാതൃകയായ ചെറുരാജ്യങ്ങളെ കണ്ട് പഠിക്കേണ്ടിയിരിക്കുന്നു. പഠിച്ചാൽ മാത്രംപോര അവ പ്രാവർത്തികമാക്കാനുള്ള ആത്മാർത്ഥതയും ആജ്ഞാശക്തിയും വേണം.

അവസരം അനുകൂലമായപ്പോൾ ഇന്ത്യയെന്ന മഹാരാജ്യത്തിലെ മൂന്നിലൊന്ന് സംസ്ഥാനങ്ങളിൽ ഞങ്ങൾ യാത്ര ചെയ്തു. ഉത്തരേന്ത്യൻ സംസ്ഥാനമായ ഹരിയാനയും ഉത്തരാഖണ്ഡും, കിഴക്ക് ബീഹാറും ജാർഖണ്ഡും സന്ദർശിക്കാൻ അവസരം വന്നില്ല. വടക്ക് കിഴക്കൻ മേഖലയിൽ സിക്കിം ആസ്സാം എന്നീ സംസ്ഥാനങ്ങൾ മാത്രമേ സന്ദർശിക്കാൻ സാധിച്ചുള്ളൂ. കാലാവസ്ഥ മതം വംശീയത ഭാഷ ആചാരം ഉത്സവം സാമൂഹിക അവസ്ഥ എന്നിവയിലൊക്കെ അൽഭുതകരമായ വൈവിധ്യം പുലർത്തുന്ന ഇന്ത്യയെ അറിയാൻ ഒരേ പ്രദേശങ്ങളിലൂടെ പല തവണ നമ്മൾ യാത്ര ചെയ്യേണ്ടതുണ്ട്. വൻനഗരങ്ങൾ വിട്ട് ഗ്രാമാന്തരങ്ങളിലൂടെ കടന്നുപോകുമ്പോഴാണ് വൈവിധ്യത്തിന്റെ അകൃത്രിമ സൗന്ദര്യം നമുക്ക് അനുഭവവേദ്യമാവുക. കണ്ടതും അറിഞ്ഞതും കുറവാണ്. കാണാനും അറിയാനുമേറെയുമാണ്. “അറിഞ്ഞെന്നറിഞ്ഞും അതോർത്താഞ്ഞുപാഞ്ഞും അറിഞ്ഞില്ല താനൊന്നുമെന്നായറിഞ്ഞും”. ജൈവവീര്യമുള്ള ഭാഷയിൽ കവി ശ്രീ.എം എൻ പാലൂർ കുറിച്ചത് ഇവിടെ ചേർത്തുവെക്കാം.

വിദേശ യാത്രാനുഭവങ്ങൾ പുതുമയിലും കാഴ്ചകളുടെ പൊലിമയിലും വേറിട്ടതാണ്. എണ്ണയുടെ സമ്പന്നതയിൽ വിരാജിക്കുന്ന ബ്രൂണെയിലേക്കായിരുന്നു ആദ്യത്തെ വിദേശയാത്ര. സുഹൃത്തും സഹപ്രവർത്തകനുമായ ഡോ. പദ്മനാഭന്റെ ക്ഷണപ്രകാരം ഡോ. രവീന്ദ്രനോടൊപ്പം നടത്തിയ മലേഷ്യ, സിംഗപ്പൂർ ബ്രൂണെ യാത്ര സൗഹൃദത്തിന്റെ ഒരപൂർവ്വ സംഗമ മുഹൂർത്തം കൂടിയായിരുന്നു. വിദേശ സഞ്ചാരങ്ങളിൽ യാത്രികരുടെ സ്വപ്നഭൂമിയായ തായ്‌ലാൻഡ്, സംസ്കൃതി വൈവിധ്യത്തിന്റെ സംഗമഭൂമിയായ ശ്രീലങ്ക, സ്വസ്ഥതയുടെയും സമൃദ്ധിയുടെയും നാടായ യു കെ, ആധുനികതയും സമ്പന്നതയും സംഗമിക്കുന്ന ദുബായ് അബുദാബി ഖത്തർ, ചരിത്രവിസ്മയങ്ങളുടെ ബാലി, വിപ്ലവവും ചരിത്രവും സ്പന്ദിക്കുന്ന റഷ്യ, വികസനത്തിന്റെ നേർസാക്ഷ്യങ്ങളായ ജർമനി, ഫ്രാൻസ്, ബെൽജിയം, സ്വിറ്റ്സർലാൻഡ്, ലീക്റ്റെൻസ്റ്റൈൻ, ആസ്ട്രിയ, ഇറ്റലി, വത്തിക്കാൻ, പ്രകൃതി കവിതയായി മാറുന്ന സ്കോട്ട്ലാൻഡ്, വികസന വിസ്മയങ്ങളുടെ ചൈന ഇവയും ഉൾപ്പെടുന്നു.

വിസ്മയ കാഴ്ചകളോടൊപ്പം ഇവിടങ്ങളിലെ ഭക്ഷണവൈവിധ്യവും സംസ്കാരവും ഏറ്റെ ആകർഷിച്ച ഘടകങ്ങളാണെന്ന് പറയാതെ വയ്യ. എല്ലാം അപൂർവ്വസുന്ദരങ്ങളായ അനുഭവങ്ങൾ. അന്യരാജ്യക്കാരോടും വിനോദസഞ്ചാരികളോടും ഇവിടങ്ങളിലെ ജനത കാണിക്കുന്ന സൗഹൃദമനോഭാവവും പരിഗണനയും അത്ഭുതപ്പെടുത്തിയിട്ടുണ്ട്.

കാഴ്ചകൾ കണ്ട് ആസ്വദിച്ച് കടന്നുപോകുന്നതിനപ്പുറം അവ രേഖപ്പെടുത്താനും പങ്ക് വെക്കാനും ശ്രമിക്കുന്നത് യാത്രകളുടെ ഫലശ്രുതി വർദ്ധിപ്പിക്കുമെന്ന് തോന്നി. ലണ്ടനിൽനിന്ന് അരുണും ഇന്ദുവും ബ്ലോഗ് അണിയിച്ചൊരുക്കി യാഥാർത്ഥ്യമാക്കി. 'പ്രയാണം' എന്ന യാത്രാ ബ്ലോഗിന്റെ ഉദയം അങ്ങിനെയായിരുന്നു. യാത്രകൾക്ക് മുൻപെ അവശ്യം വേണ്ട ഗൃഹപാഠം ചെയ്യുവാനും യാത്രകൾക്ക് ശേഷം അനുഭവങ്ങൾ ഓർത്തെടുത്ത് പകർത്താനും തുടങ്ങി. യാത്രകളുടെ ഓർമ്മ കേവലം ക്യാമറാ ചിത്രങ്ങങ്ങളായൊതുങ്ങുന്നതിന് പകരം മനസ്സിൽ പതിഞ്ഞ കാഴ്ചാനുഭവങ്ങൾ വാക്കുകളിലേക്ക് അനുലേഖനം ചെയ്യപ്പെട്ടപ്പോൾ യാത്രയുടെ അർത്ഥതലങ്ങൾ മാറിവരുന്നത് സ്വയം അറിയുകയായിരുന്നു. കാഴ്ചകളുടെ സൗന്ദര്യവും സ്ഥലങ്ങളുടെ സവിശേഷതകളും വിനോദസഞ്ചാര പ്രാധാന്യവും പകർത്തി യാത്രചെയ്യാനാഗ്രഹിക്കുന്നവരെ പ്രചോദിപ്പിക്കുക എന്നതും ഒരു ലക്ഷ്യമായിരുന്നു. യാത്രാ ബ്ലോഗുകൾക്ക് സഹയാത്രികർ നിർദ്ദേശങ്ങളും വിമർശനങ്ങളും രേഖപ്പെടുത്തി. സഹയാത്രികയുടെ ഫേസ് ബുക്ക് താളിൽ ബ്ലോഗ് പ്രത്യക്ഷപ്പെട്ടതോടെ ബ്ലോഗ് വായിക്കാനും അഭിപ്രായങ്ങൾ പറയാനും കൂടുതൽ ആളുകളുണ്ടായി. ദീർഘമായ ബ്ലോഗ് എഴുത്ത് ശ്രമകരമെങ്കിലും യാത്രകളുടെ മാധുര്യം ഓർത്തെടുക്കാനുള്ള ഒരു സഫലപ്രക്രിയയായി അത് മാറി.

യാത്രകളും ബ്ലോഗെഴുത്തും സമയം ഫലപ്രദമായി വിനിയോഗിക്കാനുള്ള ഉപാധിയായി മാറിയപ്പോൾ ജീവിതം സക്രിയമായി എന്ന് വേണം പറയാൻ. മനസ്സും ശരീരവും ഉർജ്ജസ്വലമായിരിക്കുമ്പോൾ ആരോഗ്യപ്രശ്നങ്ങളെല്ലാം ഒരു പരിധിവരെ മാറിനിൽക്കുന്നു. നിഷ്ക്രിയാവസ്ഥ ആരോഗ്യത്തെ മാത്രമല്ല ചിന്തകളെയും സ്വപ്നങ്ങളെയും ബന്ധിതമാക്കുന്നു. സാഹചര്യങ്ങളിലും വിഭവശേഷിയിലുമൊതുങ്ങിനിന്നുകൊണ്ട് ആസ്വദിച്ച് ചെയ്യാൻ പറ്റുന്ന പ്രവർത്തികളിലേർപ്പെടുമ്പോഴാണല്ലോ ജീവിതത്തിന് അർത്ഥമുണ്ടാകുന്നത്. അതിന് യുക്തമായ വഴികൾ കണ്ടെത്തുന്നതിലാണ് നമ്മുടെ വൈഭവം. പ്രവർത്തനങ്ങളുടെ അനന്തസാധ്യതകളാണല്ലോ ജീവിതം തുറന്നിടുന്നത്. അവയുടെ ദീപാങ്കുരങ്ങൾ കണ്ടെത്തുന്നതാണ് പ്രായോഗിക ജ്ഞാനം.

ചില യാത്രകൾ ബ്ലോഗ് ചെയ്തില്ല. അലസയാത്രകളായിരുന്നില്ല അവയും. എല്ലാ യാത്രകളും മനസ്സിനെ ത്രസിപ്പിച്ചവതന്നെയാണ്. എന്തുകൊണ്ടെന്നറിയില്ല, ചിലത് അക്ഷരങ്ങളിൽ പുനർജനിച്ചില്ല. ആഗ്രഹമുണ്ടെങ്കിലും ചിലത് നടക്കില്ല, ചിലത് പാതിവഴിയിൽ നിലയ്ക്കും. പൂർണ്ണത നേടാൻ ശ്രമിക്കാം, പക്ഷേ നിർബന്ധബുദ്ധിയരുത്. എല്ലാം അപൂർണ്ണമാണ്, ജീവിതം പോലെ. ചിന്തയും പ്രവൃത്തിയും സൃഷ്ടിയും സ്ഥിതിയും എല്ലാം പ്രപഞ്ചാതീതമായൊരു ശക്തിയുടെ നിയന്ത്രണത്തിലാണ്. ഒന്നും നമ്മുടെ നിയന്ത്രണത്തിലല്ല.

ആദ്യ യു കെ യാത്ര മറ്റെല്ലാ യാത്രകളിൽനിന്നും വേറിട്ടുനിൽക്കുന്നു. യാത്രയുടെ തയ്യാറെടുപ്പ് നടത്തുന്നതിനിടയിൽ ഹൃദയം ഒന്ന് പിണങ്ങി. പ്രമേഹവുമായി ഇണങ്ങിവന്നിരുന്നുവെങ്കിലും കരുതിയിരിക്കണമെന്ന മുന്നറിയിപ്പായിരുന്നു ഹൃദയാഘാതം. ആഞ്ചിയോപ്ലാസ്റ്റി വേണ്ടിവന്നു. ഇക്കാലത്ത് അത് ഒരു വലിയ കാര്യമല്ല. ഒരു മാസം കഴിഞ്ഞുള്ള യു കെ യാത്ര തീരുമാനിച്ചത്പോലെ നടന്നു. ഒരുമാസം മകളോടും കുടുംബത്തോടുമൊപ്പം താമസിക്കാനായിരുന്നു പദ്ധതി. അവിടെയെത്തി ഒരാഴ്ച കഴിഞ്ഞപ്പോഴാണ് ജീവിതത്തിലെ വേദനാജനകമായ സംഭവം ഉണ്ടാകുന്നത്. ജേഷ്ഠസഹോദരന്റെ അകാല വിയോഗം. താങ്ങും തണലുമായിരുന്നു രാഘവേട്ടൻ. സന്തോഷങ്ങളിലും സങ്കടങ്ങളിലും കൂടെനിന്ന ആൾ. എല്ലാ കാര്യങ്ങളും ഒരു സുഹൃത്തിനോടെന്നപോലെ തുറന്ന് പറയാവുന്ന ആൾ. വർഷങ്ങളോളം പ്രമേഹവും ഹൃദ്രോഗവുമൊക്കെ അലട്ടിയപ്പോഴും കൃത്യമായ നിഷ്ഠയോടെ ജീവിച്ച ആൾ. രോഗത്തെ അച്ചടക്കത്തോടെ സ്വീകരിക്കുകയും അവയുമായി പൊരുത്തപ്പെട്ട് ജീവിക്കുകയും ചെയ്തിട്ടും മരണം ആരോടും പറയാതെ ഒരു കാരുണ്യവും കാട്ടാതെ വിളിച്ചുകൊണ്ടുപോയി. ദൂരെയൊരു നാട്ടിൽ എല്ലാ വേദനയും സഹിച്ച് നിസ്സഹായനായി ഇരിക്കേണ്ടിവന്ന അവസ്ഥ. അമ്മയുടെയും അച്ഛന്റെയും മരണത്തിൽ സംഭവിച്ചപോലെ ജേഷ്ഠന്റെ ഭൗതികദേഹവും കാണാൻ കഴിഞ്ഞില്ല. യു കെ യിൽ തുടരാൻ മനസ്സ് അനുവദിച്ചില്ല. വൈകാതെ നാട്ടിലേക്ക് തിരിച്ചു. സ്നേഹവും കരുതലുമായി മനസ്സിലിടംപിടിച്ച ചിലരുടെ വിയോഗം വലിയൊരു ശൂന്യതയായി ജീവിതത്തിലുടനീളം നിലനിൽക്കും. സന്തോഷങ്ങളിലും സങ്കടങ്ങളിലും ആ നഷ്ടബോധം നമ്മെ വേട്ടയാടിക്കൊണ്ടിരിക്കും. യാഥാർഥ്യത്തോട് എത്രതന്നെ പൊരുത്തപ്പെടാൻ ശ്രമിച്ചാലും മനസ്സ് കൈവിട്ടുപോകുന്ന അവസ്ഥകൾ പലപ്പോഴും ഉണ്ടാകുന്നത് നഷ്ടത്തിന്റെ തീവ്രതയല്ലാതെ മറ്റെന്താണ്?

2019 ലെ ലണ്ടൻ യാത്രയിലാണ് പ്രിയ സുഹൃത്ത് അജിത്ത്കുമാറിന്റെ വിയോഗ വാർത്ത വേണു അറിയിക്കുന്നത്. ദിവസങ്ങളായി ആശുപത്രിയിലെ തീവ്ര പരിചരണ വിഭാഗത്തിൽ ജീവിതത്തോട് പൊരുതിയതിന് ശേഷം അജിത് വിട പറഞ്ഞു. അന്തരിച്ച സ്വന്തം അച്ഛന്റെ ഭൗതികദേഹം അവസാനമായി കാണാൻ അദ്ദേഹം ആശുപത്രി കിടക്കയിൽനിന്നും വന്ന് അവിടേക്ക് തന്നെ തിരിച്ചുപോവുകയായിരുന്നു. പിന്നീട് ഒരു മടക്കമുണ്ടായില്ല. മട്ടന്നൂർ കോളേജിൽനിന്നും ചങ്ങനാശ്ശേരിയിലേക്ക് സ്ഥലം മാറി പോയിട്ടും ഞങ്ങൾ തമ്മിൽ വലിയ സൗഹൃദമായിരുന്നു. ജീവിതത്തെ എപ്പോഴും ഒരു കളിതമാശയായിക്കണ്ട അജിത്ത് ആരോഗ്യം സൂക്ഷിക്കുന്ന കാര്യത്തിലും അതേ ലാഘവം തുടർന്നു. ഇടക്കാലത്ത് ശരീരം നൽകിയ മുന്നറിയിപ്പുകളൊന്നും ഗൗരവമായെടുത്തില്ല. ഒന്നും ബോധപൂർവ്വമായിരിക്കില്ല. ചിലരുടെ വിധി അതാണ്.

മൂന്ന് വർഷം തികയുന്നതിന് മുമ്പ് കുടുംബത്തിൽ ഏവർക്കും പ്രിയങ്കരനായിരുന്ന കസിൻ ഭാസ്കരേട്ടനും വിട വാങ്ങി. കാണാൻ ചേലുള്ളൊരു പൂവ് താനേ ഞെട്ടിൽനിന്നും പതിയെ അടർന്നുവീഴുന്നപോൽ അദ്ദേഹം ഈ ലോകം വിട്ടുപോയി. അതേ വർഷം സഹോദരീ ഭർത്താവ് കുഞ്ഞികൃഷ്ണേട്ടനും ജീവിത രംഗവേദി ഒഴിഞ്ഞു. നഷ്ടബോധത്തിന്റെ നിഴലിലായിരുന്നു പിന്നീട് വല്ലിഏച്ചിയുടെ ജീവിതം. മക്കളും കൊച്ചുമക്കളുമൊത്ത് സർവ്വ സൗകര്യങ്ങളുമായി ജീവിക്കുമ്പോഴും കുഞ്ഞികൃഷ്ണേട്ടന്റെ വിയോഗവും അറുപത് വർഷക്കാലം ജീവിച്ച ചെന്നൈയിൽനിന്നുള്ള മാറ്റവും ഏച്ചിയെ വിഷമിപ്പിച്ചിരിക്കാം. ആരോഗ്യം ക്ഷയിക്കാൻ അതും കാരണമായിരിക്കാം. 2022 പിറവിമാസത്തിൽ ഹൃദ്രോഗത്തിന് കീഴടങ്ങി വല്ലിയേച്ചിയും വിടവാങ്ങി. മരണം വരിക്കാൻ വിജയവാഡയിൽനിന്നും ചെന്നൈയിൽ തിരിച്ചെത്തിയതുപോലെയാണ് ഒരർത്ഥത്തിൽ സംഭവിച്ചത്. ജീവിതം ആകസ്മികതകൾ നിറഞ്ഞതാണ്. അതിന്റെ വിധിനിർണ്ണയങ്ങൾ ചിലപ്പോൾ നമ്മെ വിസ്മയിപ്പിക്കുന്നു, സ്തബ്ധരാക്കുന്നു. പ്രിയപ്പെട്ടവർ വേർപെടുമ്പോഴാണ് അവരുമായി ബന്ധപ്പെട്ട ഓർമ്മകൾ തിളങ്ങി വരുന്നത്. ബന്ധങ്ങളുടെയും സൗഹൃദങ്ങളുടെയും കണ്ണികൾ ഒന്നൊന്നായി വേർപെട്ടുപോവുന്നത് കാണുമ്പോൾ ഒരു കന്നഡ ഗാനത്തിലെ വരികൾ ഓർമ്മ വരുന്നു. " നമ്മൾ പോകും വഴികളിൽ മുമ്പ് പലരും പോയിരുന്നു, നമുക്കായി കാത്തിരിക്കും മണ്ണിൽ അവരെല്ലാം സുഖമായി ഉറങ്ങുന്നു."

ആയിരം പൂർണ്ണചന്ദ്രന്മാരെ കണ്ട് നവതിയിലെത്തിയ ചിന്നേട്ടൻ വലിയൊരു കുടുംബനാഥനായി സ്വന്തം വംശാവലിയിലെ മൂന്നാം

തലമുറയോടൊത്ത് സ്വസ്ഥമായി ജീവിക്കുന്നു എന്നത് ആശ്വാസകരമായ കാര്യം. പഠനവും ജോലിയുമൊക്കെയായി കുടുംബങ്ങൾ ദൂരസ്ഥലങ്ങളിൽ ചേക്കേറുമ്പോൾ പണ്ടത്തെപ്പോലെ തമ്മിൽ കാണാനും ഒത്തുകൂടാനും അവസരങ്ങൾ കുറയുന്നു എന്നത് ഒരു യാഥാർത്ഥ്യമാണ്. ഫലമോ മൂന്നാം തലമുറയിലെ കുട്ടികൾ തമ്മിൽ ബന്ധവും അടുപ്പവും ഇല്ലാതെയാവുന്നു. അകലങ്ങളിൽ വേർതിരിക്കപ്പെട്ട അറകളിൽ അവർ വളരുന്നു. പരസ്പരം അറിയാതെ അടുക്കാതെ ക്ഷേമാന്വേഷണങ്ങൾപോലുമില്ലാതെ കുടുംബവൃക്ഷശാഖികൾ അവരവരുടെ ആകാശങ്ങളിലേക്ക് പടരുന്നു. വർഷങ്ങൾ കടന്നുപോകുമ്പോൾ പരസ്പരം കാണുമ്പോൾ പരിചയപ്പെടുത്തേണ്ടിവരുന്ന അവസ്ഥ. പരസ്പരം അറിയാത്ത അവർക്ക് പഴയ തലമുറയും അവരുടെ ജീവിതവും തീർത്തും അന്യം. ബന്ധങ്ങളുടെ അടിയൊഴുക്കുകൾ അറിയാത്ത, കൊണ്ടും കൊടുത്തും പരിചയമില്ലാത്ത, മുൻഗാമികളുടെ നഷ്ടസൗഭാഗ്യങ്ങൾക്കൊന്നും വിലകൽപ്പിക്കാത്ത, വർത്തമാനകാലത്തിൽമാത്രം ജീവിക്കുന്ന ഒരു പുതുതലമുറയായി അവർ മാറിപ്പോകുമെന്ന ഭയം ഇല്ലാതില്ല. സാധ്യമാകുന്ന സന്ദർഭങ്ങളിൽപോലും അവരെ മനസ്സുകൊണ്ടും ശരീരംകൊണ്ടും അടുപ്പിക്കാൻ താൽപര്യം കാണിക്കാത്ത മുതിർന്നവരും കുറ്റമേൽക്കേണ്ടിവരും.

മട്ടന്നൂരിലെ സൗഹൃദമാണ് ഒരു ട്രസ്റ്റിന്റെ രൂപീകരണത്തിലേക്ക് നയിച്ചത്. അതിന്റെ ഭാഗമായി ഇപ്പോഴും പ്രവർത്തിക്കുന്നു. സ്ഥാപക ചെയർമാൻ എന്നത് ഒരു പൊക്കിൾക്കൊടി ബന്ധമാണല്ലോ. നിലവിൽ ഉപദേശക സമിതി അംഗവുമാണ്. ഞങ്ങളുടെ സാമൂഹ്യ വിദ്യാഭ്യാസ പ്രവർത്തനങ്ങളിൽ ആകൃഷ്ടനായ ഒരു വിമുക്ത സേനാംഗം പ്രകൃതി രമണീയമായ പൊറോറ കുന്നിൽ ട്രസ്റ്റിന് ഒന്നര ഏക്കർ സ്ഥലം സംഭാവന ചെയ്തപ്പോൾ ഒരു സ്വപ്നപദ്ധതിക്കാണ് ഞങ്ങളവിടെ തുടക്കം കുറിച്ചത്. വയോജനങ്ങൾക്ക് സ്വസ്ഥമായി താമസിക്കാനും ജില്ലയിൽ വിവിധ വയോജനസേവനപ്രവർത്തനങ്ങൾ ഏകോപിതമായി നടത്താനും സുസജ്ജമായൊരു ജെറിയാട്രിക്ക് പാർക്ക്. വയോജനമന്ദിരം എന്ന കേവല സങ്കൽപ്പത്തിലുള്ളൊരു സ്ഥാപനമല്ല ലക്ഷ്യം. പ്രകൃതിയോടിണങ്ങി വാർദ്ധക്യകാലം സ്വസ്ഥമായും സന്തോഷകരമായും ചെലവിടാനുള്ള എല്ലാ സൗകര്യങ്ങളും ഉള്ള ഒരു സമഗ്ര കേന്ദ്രം എന്നതാണ് ലക്ഷ്യം. 2022 ൽ ആദ്യ ഘട്ടം പൂർത്തിയാവുന്ന കേന്ദ്രം ഞങ്ങളുടെ പ്രിയ സ്വപ്നപദ്ധതിയത്രെ. സമയത്തിന്റെ ഒരു പങ്ക് ഈ പദ്ധതിയുടെ പൂർത്തീകരണത്തിനായി നീക്കിവെച്ചിരിക്കുന്നു.

അണുകുടുംബങ്ങൾ പെരുകുമ്പോൾ സാമൂഹിക അവസ്ഥ മാറുമ്പോൾ ഒറ്റപ്പെട്ടുപോകുന്നത് വയോജനങ്ങളാണ്. ആരോഗ്യം ക്ഷയിക്കുന്ന അവസ്ഥയിൽ സാമ്പത്തിക പരാധീനതകൾ കൂടിയാകുമ്പോൾ മുതിർന്നവരുടെ അവസ്ഥ രൂക്ഷമാകുന്നു. ഇന്ത്യയിൽ 2021 ലെ വയോജനങ്ങളുടെ സംഖ്യ മൊത്തം ജനസംഖ്യയുടെ 12.5 % ആണ്. അതായത് 14 കോടിയിലേറെ. 2031 ആകുമ്പോൾ അത് 13 % ആയി ഉയരും. അതായത് 18 കോടി. കേരളത്തിൽ വയോജനങ്ങളുടെ സംഖ്യ വർദ്ധിക്കുന്നത് മറ്റ് സംസ്ഥാനങ്ങളേക്കാൾ കൂടിയ നിരക്കിലാണ്. 2011 ൽ 46 ലക്ഷമായിരുന്നെങ്കിൽ 2026 ലെ വയോജനസംഖ്യ 83 ലക്ഷമായി ഉയരുമെന്ന് കണക്കാക്കുന്നു. 2011 ലെ സെൻസസ് കാണിക്കുന്നത് 80 വയസ്സ് പിന്നിട്ടവരുടെ സംഖ്യ പത്ത് വർഷംകൊണ്ട് 11.7 % എന്നത് 12.9 % ആയി ഉയർന്നു എന്നതാണ്. ഈ കണക്കുകളെല്ലാം സൂചിപ്പിക്കുന്നത് വയോജനങ്ങളുടെ ക്ഷേമം വരും വർഷങ്ങളിൽ പരമപ്രധാനമായ പരിഗണന അർഹിക്കുന്ന വിഷയമാണെന്നാണ്. സർക്കാരും പ്രാദേശിക ഭരണകൂടങ്ങളും മാത്രമല്ല, സന്നദ്ധ സംഘടനകളും ഈ മേഖലയിൽ ക്രിയാത്മകമായി പ്രവർത്തിക്കേണ്ടതുണ്ടെന്ന തിരിച്ചറിവാണ് മട്ടന്നൂരിലെ ജെറിയാട്രിക്ക് പാർക്ക് എന്ന പദ്ധതിയുടെ പിറവിക്ക് പിന്നിൽ. സ്വസ്ഥവും സന്തോഷകരവുമായി ജീവിതത്തിന്റെ സായംകാലം ചെലവഴിക്കാനാവശ്യമായ സമഗ്ര സൗകര്യങ്ങളോടെയുള്ള പദ്ധതി മൂന്ന് വർഷങ്ങൾക്കുള്ളിൽ യാഥാർഥ്യമാകുമെന്നാണ് പ്രതീക്ഷ.

വളർച്ച, അത് ഏത് തരത്തിലുള്ളതായാലും, സാഹചര്യങ്ങളെ അടിസ്ഥാനപ്പെടുത്തിയാണ്. അനുകൂലവും പ്രതികൂലവുമായ ഘടകങ്ങൾ വളർച്ചയെ സ്വാധീനിക്കുന്നു. എല്ലാറ്റിൽനിന്നും നാം കരുത്ത് നേടുന്നു. തീവ്ര പ്രതികൂലാവസ്ഥയിൽ ശാരീരികവും ബൗദ്ധികവുമായ വളർച്ച മുരടിച്ചുപോകുന്ന ലക്ഷക്കണക്കിന് ദൗർഭാഗ്യജന്മങ്ങളുണ്ടെന്നതും ശരിയാണ്. വാർദ്ധക്യം പക്ഷേ ഏതൊരാൾക്കും ഒഴിവാക്കാനാവാത്ത അവസ്ഥയാണ്. ശാരീരികവും മാനസികവും വൈകാരികവുമായ സന്നിഗ്ധഘട്ടങ്ങളെ അഭിമുഖീകരിക്കേണ്ടിവരുമ്പോൾ കുടുംബവും സുഹൃത്തുക്കളും വലിയൊരു താങ്ങാണ്. എല്ലാവർക്കും ഇങ്ങിനെയുള്ള സൗഭാഗ്യങ്ങൾ ഉണ്ടാവണമെന്നില്ല. ഭൗതിക സാഹചര്യങ്ങൾ അനുകൂലമായാലും അവശതകൾ തിരിച്ചറിഞ്ഞ് സ്നേഹത്തോടെ കരുതലോടെ പരിചരിക്കാൻ ആളുകൾ ഉണ്ടാവണമെന്നില്ല. അണുകുടുംബരീതിയും ജോലിയുമായി മക്കളൊക്കെ ദൂരസ്ഥലങ്ങളിൽ കഴിയുന്ന അവസ്ഥയും വയോജനങ്ങളുടെ പ്രശ്നങ്ങൾ കൂടുതൽ സങ്കീർണമാക്കുന്നു.

സാമ്പത്തികപ്രയാസങ്ങൾ കൂടി വന്നുചേരുമ്പോൾ സ്ഥിതി അതിദയനീയമാകും. ഇത്തരം സാഹചര്യങ്ങളിൽ ഒറ്റപ്പെട്ടുപോകുന്ന വയോധികരെ സാധ്യമെങ്കിൽ അവരവരുടെ വീട്ടുകളിൽ അല്ലെങ്കിൽ പ്രത്യേകം സജ്ജീകരിക്കപ്പെട്ട കേന്ദ്രങ്ങളിൽ സമാധാനത്തോടെ കഴിയാൻ ആവശ്യമായ സൗകര്യങ്ങൾ ഉണ്ടാക്കേണ്ടത് സമൂഹത്തിന്റെയും ഭരണ സംവിധാനത്തിന്റെയും കടമയാണ്. നമ്മുടെ രാജ്യം ഈ ദിശയിൽ വളരെയേറെ മുന്നേറേണ്ടതുണ്ട്. വയോജനക്ഷേമത്തിൽ ചിന്താപരവും പ്രവർത്തനപരവുമായ മാറ്റങ്ങളും അനിവാര്യമാണ്. മട്ടന്നൂരിലെ ജെറിയാട്രിക്ക് പാർക്കിന്റെ ആശയാവിഷ്ക്കാരത്തിന് പിന്നിൽ ഇങ്ങിനെയുള്ള ആലോചനകളാണ് ഞങ്ങൾക്ക് മാർഗ്ഗദർശകമായത്.

ദുരന്തങ്ങളുടെ കാലം, പ്രത്യാശയുടെയും.

ശാസ്ത്ര മുന്നേറ്റങ്ങളുടേയും ആധുനിക സൗകര്യങ്ങളുടേയും ഗുണഫലങ്ങൾ ആവോളം ആസ്വദിക്കാൻ ഭാഗ്യം ലഭിച്ച തലമുറ ദുരന്തങ്ങളുടെയും വൻപ്രതിസന്ധികളുടെയും കൈപ്പ്നീരും നന്നായി കുടിക്കേണ്ടിവരുന്നു എന്നതാണ് വർത്തമാനകാലയഥാർത്ഥ്യം. 2017 ൽ ഓഖി ദുരന്തം., 2018 ൽ നിപ്പാ രോഗബാധ, നൂറ്റാണ്ടിലെ മഹാ പ്രളയം, 2019 ൽ അതിവർഷം. കേരളംകടന്നുപോയ പ്രതിസന്ധികളുടെ നാളുകൾ ആർക്കാണ് മറക്കാൻ കഴിയുക. മൂന്ന് വർഷങ്ങളിൽ മലയാളി അനുഭവിച്ച ധർമ്മസങ്കടങ്ങളും ദുരിതങ്ങളും അത്യപൂർവ്വമായിരുന്നു. മഹാമാരികളും പ്രകൃതി ദുരന്തങ്ങളും പ്രായേണ കുറവായിരുന്ന കേരളം ഏറെ സുരക്ഷിതമായ സംസ്ഥാനമായിട്ടാണ് പരിഗണിക്കപ്പെട്ടിരുന്നത്. പക്ഷേ സ്ഥിതി മാറിയിരിക്കുന്നു. തുടർച്ചയായ പ്രകൃതി ദുരന്തങ്ങൾ സംസ്ഥാനത്തിന്റെ ഭൂലാവണ്യവും പ്രകൃതിവൈവിധ്യവും മാത്രമല്ല കവർന്നെടുത്തത്. നമ്മുടെ സ്വാസ്ഥ്യവും സുരക്ഷിതബോധവും, വരുമാനസ്രോതസ്സുകളും, സമ്പദ് വ്യവസ്ഥയും അസ്ഥിരപ്പെടുത്തിയിരിക്കുന്നു. സാക്ഷരതയിലും ആരോഗ്യവിദ്യാഭ്യാസ മേഖലകളിലും മുൻപന്തിയിലാണ് കേരളമെങ്കിലും വിഭവസമാഹരണത്തിലും തൊഴിൽ ഉൽപാദനത്തിലും നമ്മൾ പിറകിലാണ്. തുടർച്ചയായുള്ള പ്രകൃതി ദുരന്തങ്ങളെ നേരിടാൻ പൊതു ഖജനാവിൽനിന്നും വൻതോതിലുള്ള വിഭവ വ്യതിചലനം വേണ്ടിവരുമ്പോൾ നമ്മുടെ വികസന പ്രവർത്തനങ്ങളാണ് മന്ദീഭവിക്കുന്നത്.

ആഗോള പാരിസ്ഥിതിക വ്യതിയാനങ്ങൾ കാലാവസ്ഥയിൽ കാതലായ മാറ്റങ്ങൾക്കും ദുരന്തങ്ങൾക്കും കാരണമാകുന്നു എന്നത്

വാസ്തവമാണെങ്കിലും നമ്മുടെ ചെയ്തികളെയും സ്വയം വിമർശനാത്മകമായി കാണേണ്ടതുണ്ട്. കാലങ്ങളായി ഭൂപ്രകൃതിയിൽ വരുത്തിയ മാറ്റങ്ങൾ, കൈയേറ്റങ്ങൾ, വനനശീകരണം, തണ്ണീർത്തടങ്ങളുടെ നാശം, പാടങ്ങൾ നികത്തിയും മലകൾ തുരന്നും നടത്തിയ നിർമ്മാണ പ്രവർത്തനങ്ങൾ, അനിയന്ത്രിതമായ ഖനനം, ക്വാറി നിർമ്മാണം, അശാസ്ത്രീയമായ മാലിന്യ നിർമാർജ്ജനം അങ്ങിനെ ദാക്ഷിണ്യമേതുമില്ലാതെ പ്രകൃതിയുടെ സ്വാഭാവിക ഘടനയിൽ നമ്മൾ വരുത്തിയ മാറ്റം ദുരന്തങ്ങളെ ക്ഷണിച്ചുവരുത്തുന്നവയാണെന്ന് ആരും സമ്മതിക്കും. ഭൗതിക നഷ്ടങ്ങൾ പരിഹരിക്കാൻ കഴിയുമെങ്കിലും ആവാസവ്യവസ്ഥയിൽ സംഭവിച്ച മാറ്റങ്ങൾ പരിഹരിക്കാൻ എളുപ്പമല്ല. അനേകവർഷങ്ങളിലെ ഭൗതിക രാസ ജൈവിക പ്രക്രിയയിലൂടെ രൂപപ്പെട്ടിട്ടുള്ള പ്രകൃതിയുടെ സ്വാഭാവിക രൂപഘടനയും തനതായ അടുക്കുകളും പുനഃസ്ഥാപിക്കുക അസാധ്യമായ കാര്യമാണെന്ന് തിരിച്ചറിയണം. കൃത്യമായ പഠനങ്ങളിലൂടെയും പരിസ്ഥിതിസൗഹൃദമായ നിർമ്മാണ പുനർനിർമ്മാണ പ്രക്രിയയിലൂടെയുമാവണം വികസനങ്ങളെല്ലാം നടപ്പാക്കേണ്ടത്. പാരിസ്ഥിതിക നിയമങ്ങളിൽ വിട്ടുവീഴ്ചചെയ്തുകൊണ്ടുള്ള വികസനപ്രക്രിയ ദൂരവ്യാപകമായ ദുരിതങ്ങൾക്ക് കാരണമാവുന്നു എന്നതിന് എത്രയോ ഉദാഹരണങ്ങൾ നമ്മുടെ മുന്നിലുണ്ട്. സാമ്പ്രദായിക വികസനബോധ്യങ്ങൾ പൊളിച്ചെഴുതാൻ ഇനിയും വൈകിയാൽ ദുരന്തങ്ങൾ തുടർകഥയായിമാറും. ജനജീവിതം ദുസ്സഹമാക്കുന്ന ഭീമമായ വികസന പദ്ധതികൾക്ക് നേരെയുള്ള വിമർശനങ്ങളെയും എതിർപ്പുകളെയും നേരിടാൻ മുഷ്ക്കും അധികാരവുമല്ല പ്രയോഗിക്കേണ്ടത്, മറിച്ച് പരിസ്ഥിതി സൗഹൃദമായ കാഴ്ചപ്പാടും, സാധാരണ ജനസമൂഹത്തിന്റെ ഉത്കണ്ഠകളും പ്രയാസങ്ങളും മനസ്സിലാക്കി അവ ദൂരീകരിക്കാനുള്ള നടപടികളുമാണ് ഭരണകൂടം സ്വീകരിക്കേണ്ടത്. പരിസ്ഥിതിക്ക് യോജ്യമല്ലാത്ത പദ്ധതികൾ വികസനത്തിന്റെ പേരിൽ അടിച്ചേൽപ്പിക്കുന്നത് ദൂരവ്യാപകമായ പ്രത്യാഘാതങ്ങൾക്ക് വഴിവെക്കും. കാലാവസ്ഥാമാറ്റങ്ങളുടെ ദുരന്തഫലങ്ങൾ ഏറെ അനുഭവിക്കേണ്ടിവന്ന തലമുറ വിവേകത്തോടെവേണം ഇത്തരം കാര്യങ്ങളെ സമീപിക്കേണ്ടത്. വികസനപദ്ധതികളുടെ പ്രയോജനം ബഹുഭൂരിപക്ഷംവരുന്ന സാധാരണക്കാർക്കുവേണ്ടിയല്ലെങ്കിൽ ഉദ്ദേശശുദ്ധി ചോദ്യംചെയ്യപ്പെടുകതന്നെചെയ്യും. കാലാവസ്ഥാവ്യതിയാനങ്ങളെ തടയാൻ നമുക്ക് സാധിക്കില്ല, പക്ഷേ ദുരന്തങ്ങളെ മുൻകൂട്ടി കാണാനും, ദുരന്തഫലങ്ങൾ ലഘൂകരിക്കാനും, ദുരന്തങ്ങൾ ആവർത്തിക്കാതിരിക്കാനും വേണ്ട നടപടികൾ സ്വീകരിക്കാൻ നമുക്ക് കഴിയും. അതിനുള്ള വിവേകവും ശാസ്ത്രബോധവുമാണ് ഉദ്യോഗസ്ഥവൃന്ദത്തിനും ഭരണാധികാരികൾക്കും വേണ്ടത്.

അസാധാരണമാംവിധം ദുർവ്വഹമായ പ്രതിസന്ധികളിൽനിന്നും കരകയറാൻ സംസ്ഥാനം ശ്രമിക്കുമ്പോഴാണ് 2019 ആരംഭത്തിൽ കോവിഡ് മഹാമാരി ലോകം നിശ്ചലമാക്കുന്നത്. സർവ്വശക്തനെന്ന് സ്വയം വിചാരിച്ചിരുന്ന മനുഷ്യനെ മുൾമുനയിൽ നിർത്താൻ ഒരു കുഞ്ഞു വൈറസ്സിന് സാധിച്ചിരിക്കുന്നു. ആരോഗ്യരംഗത്തെ നമ്മുടെ മുന്നേറ്റങ്ങളെയും ശാസ്ത്രസാങ്കേതിക വൈഭവങ്ങളെയും മറികടന്ന് വൈറസ്സ് വികസിതവും വികസ്വരവുമായ ലോകരാഷ്ട്രങ്ങളെപ്പോലും വിറപ്പിച്ചിരിക്കുന്നു. സർവ്വതും നിശ്ചലമാക്കി രാജ്യങ്ങൾ അടച്ചിടുന്ന അസാധാരണ നടപടികൾപോലും സ്വീകരിക്കേണ്ടിവന്നു. യാത്രകളില്ല, പൊതുഗതാഗതമില്ല, ജോലിയില്ല, സ്വതന്ത്രമായി പുറത്തിറങ്ങാൻപോലും പറ്റില്ല. വിജനമായ വീഥികൾ പൊതു ഇടങ്ങൾ, നിശ്ചല നഗരങ്ങൾ. അടഞ്ഞുകിടക്കുന്ന വിദ്യാഭ്യാസ സ്ഥാപനങ്ങൾ ഓഫീസുകൾ മാർക്കറ്റുകൾ. വിനോദസഞ്ചാരങ്ങൾ നിലച്ചു, യോഗങ്ങളും കൂട്ടുചേരലുകളും പ്രകടനങ്ങളും നിരോധിച്ചു, ഉത്സവങ്ങളും ആഘോഷങ്ങളും നിർത്തിവെച്ചു. കോവിഡ് അടച്ചിടലിന്റെ ആദ്യഘട്ടം ഇങ്ങിനെയൊക്കെയായിരുന്നു. സമൂഹജീവിയായ മനുഷ്യൻ സാമൂഹിക അകലം പാലിക്കാനും മുഖാവരണം ധരിക്കാനും നിർബന്ധിതനായി. മനുഷ്യജീവിതത്തിന്റെ സൗന്ദര്യവും മാധുര്യവും ചോർന്നുപോയ കാലം. ജീവനും ജീവിതവും തിരിച്ചുപിടിക്കാൻ ആളുകൾ പെടാപ്പാട് പെടുമ്പോൾ രാജ്യങ്ങൾ വൻ സാമ്പത്തിക സഹായ പദ്ധതികൾ പ്രഖ്യാപിച്ചു. ദുരിതസഹനങ്ങൾ പക്ഷേ ഇപ്പോഴും തുടരുന്നു. സാധാരണജീവിതം എപ്പോൾ സാധ്യമാകുമെന്നപോലും പറയാനാവാത്തവിധം പ്രതിസന്ധികൾ മൂർഛിക്കുന്നു.

ലഭ്യമായ കണക്കുകളനുസരിച്ച് ലോകത്താകമാനം 37 കോടിയിലേറെ രോഗബാധിതർ. 57 ലക്ഷത്തിലേറെ മരണങ്ങൾ. ഇന്ത്യയിൽ 4 കോടിയിലേറെ ആളുകളെ രോഗം ബാധിച്ചു. 5 ലക്ഷത്തിലേറെ മനുഷ്യ ജീവൻ പൊലിഞ്ഞു. (2022 ജനുവരി അവസാനത്തെ കണക്ക്)

മഹാമാരികൾ മനുഷ്യജീവിതത്തിന്റെ ഗതിവിഗതികൾ നിയന്ത്രിച്ച ചരിത്രമുണ്ട്. കോവിഡ്പോലെ രാജ്യാതിർത്തികൾ ഭേദിച്ച് ഒരേസമയം ലോകം മുഴുവൻ പടർന്ന ഒരു മഹാവ്യാധി മാനവരാശിക്ക് പുതിയ അനുഭവമായിരുന്നു. എല്ലാം നിയന്ത്രണത്തിലാണെന്ന് അഹങ്കരിച്ച മനുഷ്യന്റെ ധാർഷ്ട്യം ഒരു കുഞ്ഞുവൈറസ്സ് തകർത്തു. എങ്കിലും മനുഷ്യനെന്ന 'മഹത്വവൽക്കരിക്കപ്പെട്ട മൃഗത്തിന്' നിലനിൽപ്പിന് വേണ്ടി പോരാടിയല്ലേ പറ്റൂ. കോവിഡ് വൈറസ്സിനെ ചെറുക്കാൻ ആരോഗ്യശീലങ്ങളും നിയന്ത്രണങ്ങളും മതിയാവില്ലെന്ന് ശാസ്ത്രലോകം തിരിച്ചറിഞ്ഞു. എത്ര കാലം അടച്ചിരിക്കാൻ കഴിയും. കോവിഡിനെതിരെയുള്ള വാക്സിൻ

പരീക്ഷണം യുദ്ധകാലാടിസ്ഥാനത്തിൽ മുന്നേറി. ഒരു വർഷത്തിനുള്ളിൽ വ്യത്യസ്ത വാക്സിനുകൾ രൂപപ്പെടുത്തിയെടുക്കാൻ ശാസ്ത്ര ഗവേഷകർക്ക് കഴിഞ്ഞു. വാക്സിനുകളുടെ രോഗപ്രതിരോധശേഷിയുടെ കാലപരിധിയുമായി ബന്ധപ്പെട്ട് വിരുദ്ധാഭിപ്രായങ്ങൾ നിലനിൽക്കുന്നു എന്നത് സത്യമാണ്. രോഗം വന്നവരിൽ സ്വാഭാവിക പ്രതിരോധവും, 18 വയസ്സിന് മേൽ പ്രായമുള്ളവരിൽ വാക്സിൻ വഴിയുള്ള പ്രചോദിത പ്രതിരോധവും, രോഗവും വാക്സിനും സൃഷ്ടിക്കുന്ന സങ്കരപ്രതിരോധവും വ്യാപകമായതോടെ കോവിഡ് വൈറസ്സിന്റെ ഭീഷണിയിൽനിന്നും മനുഷ്യരാശി പതിയെ കരകയറുന്നു എന്ന തോന്നൽ വ്യാപകമായി. പക്ഷേ വൈറസ്സിന്റെ തീവ്ര വ്യാപനശേഷിയുള്ള ജനിതക വകഭേദങ്ങളുടെ വാർത്തകൾ വന്നുകൊണ്ടിരിക്കുന്നു. ലോകം വീണ്ടും ആശങ്കയിൽ ആവുന്നു. രാജ്യാന്തര യാത്രാനിയന്ത്രണങ്ങൾ വേണ്ടിവന്നേക്കാം. ജാഗ്രതയും കരുതലും തുടരേണ്ടിയിരിക്കുന്നു. ജനിതക മാറ്റങ്ങളിലൂടെ നിലവിലുള്ള വാക്സിനുകളെ മറികടക്കാനുള്ള വൈറസ്സിന്റെ ക്ഷമതയെ നാം കരുതിയിരിക്കണം. അതുപോലെ തീവ്ര വ്യാപനശേഷി ആർജ്ജിക്കാനുള്ള അവയുടെ കഴിവിനെയും. വലിയ പ്രയാസങ്ങളില്ലാതെ കോവിഡ് വൈറസ്സുമായി സഹവസിക്കാനുള്ള അനുകൂലനശേഷി നേടുന്നതുവരെ പ്രതിസന്ധികൾ ഒഴിഞ്ഞുവെന്ന് കരുതാനാവില്ല. ഗവേഷണശാലകളിൽ വൈറസ്സിന്റെ ജനിതക ശ്രേണീകരണപ്രക്രിയ നിരന്തരം നടത്തേണ്ടിയിരിക്കുന്നു. ലോകം പഴയ അവസ്ഥയിലെത്താൻ ഏറെ ദൂരം പോകേണ്ടിയിരിക്കുന്നു. അത് സംഭവിക്കുമോ എന്ന് പോലും ഒരുറപ്പും ഇല്ലാത്ത അവസ്ഥ. പുതുവർഷാരംഭത്തിൽത്തന്നെ രാജ്യം മൂന്നാം തരംഗവ്യാപനത്തിൽ എത്തിയിരിക്കുകയാണ്. എങ്കിലും നമുക്ക് വിശ്വസിക്കാം, ഈ കാലവും കടന്നുപോകും. നാം അതിജീവിക്കും.

മഹാമാരികളും പ്രകൃതി ദുരന്തങ്ങളും ഇനിയും വന്നുകൂടായ്കയില്ല. ശാസ്ത്രസാങ്കേതിക വൈഭവം കൊണ്ട് മാത്രം നമുക്ക് എല്ലാറ്റിനെയും നേരിടാൻ കഴിയില്ലെന്ന് സമീപകാല പ്രതിസന്ധികൾ ബോധ്യപ്പെടുത്തുന്നു. ദുരന്തങ്ങൾ ആവർത്തിക്കാതിരിക്കണമെങ്കിൽ നാം അവയിൽനിന്നും പാഠങ്ങൾ പഠിക്കേണ്ടിയിരിക്കുന്നു. നല്ല ആരോഗ്യശീലങ്ങൾ പിന്തുടർന്നും സമീകൃത ആഹാരരീതി സ്വാംശീകരിച്ചും പ്രകൃതിയോടിണങ്ങി ജീവിച്ചും വേണം മഹാമാരികളെ ചെറുക്കാൻ. ബൗദ്ധികമായി എത്രതന്നെ ഉന്നതി കൈവരിച്ചാലും മനുഷ്യൻ പ്രകൃതിയുടെ ഭാഗമാണെന്നും നാനാജാതി സസ്യജന്തു ജാലങ്ങളുമായി സഹവസിച്ചും സമരസപ്പെട്ടും കൊണ്ട് മാത്രമേ ഭൂമിയിൽ മനുഷ്യവാസം സാധ്യമാവുകയുള്ളൂ എന്നും മറന്നുപോകരുത്. പ്രകൃതിയെ സംരക്ഷിച്ചുകൊണ്ടുള്ള വികസന നയങ്ങൾക്കും പ്രവർത്തനങ്ങൾക്കുമായിരിക്കണം നമ്മുടെ മുൻഗണന.

പുസ്തക രചനയിലേക്കൊരു ചുവട്മാറ്റം

കോവിഡ് മഹാമാരിയിൽ എല്ലാം നിശ്ചലമായപ്പോൾ യാത്രകളും നിലച്ചു. ശിലകളും ശിൽപ്പങ്ങളും ഗുഹാ ക്ഷേത്രങ്ങളും കഥപറയുന്ന ഹംപി ബദാമി ഐഹോളെ പട്ടടക്കൽ യാത്രയായിരുന്നു ഒടുവിലത്തേത് (2020 ഫെബ്രുവരി). അടച്ചിരിപ്പിന്റെ കാലം വന്നതോടെ പുറത്തിറങ്ങി സക്രിയമായി ഒന്നും ചെയ്യാനാവാത്ത അവസ്ഥയായി. എങ്ങോട്ടും പോകാൻ വയ്യ. മനസ്സിന്റെ കടിഞ്ഞാൺ മുറുകെപ്പിടിച്ചുകൊണ്ട് വീടകങ്ങളിൽ ഒതുങ്ങിക്കൂടേണ്ടിവന്ന അവസ്ഥ. ജോലിയുള്ളവർ ഓൺലൈനായി പണിയെടുത്തു. കുട്ടികൾ പരിമിതിയുണ്ടെങ്കിലും ഓൺലൈനായി പഠിച്ചു തുടങ്ങി. ചെറു ബാല്യങ്ങളും വൃദ്ധജനങ്ങളുമാണ് ഒന്നും ചെയ്യാനില്ലാതെ വീടകങ്ങളിൽ ഒതുങ്ങിപ്പോയത്. കുട്ടികളും വയോധികരും രോഗികളും വീട് വിട്ട് പുറത്തിറങ്ങരുതെന്ന 'റിവേഴ്സ് ക്വാറൻടൈൻ' അവസ്ഥയിൽ വായിക്കാനും പഴയ ഓർമ്മകൾ അയവിറക്കാനുമല്ലാതെ മറ്റൊന്നും ചെയ്യാനില്ലായിരുന്നു. അടച്ചിരിപ്പിന്റെ ദൈർഘ്യം അനിശ്ചിതമായി കൂടിയപ്പോൾ സമയം ഫലപ്രദമായി വിനിയോഗിക്കാനെന്ത് മാർഗ്ഗം എന്ന ആലോചനയായി. അങ്ങിനെയാണ് യാത്രാ ബ്ലോഗിനെ പുസ്തകമായി പരിണമിപ്പിക്കുക എന്ന ആശയം മനസ്സിലുദിച്ചത്. അടുത്ത ചില സുഹൃത്തുക്കൾ നേരത്തെ നിർദ്ദേശിച്ച കാര്യത്തിന് ഇതാ സമയമായിരിക്കുന്നു. ബ്ലോഗിൽ ചെറിയ മാറ്റങ്ങളും കൂട്ടിച്ചേർക്കലുകളും നടത്തി. യാത്രാ ബ്ലോഗുകളെ കാലക്രമത്തിൽ പുനഃക്രമീകരിച്ചു. ചിത്രങ്ങളൊക്കെ കമ്പ്യൂട്ടർ ശേഖരത്തിൽനിന്നും

സമാഹരിച്ചു. ഇൗമെയിൽ സൗകര്യമുപയോഗിച്ച് എല്ലാം പ്രസാധകർക്ക് കൈമാറി.

സാങ്കേതികസൗകര്യങ്ങൾ മെച്ചപ്പെട്ടതിനാൽ പുസ്തകപ്രസിദ്ധീകരണം ഇന്ന് അധികം സമയം വേണ്ടിവരുന്ന കാര്യമല്ല. ഉള്ളടക്കം തയ്യാറായിക്കഴിഞ്ഞാൽ പ്രസിദ്ധീകരണസംബന്ധിയായ ജോലികൾ വേഗം നടക്കും. പുസ്തകങ്ങൾക്കും ജീവിതമുണ്ട്. അതിന് അനുയോജ്യമായ സാഹചര്യങ്ങൾ ഒരുക്കുക എന്നത് പ്രസാധകന്റെ മാത്രമല്ല ഗ്രന്ഥകാരന്റേയുംകൂടി ഉത്തരവാദിത്വമായിമാറുന്നു, പ്രത്യേകിച്ച് ഈ കോവിഡ് കാലത്ത്. വായനയുടെ രീതികളും നവീനവൽക്കരിക്കപ്പെട്ടിരിക്കുന്നു. പുസ്തകങ്ങളും ആനുകാലികങ്ങളും ഓൺലൈൻ ആയി വായിക്കുന്നവർ കൂടിവരുന്ന കാലമാണ്. അപ്പോഴും സാമ്പ്രദായിക വായനയുടെ സുഖവും സംതൃപ്തിയും സവിശേഷമാണെന്ന് സമ്മതിക്കാതെവയ്യ. അങ്ങിനെ യാത്രകളെ സ്നേഹിക്കുന്നവർക്കായി രണ്ട് യാത്രാ പുസ്തകങ്ങൾ തയ്യാറായി. ഇന്ത്യൻ യാത്രകളെ അധികരിച്ച് 'ദേശാടനത്തിന്റെ ആത്മഹർഷങ്ങൾ' എന്ന പുസ്തകവും വിദേശ യാത്രാനുഭവങ്ങളെ അധികരിച്ച് 'ഭ്രമസഞ്ചാരങ്ങൾ' എന്ന പുസ്തകവും പ്രസിദ്ധീകരിച്ചു.

തിരമാലകൾപോലെ തരംഗങ്ങളായി കോവിഡ് മഹാമാരി 2021 ലും തുടരുകയായിരുന്നു. രോഗത്തിന്റെ സാംക്രമികതയും വ്യാപനശേഷിയും ദുരിതസഹനങ്ങളും മരണങ്ങളും വാർത്താമാധ്യമങ്ങളിൽ നിറയുകയായിരുന്നു. ജാഗ്രതയും കരുതലും നിയന്ത്രണങ്ങളും എത്രകാലം ഇനിയും വേണ്ടിവരുമെന്ന് അറിയാത്ത അവസ്ഥ. അടച്ചിരിപ്പിന്റെ തീവ്രതയും, സമസ്ത മേഖലകളെയും ഗ്രസിച്ച പ്രതിസന്ധിയും പ്രമേയമാക്കി ഒരു ശാസ്ത്രാധ്യാപകന്റെ വീക്ഷണങ്ങൾ അവതരിപ്പിക്കാനുള്ള ആഗ്രഹം മൂന്നാമത്തെ പുസ്തകത്തിലേക്ക് നയിച്ചു. അടച്ചിടൽ പ്രഖ്യാപിച്ച രീതിയിലും അതിന്റെ പ്രയോഗത്തിലും, ആരോഗ്യസംവിധാനങ്ങളുടെ നിർവ്വഹണത്തിലും, വാക്സിൻ പ്രയോഗത്തിലുമൊക്കെ സംഭവിച്ച പാളിച്ചകളും എടുത്ത് പറയേണ്ടതുണ്ടെന്ന് തോന്നി. 'കോവിഡ് സഹനം അതിജീവനം' എന്ന പുസ്തകത്തിന്റെ പിറവി അങ്ങിനെയായിരുന്നു.. മൂന്ന് മാസങ്ങൾക്കുള്ളിൽ പുസ്തകത്തിന്റെ രണ്ടാം പതിപ്പുമിറങ്ങി. കോവിഡ് കാലമായതിനാൽ പുസ്തക പ്രചാരണത്തിന് സമൂഹ മാധ്യമങ്ങളെത്തന്നെ ആശ്രയിക്കേണ്ടിവന്നു. പുസ്തക രചനയിലൂടെ കോവിഡ് അടച്ചിരിപ്പ് സക്രിയമായി ഉപയോഗിക്കാൻ കഴിഞ്ഞു എന്നതിനപ്പുറം പുസ്തകരചന ആശയസംവേദനത്തിനുള്ള യുക്തമായ മാർഗ്ഗമാണെന്ന് തിരിച്ചറിയുകയും ചെയ്തു.

കോവിഡ് പിൻവാങ്ങിയില്ലെങ്കിലും സാധാരണ ജീവിതം ഏറെക്കുറെ തിരിച്ചുവന്നിരിക്കുന്നു. കോവിഡുമൊത്തുള്ള ജീവിതം നാം ശീലിച്ചുതുടങ്ങിയിരിക്കുന്നു. ഭാഗികമായി നിയന്ത്രണങ്ങൾ നിലനിൽക്കുന്നുവെങ്കിലും ജീവിതത്തിന്റെ നാനാതുറകളും പ്രവർത്തനനിരതമായിവരുന്നു. ടൂറിസം മേഖലയും ഉണർന്നിരിക്കുന്നു. ഒന്നരവർഷത്തിലേറെയായി സഹിക്കുന്ന ദുരിതങ്ങൾ ഒഴിയുമ്പോഴും ദുരന്തങ്ങളിലും മഹാമാരിയിലും പൊലിഞ്ഞ മനുഷ്യജന്മങ്ങളുടെ ഓർമ്മകൾ പ്രിയപ്പെട്ടവരുടെ മനസ്സിൽ വേദനയായി ബാക്കിനിൽക്കുന്നു. കാലം എല്ലാ വേദനകളും മായ്ക്കുമെന്ന് ആശ്വസിക്കാം. "കൂട്ടപ്രതിസന്ധികളെ അതിജീവിച്ച മഹാമനുഷ്യരായി വരും കാലം നമ്മെ വിലയിരുത്തുമായിരിക്കും. കാറ്റും കോളും പ്രളയവും മഹാമാരികളും തീർത്ത സംസാരസാഗരം നീന്തിക്കയറിയ നായകരല്ലേ നമ്മൾ."[1]

യാത്രകളും പുനരാരംഭിക്കാൻ സമയമായിരിക്കുന്നു. ജൈവികവും അജൈവികവുമായ സർവ്വതിനേയും സദാ ഹനിച്ചുകൊണ്ടിരിക്കുന്ന ജഗത്ഭക്ഷകനായ കാലം അനുവദിക്കുന്നത്വരെ യാത്ര തുടരാം. പ്രകൃതിയുടെ, ജീവിതത്തിന്റെ, സംസ്കൃതിയുടെ അനന്തവൈവിധ്യം അനുഭവിച്ചറിയാം. അവയെക്കുറിച്ച് എഴുതാം. അവസരങ്ങളും സൗഭാഗ്യങ്ങളും പരീക്ഷണങ്ങളും നിറഞ്ഞ ജീവിത യാത്രയുടെ ഹർഷോന്മാദങ്ങളായി മാറട്ടെ യാത്രാനുഭവങ്ങളും.

ജീവിതസായന്തനത്തിലെത്തിയിരിക്കുന്നു. മനസ്സും ശരീരവും ജാഗ്രത്തായി നിർത്തുക എന്നതൊരു വെല്ലുവിളിയാണ്. മനസ്സ് എത്തുന്നിടത്ത് ശരീരം ചെന്നെത്തിടാത്ത കാലം അതിവിദൂരമല്ല. ജൈവികതയുടെ അനിവാര്യമായ അവസ്ഥാന്തരമായി അതും വന്നുചേരും. കാലത്തിന്റെ മഹാപ്രവാഹത്തിൽ കതിരും പതിരും പാഴും എല്ലാം പ്രപഞ്ചത്തിന്റെ അനന്തതയിൽ വിലയം പ്രാപിക്കുകതന്നെചെയ്യും. പുതിയ നാമ്പുകളായി പുനർജനിക്കാൻ. അത് പ്രകൃതി നിയമമാണ്. ജീവിതത്തിന്റെ അർത്ഥവും പൊരുളും തിരയുന്നത് കൗതുകകരമെങ്കിലും അതിന്റെ ഗതിവിഗതികൾ മാറ്റിമറിക്കാൻ നമുക്കാവതില്ല.

ഒരു സൂഫി ആചാര്യനുമായി ബന്ധപ്പെട്ട് ഓഷോ പറഞ്ഞൊരു കഥ ഇവിടെ സംഗതമാണ്. മരണശയ്യയിലായ ആചാര്യനോട് കൂടിനിന്നവർ ഗുരുക്കന്മാരെപ്പറ്റി ചോദിച്ചതായിരുന്നു സന്ദർഭം.

ആചാര്യന്റെ വാക്കുകൾ.

ആശ്രമത്തിൽ നടക്കുമ്പോൾ ദീപങ്ങൾ കൊളുത്തുകയായിരുന്ന ബാലനോട് ഒരു കുസൃതി ചോദ്യം ഞാൻ ചോദിച്ചു.

---

1 '*കോവിഡ് സഹനം അതിജീവനം*' -ഇൻസൈറ്റ് പബ്ലിക്ക. (രണ്ടാം പതിപ്പ്) പേജ് 100.

‘ആരാണ് ഈ ദീപങ്ങൾ കൊളുത്തിയത് ?’

‘ഞാൻ’. അവൻ മറുപടി പറഞ്ഞു.

‘ഓഹോ, അപ്പോൾ നീയാണ് കൊളുത്തിയതെങ്കിൽ എവിടെനിന്നാണ് ആ വെളിച്ചം ദീപമായി എത്തിയത്?’ ചോദ്യം കേട്ട ബാലൻ ഉത്തരം മുട്ടുമെന്ന് ഞാൻ കരുതി. ബാലൻ എന്നോട് പറഞ്ഞു.

‘നോക്കു ആ തിരി വല്ലാതെ കരിന്തിരി കത്തുന്നു. അതൊന്ന് കെടുത്തിയേക്കൂ.’

ഞാൻ തിരി അണച്ചു. അപ്പോൾ അവൻ ചോദിച്ചു.

‘അങ്ങല്ലേ തിരി അണച്ചത്?’

‘അതെ’.

‘എങ്കിൽ ആ വെളിച്ചം എങ്ങോട്ടാണ് പോയത്, ഒന്ന് പറഞ്ഞു തരൂ.”

ബാലന്റെ മറുപടി എന്നെ ചിന്തിപ്പിച്ചു. തെളിഞ്ഞുകത്തുന്ന ദീപത്തെ അതേപടി ഉൾക്കൊള്ളുന്നതിന് പകരം ആദിയും അന്തവും തിരയുന്നതിലെന്ത് കാര്യം? ഈ ബാലനും എനിക്ക് ഗുരുസ്ഥാനീയനാണ്.

ഈ അത്ഭുത പ്രപഞ്ചം സൃഷ്ടിച്ചതാരാണ് ? നമുക്ക് നിയന്ത്രിക്കാനാവാത്ത പ്രകൃതിപ്രതിഭാസങ്ങളൊക്കെ എങ്ങിനെ ഉണ്ടാകുന്നു ? ഞാൻ ആരാണ് ? എവിടെനിന്ന് വന്നു ? എങ്ങോട്ട് പോകുന്നു ?ആദിമമനുഷ്യസമൂഹങ്ങൾ പോലും ചോദിച്ച ചോദ്യങ്ങൾ ! ഉദാത്തമായ ഇത്തരം ചിന്തകളും യുക്തിസഹമായ നിഗമനങ്ങളും നമ്മുടെ വേദോപനിഷത്തുക്കളിൽ കാണാവുന്നതാണ്. എവിടെനിന്ന് വന്നാലും എങ്ങോട്ട് പോയാലും ഈ ഭൂമിയിലെ ജീവിതവും അനുഭവങ്ങളുമാണ് നമ്മുടെ സത്യം.

നിസ്സംഗതയോടെ ജീവിതത്തെ അറിയുവാൻ വായിക്കുവാൻ ശ്രമിക്കുകയായിരുന്നു. ശരിയും തെറ്റും ചേർന്നതാണ് ജീവിതമെങ്കിലും വായന ശരിയായിരുന്നു എന്നാണ് വിശ്വാസം. ശരി പക്ഷേ അപേക്ഷികമാണെന്ന് സമ്മതിക്കുന്നു. വ്യക്തികളും സാഹചര്യങ്ങളും ഇടകലർന്ന് വരുമ്പോൾ പ്രത്യേകിച്ചും. ആര് നോക്കുന്നു എവിടെനിന്ന് നോക്കുന്നു എന്നതിനെ ആശ്രയിച്ചായിരിക്കും ഭംഗിയും വൈരൂപ്യവുമെന്നപോലെ.

2121

ഒരു വരം. ഒരു മോഹസാക്ഷാത്കാരം. ആരും കൊതിക്കുന്ന ഒരു സുവർണ്ണാവസരം. ജീവിച്ച കൊതി തീരാത്ത ഭൂമിയിലേക്കൊരു പുന:സന്ദർശനം. തീവ്രമായ ഒരു ആഗ്രഹം ദീർഘനാൾ കൊണ്ടുനട ന്നാൽ എന്നെങ്കിലും സാക്ഷാത്ക്കരിക്കപ്പെടാതിരിക്കില്ലല്ലോ. ഏത് ലോകത്തായാലും കഠിന തപസ്സിൽ അലിയാത്ത ശിലാഹൃദയമു ണ്ടോ. ആരും കാണാതെ എന്നാൽ എല്ലാവരെയും എല്ലാറ്റിനെയും കണ്ടുകൊണ്ട് പരിചിത നാട്ടുകളിലൂടെ പരിചിത വഴികളിലൂടെ ഒരു ഓട്ടപ്രദക്ഷിണം നടത്താൻ അസുലഭമായ ഒരവസരം ലഭിച്ചിരിക്കുന്നു. സമയമേറേയില്ല. കാണാനേറെയുണ്ടുതാനും.

മാറ്റങ്ങൾ... അതിശയ കാഴ്ചകൾ... കൺതുറന്ന് കാണാം.

വെയിലും മഞ്ഞും മഴയുമായി നൂറ് സംവത്സരങ്ങൾ കടന്നുപോയിരി ക്കുന്നു. വരൾച്ചയും അതിശൈത്യവും പ്രളയവും പലകുറി വന്നുപോയി. ഉടയാടകൾ മാറ്റി ഭൂമി പുതുവേഷങ്ങളണിഞ്ഞുകൊണ്ടേയിരുന്നു. ജനി മൃതികളുടെ തിരമാലകളിൽ ദിനരാത്രങ്ങൾ കുതിർന്നുകൊണ്ടേയിരുന്നു. വാഴ്ചയുടേയും വീഴ്ചയുടേയും കഥകൾ കാലത്തിന്റെ വലിയ തിരശ്ശീലയിൽ മാറിമറിഞ്ഞുകൊണ്ടിരുന്നു. അരങ്ങിലും അണിയറയിലും വേഷങ്ങളാടി മൂന്ന് തലമുറകൾ പിൻവാങ്ങിക്കഴിഞ്ഞു. സമസ്ത ജീവജാലങ്ങൾക്കും അവകാശപ്പെട്ട മണ്ണും ജലവും വായുവും കയ്യടക്കി മനുഷ്യൻ തന്റെ ആധിപത്യം ശക്തമായി തുടരുന്നു. അതിതീവ്ര കാലാവസ്ഥാഭേദ ങ്ങളുടെ തിരിച്ചടികളിൽനിന്നും പാഠം പഠിച്ച് അതിജീവനത്തിന്റെ

പാതയിലാണ് ലോകം. അധിനിവേശമോഹങ്ങൾ അന്യഗ്രഹങ്ങളെ ലക്ഷ്യമാക്കി പറന്നുതുടങ്ങിയിരിക്കുന്നു.

മക്കളും കൊച്ചുമക്കളും ആരും ജീവിച്ചിരിപ്പില്ല. ജനിതക നൈരന്തര്യ മായി കൊച്ചുമക്കളുടെയും അനന്തരതലമുറയാണ് ഇന്ന് ഭൂമുഖത്തുള്ളത്. അവരെല്ലാം അന്യനാട്ടിലാണ്. ഈ നാടുമായി അവർക്കൊരു ബന്ധ വുമില്ല. അവരെ അറിയുന്നവരായി ഇവിടെയാരുമില്ല. എവിടെയാണ് സ്വന്തം കുടുംബ വേരുകളെന്ന് എപ്പോഴെങ്കിലും അവർ ഓർക്കുന്നുണ്ടോ, ആർക്കറിയാം ? ബന്ധുക്കളുടെ നാലാം തലമുറ എവിടെയൊക്കെയാ വും? ബന്ധങ്ങളുടെ ഇഴയടുപ്പം അവർക്കിടയിൽ ഇപ്പോഴുമുണ്ടോ ? ജീവിതത്തിന്റെ സുമുഹൂർത്തങ്ങളിലെങ്കിലും പരസ്പരം സന്ധിക്കാൻ അവർ ആവേശം കാണിക്കുന്നുണ്ടോ?

വീട്, നാട്, നാട്ടുകാർ എല്ലാം അടിമുടി മാറിയിരിക്കുന്നു. പഴയ വീട് പാടേ അപ്രത്യക്ഷമായിരിക്കുന്നു. തൽസ്ഥാനത്ത് പുതിയ വീടാണ്. പുതിയ വീട്ടുകാരും. ഹരിതസമൃദ്ധിയൊക്കെ പോയിരിക്കുന്നു. ഭൂമിയുടെ അടരുകളെല്ലാം മാറിമറഞ്ഞിരിക്കുന്നു. പഴയ തലമുറ കെട്ടിപ്പടുത്തതെ ല്ലാം നിലനിർത്തി പരിപാലിച്ചുപോകാൻ അനന്തരഗാമികൾക്ക് കഴിയി ല്ലല്ലോ. കാലം അത് അനുവദിക്കുകയുമില്ലല്ലോ. അടയാളഗോപുരങ്ങൾ തകരുന്നതും പുതിയത് ഉയർന്നുവരുന്നതും ചരിത്രത്തിന്റെ സ്വാഭാവിക ആവർത്തനങ്ങളാണല്ലോ.

ഗ്രാമങ്ങളൊക്കെ മാറിയിരിക്കുന്നു. വീടുകൾ തമ്മിലുള്ള അകലവും വീടുകൾക്കിടയിലെ പച്ചപ്പും വല്ലാതെ ശോഷിച്ചിരിക്കുന്നു. വിശാലമായ തൊടികളും ചെടികളും മരങ്ങളും പോയപ്പോൾ വീട്ടുമൃഗങ്ങളും നാട്ടുകി ളികളും ചിത്രശലഭങ്ങളും പുതിയ താവളങ്ങൾ കണ്ടെത്തിയിരിക്കും. കോൺക്രീറ്റ് നിർമ്മിതികളാണെവിടെയും. കൃഷിയും കൈത്തൊഴിലു കളും കുടുംബവലയങ്ങൾകടന്ന് വൻകിട കുത്തകകളുടെ നിയന്ത്രണ ത്തിലാണ്. നിർമ്മാണമേഖലയിലെന്നപോലെ കാർഷികവൃത്തിയും സംപൂർണ്ണ യന്ത്രവൽകൃതജോലിയായി മാറിയിട്ടുണ്ട്. പ്രകൃതിയുടെ കനിവ് കാത്ത് കൃഷിചെയ്ത പഴയകാലം ഇന്ന് സ്വപ്നത്തിൽപോലുമില്ല. ഗ്രാമങ്ങളെല്ലാം നഗരങ്ങളുടെ കൊച്ചുപതിപ്പുകളായി മാറിയിരിക്കുന്നു. നാട്ടിൻപുറങ്ങളിൽ കൂറ്റൻ മാളുകൾ തലയുയർത്തി നിൽക്കുന്നു. ഉള്ളിൽ മനുഷ്യരും യന്ത്രമനുഷ്യരും ഒരുപോലെ തിരക്കിലാണ്. വാക്കിലും നോക്കിലും പ്രവൃത്തിയിലും നഗര പരിഷ്കാരങ്ങളാണ് എവിടെയും.

നഗരങ്ങളിൽ വലിയ തിരക്കാണ്. കച്ചവടസ്ഥാപനങ്ങളും സേവ നകേന്ദ്രങ്ങളുമൊക്കെ പുതിയ വിപണനതന്ത്രങ്ങളുമായി ആളുകളെ ആകർഷിക്കുന്നു. ഓഫീസ് സമുച്ചയങ്ങളിൽ പഴയ തിരക്കില്ല.

ഓൺലൈൻ സേവനങ്ങളും ഇടപാടുകളും ശക്തിയാർജ്ജിച്ചതാവാം കാരണം. സമയവും ദൂരവും വിവരസാങ്കേതികസൗകര്യങ്ങൾക്ക് കീഴടങ്ങിക്കഴിഞ്ഞു. കണ്ണെത്താദൂരത്തോളം ബഹുനില ഫ്ലാറ്റുകൾ പരന്നു കിടക്കുന്നു. ആഹ്ലാദങ്ങളും ആത്മനൊമ്പരങ്ങളും ആരുമായും പങ്ക് വെയ്ക്കപ്പെടാതെ ബഹുനിലകളിലെ കൊച്ചുവീടകങ്ങളിൽ ഒതുങ്ങിനിൽക്കുന്നു. നീന്തൽകുളങ്ങളും കളിസ്ഥലങ്ങളും ഭൂമിയെ വിട്ട് ഉയരഭേദങ്ങളെ പരിണയിച്ചിരിക്കുന്നു. അയൽക്കാർ തമ്മിലുള്ള സൗഹൃദങ്ങൾപോലും സമൂഹമാധ്യമങ്ങളിൽ ഒതുങ്ങുന്നു. വല്ലപ്പോഴുമുള്ള വലിയ കൂടിച്ചേരലുകളിൽ കേവല സൗഹൃദങ്ങൾ അവസാനിക്കുന്നു. പരസ്പരമുള്ള ഇടപെടലുകളും കൂടിച്ചേരലുകളും ദൃശ്യശ്രാവ്യ സങ്കേതങ്ങളിലൂടെ നിർവ്വഹിക്കപ്പെടുമ്പോൾ നേരിട്ട് കാണേണ്ട ആവശ്യമെന്ത് ?

എവിടെയും വൈവിധ്യമാർന്ന പുതുനിർമ്മിതികൾ തലയുയർത്തി നിൽക്കുന്നു. സാമ്പ്രദായിക നിർമ്മാണരീതിയും നിർമ്മാണ സാമഗ്രികളും വിരളമാണ്. പഴയ വീടുകളും കെട്ടിടങ്ങളുമൊക്കെ എവിടെയാവും കൊണ്ടുതള്ളിയിരിക്കുക ? കെട്ടിട അവശിഷ്ടങ്ങളാൽ ഒഴിഞ്ഞ സ്ഥലങ്ങളും ചതുപ്പുകളുമൊക്കെ നിറഞ്ഞിരിക്കുമോ ? അതോ ഫലപ്രദമായ സാങ്കേതിക വിദ്യയിലൂടെ അവയൊക്കെ നിർമാർജ്ജനം ചെയ്യപ്പെട്ടോ ? കായലും പുഴയും നീർത്തടങ്ങളും ഏറെക്കുറെ മാലിന്യമുക്തമെങ്കിലും അവയുടെ വ്യാപ്തി ചുരുങ്ങിയിരിക്കുന്നു. വനസ്ഥലികളും വന്യജീവികളും ഇതേ അവസ്ഥയിൽ തന്നെയായിരിക്കും. ആവാസവ്യവസ്ഥ നഷ്ടപ്പെട്ട ജീവികൾ അതിജീവനത്തിന്റെ പോരാട്ടത്തിലാണ്. അധിവാസസ്ഥലങ്ങളുടെ പരിമിതി പ്രകൃതിയുടെ സ്വാഭാവിക ഘടനയെ ബാധിക്കാതെ തരമില്ലല്ലോ.

നാട്ടിലെ ഇടവഴികളൊക്കെ റോഡുകളായി മാറിയിരിക്കുന്നു. പണ്ടത്തെ പ്രധാന റോഡുകളൊക്കെ നന്നായി വികസിച്ചിട്ടുണ്ട്. ഇരുഭാഗത്തും ബഹുനില കെട്ടിടങ്ങൾ നിറഞ്ഞിരിക്കുന്നു. നാടും നഗരവും പരസ്പരം പുണർന്നു കിടക്കുന്നു. പൊതുഇടങ്ങളിൽ ആൾത്തിരക്ക് വർധിച്ചിരിക്കുന്നു. വാഹനപ്പെരുപ്പം ഗതാഗതപാതകളെ ശ്വാസം മുട്ടിക്കുന്ന അവസ്ഥയിലാണ്. ചെറുവാഹനങ്ങളൊക്കെ പുതുമോടിയിലാണ്. പ്രധാന റോഡുകളിലെല്ലാം വാഹനങ്ങളുടെ നീണ്ട നിരയാണ്. ഗതാഗതം സുഗമമാക്കുവാൻ തലങ്ങും വിലങ്ങും അടിപ്പാതകളും മേൽപ്പാലങ്ങളുമുണ്ട്. കാർബൺ അധിഷ്ഠിത ഇന്ധനങ്ങൾ ഉപയോഗത്തിലില്ലാത്തതിനാൽ അന്തരീക്ഷം പൊതുവെ മാലിന്യമുക്തമാണ്. ആറുവരി ദേശീയ പാതയിലും വാഹനത്തിരക്ക് തന്നെ. ദേശീയപാതയ്ക്ക് സമാന്തരമായി തുരങ്കളിൽ പണിത അതിവേഗപാതകളിൽ വാഹനങ്ങൾ ശരവേഗത്തിൽ ഓടിക്കൊണ്ടിരിക്കുന്നു.

നഗരങ്ങളിലെല്ലാം മെട്രാ ട്രെയിനുകളോടുന്നു. മൂന്നും നാലും പാതകളിൽ ദീർഘദൂര ട്രെയിനുകളും ഓടിക്കൊണ്ടിരിക്കുന്നു. പ്രധാന നഗരഹൃദയങ്ങളിൽ ചെറിയ വിമാനത്താവളങ്ങൾ ഉയർന്നുവന്നിരിക്കുന്നു. ആകാശവിതാനങ്ങളിൽ യന്ത്രപ്പക്ഷികൾ പറന്നുകൊണ്ടേയിരിക്കുന്നു. വേഗം നാടിന്റെ താളമായിരിക്കുന്നു. രാവ് പകലാക്കി ജീവിതം ചലനാത്മകമായി മുന്നേറുന്ന കാഴ്ചകളാണെവിടെയും. തിരശ്ചീനമായും ലംബമാനമായും വികസനം പൊടിപൊടിക്കുന്നു. ചെലവേറിയതെങ്കിലും പുതിയ ഊർജ്ജസ്രോതസ്സുകൾ കണ്ടെത്തി ഉപയോഗപ്പെടുത്തുന്നതിൽ വലിയ പുരോഗതിയുണ്ട്. സൗകര്യങ്ങളുടെ ധാരാളിത്തത്തിൽ സമാധാനത്തിന്റെ തുരുത്തുകൾ നഷ്ടപ്പെടാതിരുന്നെങ്കിൽ നന്നായിരുന്നു. വികസനക്കുതിപ്പിലും ദാരിദ്ര്യമനുഭവിക്കുന്ന ജനവിഭാഗം പെരുകുന്നു എന്നതും അവഗണനയുടെ കൈപ്പുനീർ അവർ നിരന്തരം കുടിക്കേണ്ടിവരുന്നു എന്നതും സത്യമാണ്.

പഴയ കോളേജ് കെട്ടിലും മട്ടിലും ആകെ മാറിയിരിക്കുന്നു. നവീകരിക്കപ്പെട്ട കേമ്പസ്സ് ആകർഷകം തന്നെ. കുട്ടികളുടെ എണ്ണം വർദ്ധിച്ചിരിക്കുന്നു. പുതിയ കാലത്തിന്റെ വെല്ലുവിളികൾ നേരിടാൻ പാകത്തിൽ പാഠ്യപദ്ധതിയും പഠനരീതിയുമൊക്കെ മാറിയിരിക്കുന്നു. വിവരസാങ്കേതികവിദ്യയുടെ സ്വാധീനം വിദ്യാർത്ഥികളുടെ പഠനപ്രക്രിയയിൽ പ്രകടമാണ്. ഉന്നതവിദ്യാഭ്യാസമേഖലയിൽ അദ്ധ്യാപകൻ ഒരു വഴികാട്ടിയായി പരിണമിച്ചിരിക്കുന്നു. കോളേജുകളുടെ പൊതുവായ അവസ്ഥ ഇങ്ങിനെതന്നെയായിരിക്കും. മാറിയ കാലത്തിന്റെ വെല്ലുവിളികൾ നേരിടാൻ സ്കൂളുകളും കാലോചിതമായി മാറിയിട്ടുണ്ട്. ക്ലാസ് മുറികളൊക്കെ സാങ്കേതികത്തികവിലൂടെ നവീകരിക്കപ്പെട്ടിരിക്കുന്നു. പാഠ്യപദ്ധതിയും ബോധനരീതിയും വൈവിധ്യവൽക്കരിക്കപ്പെട്ടിരിക്കുന്നു. കലാകായിക പ്രവർത്തനങ്ങൾ പഠനപദ്ധതിയുടെ മൂല്യനിർണ്ണയസ്കോറുകളായി മാറിയിരിക്കുന്നു. വാണിജ്യവൽക്കരിക്കപ്പെട്ട കലാരംഗം മത്സരത്തിന്റെ മേഖലയായി മാറിയതിൽ അത്ഭുതമില്ല. കുട്ടികളിൽ നൂതനവും മൗലികവുമായ ചിന്തകളും ആശയങ്ങളും വിരിയിച്ചെടുക്കുന്നതിൽ പാഠ്യപദ്ധതി വിജയിച്ചിരിക്കുന്നു. ഒരു തലമുറയുടെ അഭ്യുദയമെന്നാൽ അവർക്ക് ലഭിക്കുന്ന വിദ്യാഭ്യാസത്തിന്റെ നിലവാരമാണല്ലോ.

നാടിന്റെ സാമൂഹ്യ രാഷ്ട്രീയ അവസ്ഥയും പാടെ മാറിയിരിക്കുന്നു. ജാതീയവും സാമുദായികവുമായ വേർതിരിവുകൾ പ്രത്യക്ഷമായി എവിടെയും കാണാനില്ല. മനസ്സുകളിൽ വിഭാഗീയത ശക്തമാണോ എന്നറിയുന്നില്ല. ജനാധിപത്യം അതിന്റെ പ്രയോഗവൈകല്യങ്ങളിൽ നിന്നും മുക്തമായിക്കാണാൻ വഴിയില്ല. രാഷ്ട്രീയം ഒരു തൊഴിലായി

മാറിയതിന്റെ അപചയം മാറിയെന്നത് ആശ്വാസകരം. രാഷ്ട്രീയ പ്രവർത്തനം പ്രചരണഘോഷങ്ങൾ വെടിഞ്ഞിരിക്കുന്നു. മുദ്രാവാക്യം വിളികളില്ല. വഴി തടഞ്ഞുള്ള പ്രകടനങ്ങളില്ല. തോരണങ്ങളും കമാനങ്ങളുമില്ല. വിഭിന്ന ആശയധാര പിന്തുടരുന്നവരെ ശാരീരികമായി കൈകാര്യം ചെയ്യുന്ന അക്രമരാഷ്ട്രീയ പ്രവണതയില്ല. പഴയ രാഷ്ട്രീയം എല്ലാവർക്കും മടുത്തുകാണും. അനാവശ്യ മത്സരം ഒഴിവാക്കി നാടിന്റെ വികസനത്തിന് പാർട്ടികൾ കൈകോർക്കുന്നു. ആധുനികസങ്കേതങ്ങളുടെ പിൻബലത്തിൽ മികവുറ്റ രീതിയിൽ ആശയങ്ങളും പരിപാടികളും ജനങ്ങളിലേക്കെത്തിക്കാൻ പാർട്ടികൾ ശ്രമിക്കുന്നത് നല്ല കാര്യം. അധികാര രാഷ്ട്രീയത്തിന്റെ പിന്നാമ്പുറങ്ങളിൽ നടക്കുന്ന അവിശുദ്ധ ഇടപാടുകൾക്ക് പക്ഷേ മാറ്റമൊന്നുമില്ല.

കാലാവസ്ഥാ വ്യതിയാനങ്ങളും പാരിസ്ഥിതികമാറ്റങ്ങളും അനുബന്ധമായ ദുരന്തങ്ങളും ശാസ്ത്ര സാങ്കേതിക വൈഭവംകൊണ്ട് പൂർണ്ണമായി മറികടക്കാൻ സാധിച്ചുവെന്ന് തോന്നുന്നില്ല. എങ്കിലും അതിജീവനത്തിന്റെ പുതിയ മാർഗ്ഗങ്ങൾ നിശ്ചയമായും കണ്ടെത്തിയിട്ടുണ്ട്. ആൾപെരുപ്പം ആരോഗ്യമേഖലയിൽ സൃഷ്ടിക്കുന്ന പ്രതിസന്ധികൾ മൂർത്തമായി നിൽക്കുന്നു. സമ്മർദ്ദപ്പെരുമഴയിൽ ആരോഗ്യശീലങ്ങൾ യഥാവിധി പാലിക്കാൻ യുവതലമുറ നന്നെ പാടുപെടുന്നു. ജീവിതശൈലീ രോഗങ്ങൾ ഇപ്പോഴും ഭീഷണി ഉയർത്തുന്നു. പുതിയ ചികിത്സാരീതികളും മരുന്നുകളും വെല്ലുവിളികൾ നേരിടാൻ പര്യാപ്തമെങ്കിലും രോഗഭീതിയും ഭാരിച്ച ചികിത്സാചിലവുകളും കുടുംബ സമാധാനം കെടുത്തുന്നു. വയോജനക്ഷേമപദ്ധതികളൊക്കെ സക്രിയമെങ്കിലും ഒറ്റപ്പെടലിന്റെ സമ്മർദ്ദത്തിൽനിന്നും വായോധികർ മുക്തരല്ല. രോഗപീഡയും ഏകാന്തതയും പെരുകുന്ന ജീവിത സായന്തനങ്ങളിലും നഷ്ടസൗഭാഗ്യങ്ങളുടെ ഓർമ്മകളിൽ പ്രായമായവർ ആശ്വാസം കണ്ടെത്തുന്നു. നിയന്ത്രണാതീതമായ ജനപ്പെരുപ്പം വിഭവങ്ങളുടെയും ആരോഗ്യസൗകര്യങ്ങളുടെയും നീതിപരമായ വ്യാപനം തടസ്സപ്പെടുത്തുന്നു എന്നത് നിഷേധിക്കാനാവില്ല. വികസനം കുതിക്കുമ്പോഴും സഹസ്ര കോടീശ്വരന്മാർ പെരുകുന്ന വൈരുധ്യം നിലനിൽക്കുന്നു.

ലോകം അക്ഷരാർത്ഥത്തിൽ ഒരു ആഗോള ഗ്രാമമായി മാറിയിരിക്കുന്നു. പഠനത്തിനും ജോലിക്കും വിനോദങ്ങൾക്കും രാജ്യാതിർത്തികൾ താണ്ടി ആളുകൾ നന്നായി യാത്ര ചെയ്യുന്നു. ദൂരദേശങ്ങളിൽ പ്രണയം പൂവിടുകയും ജന്മനിയോഗങ്ങൾ പൂർത്തീകരിക്കപ്പെടുകയും ചെയ്യുന്നു. സ്വന്തം നാട്ടിലേക്ക് അതിഥികളായി അവരൊക്കെ വല്ലപ്പോഴും വന്നെത്തുന്നു. ആഭ്യന്തരവിനോദസഞ്ചാരം അതിന്റെ സാദ്ധ്യതകൾ

തിരിച്ചറിഞ്ഞ് ഉചിതമായി വൈവിധ്യവൽക്കരിക്കപ്പെട്ടിരിക്കുന്നു. സർക്കാർ ജോലികളോടുള്ള ആസക്തി വെടിഞ്ഞ് യുവത പുതിയ മേഖലകളിലെ തൊഴിൽ അവസരങ്ങളിൽ നന്നായി അഭിരമിക്കുന്നു. പഠിച്ചകാര്യങ്ങൾ പ്രയോഗവൽക്കരിക്കാനും സ്വയം സംരംഭകരായി ജീവിതവിജയം നേടാനും പുതിയ തലമുറക്ക് കഴിയുന്നു. നിരാശയും അലസതയും വെടിഞ്ഞ് ആവേശത്തോടെ ആത്മവിശ്വാസത്തോടെ ലക്ഷ്യങ്ങളിലേക്ക് കുതിക്കുന്ന ലോകം. അതിന്റെ അനുരണനങ്ങളാണെമ്പാടും.

കാഴ്ചകൾ അവസാനിക്കുന്നില്ല. പക്ഷേ അനുവദിക്കപ്പെട്ട സമയം കഴിഞ്ഞിരിക്കുന്നു. ഇനി മടക്കം.

സത്യമായും ഇതൊരു ഭ്രമകൽപനയാണ്.

പക്ഷേ കാലത്തിന്റെ മാറ്റവും ജീവിതത്തിന്റെ ഗതിവിഗതിയും അത്ഭുതാവഹമാണെന്ന് വ്യക്തമായില്ലേ. ഒരു നൂറ്റാണ്ട് മുമ്പ് ഇവിടെ ജീവിച്ചവർ നമ്മുടെ ജീവിതത്തെപ്പറ്റി എങ്ങിനെയൊക്കെ സങ്കൽപ്പിച്ചു കാണും? അവർ സ്വപ്നത്തിൽപ്പോലും കണ്ടിട്ടില്ലാത്ത ജീവിതമല്ലേ നാം ജീവിച്ചത്. അപ്പോൾ നാം സങ്കൽപ്പിക്കുന്ന കാര്യങ്ങൾ എന്തുകൊണ്ട് ഭാവിയിൽ സംഭവ്യമല്ല? കാലാന്തരത്തിൽ സങ്കൽപത്തിനും ഭാവനയ്ക്കും അതീതമായൊരു ലോകമായിരിക്കും ഇവിടെ യാഥാർഥ്യമാവുക.

മാറ്റങ്ങളുടെ കുതിപ്പിൽ നമ്മുടെ സങ്കൽപങ്ങൾപോലും വിഭ്രമവേഷങ്ങളണിയും. നിലവിൽ സങ്കൽപത്തിനപ്പുറം നമുക്ക് മറ്റൊരു ലോകമില്ലല്ലോ. സങ്കൽപ്പാതീതമായ ലോകവും അതിന്റെ മായാജാലവും നമുക്ക് കാലത്തിന് വിട്ടുകൊടുക്കാം. അനാദിയായ കാലപ്രവാഹത്തിലെ ഒരു തുള്ളി മാത്രമാണ് നാമോരുത്തരും. ഒഴുകിയൊഴുകി പോകുമ്പോൾ അതിന്റെ സൗന്ദര്യവും മാധുര്യവും ആവോളം ആസ്വദിക്കാൻ കഴിഞ്ഞാൽ അത് തന്നെ ധാരാളം. അതിശയവിഭ്രമലോകമാണ് നമുക്ക് ശേഷം വരാനിരിക്കുന്നതെന്ന് കരുതി നാമെന്തിന് വേവലാതിപ്പെടണം ? കാലത്തിന്റെ കാവ്യനീതിയാണത്. അതിന്റെ പകിട്ടും ആസുരമായ മാറ്റങ്ങളും തിരിച്ചറിയണമെങ്കിൽ ഭാവനയുടെ സർവ്വ പരിമിതികളും മറികടക്കേണ്ടിവരും. നമുക്കതിനായി ശ്രമിച്ചുകൊണ്ടേയിരിക്കാം. മാറ്റത്തിന്റെ കുതിപ്പിൽ മനസ്സുകളിൽ സ്നേഹവും കരുതലും ആർദ്രതയും നിറയട്ടെയെന്നും, സമസ്ത ജീവജാലങ്ങളോടുമുള്ള കരുണയും പരിഗണനയും ഉറവ വറ്റാതെ നിലനിൽക്കട്ടെയെന്നും ആഗ്രഹിക്കാം.

» NAAC വിദഗ്ദ്ധ സമിതി കോളേജിന്റെ വിലയിരുത്തൽ രേഖ കൈമാറുന്നു

» ബാംഗലൂരുവിൽ നടന്ന നാക് അവാർഡ് ദാന ചടങ്ങിൽ മട്ടന്നൂർ കോളേജിന്റെ നാക് അംഗീകാര പത്രം യു. ജി. സി. വൈസ് ചെയർമാനിൽനിന്നും പ്രിൻസിപ്പൽ ഏറ്റുവാങ്ങുന്നു.

www.ingramcontent.com/pod-product-compliance
Lightning Source LLC
LaVergne TN
LVHW090343051026
849518LV00006B/2033